தமிழக மகளிர்

தொடக்க காலம் முதல் ஆறாம் நூற்றாண்டு வரை

ர. விஜயலட்சுமி

ஆக்ஸ்போர்ட் பல்கலைக்கழகத்தில் முனைவர் பட்டம் (1972) பெற்றவர். 1975ம் ஆண்டு முதல் 1977ம் ஆண்டு வரை மேற்கு ஜெர்மனியிலுள்ள ஹம்பர்க் பல்கலைக்கழகத்தில், அலெக்சாந்தர்-வண்-ஹூம் போல்ட் நிறுவனத்தின் (Alexander- von Humboldt-Stifung) அழைப்பின் பேரில் ஆய்வுப் பணி மேற்கொண்டவர்.

1980ம் ஆண்டு முதல் 2000ம் ஆண்டு வரை சென்னையிலுள்ள உலகத் தமிழாராய்ச்சி நிறுவனத்தில் ஆய்வுப் பணி மேற்கொண்டு இணைப் பேராசிரியராக ஓய்வு பெற்றவர். A Study of the Peruṅkatai, தமிழகத்தில் ஆசீவகர்கள், A Study of the Cīvakacintāmaṇi, Introduction to Religion and Philosophy - Tevāram and Tivviyap Pirapantam, கொங்குவேளிர் என்ற நூல்கள் இவரின் படைப்புகளாகும். முதல் இரு நூல்களும் தமிழ் வளர்ச்சித் துறையின் பரிசு பெற்றவை. இவை தவிர, நான்கு நூல்களைப் பதிப்பித்துள்ளார். 2009ம் ஆண்டு கலிபோர்னியாப் பல்கலைக் கழக பேர்க்லி வளாகத்தில் (University of California, Berkeley Campus) தெற்காசியக் கல்வித் துறையில் டவுன்செண்ட் (Townsend) சிறப்பு ஆய்வு விருந்தினராக இவர் பணி புரிந்துள்ளார்.

தமிழக மகளிர்

தொடக்க காலம் முதல் ஆறாம் நூற்றாண்டு வரை

முனைவர் ர. விஜயலட்சுமி

தமிழக மகளிர்

Thamizhaka Magalir

Dr. R. Vijayalakshmy ©

First Edition: 1997, Second Edition: 2010
Kizhakku Edition: December 2018
248 Pages
Printed in India.

ISBN: 978-93-86737-57-1
Kizhakku - 1115

Kizhakku Pathippagam
177/103, First Floor, Ambal's Building,
Lloyds Road, Royapettah, Chennai 600 014.
Ph: +91-44-4200-9603
Email : support@nhm.in | Website : www.nhm.in

kizhakkupathippagam kizhakku_nhm

Author's Email: rangavijaya@gmail.com

Kizhakku Pathippagam is an imprint of New Horizon Media Private Limited

என்னை ஆய்வுலகிற்கு வழி நடத்திய
அமரர். பேராசிரியர் கே கைலாசநாத குருக்கள்,
(ஆக்ஸ்போர்ட் பல்கலைக்கழகப் பேராசிரியர்)
என் ஆசான் அமரர் டி. பரோ இருவருக்கும்
இந்நூலைக் காணிக்கையாக்குகின்றேன்.

பொருளடக்கம்

Transliteration : Sanskrit

Vowels

अ	a
आ	ā
इ	i
ई	ī
उ	u
ऊ	ū
ऋ	ri
ॠ	rī
ऌ	lri
ॡ	lrī
ए	e
ऐ	ai
ओ	o
औ	ou
औ	ou
अँ	ou
अं	ṁ (anusvara)
अः	ḥ (visarga)

Consonants

क्	k	द्	d
ख्	kh	ध्	dh
ग्	g	न्	n
घ्	gh	प्	p
ङ्	ṅ	फ्	ph
च्	c	ब्	b
छ्	ch	भ्	bh
ज्	j	म्	m
झ्	jh	य्	y
ञ्	ñ	र्	r
ट्	ṭ	ल्	l
ठ्	ṭh	व्	v
ड्	ḍ	श	ś
ढ्	ḍh	ष्	s
ण्	ṇ	स्	s
त्	t	ह	h
थ्	th		

அணிந்துரை

பேரா.ர.விஜயலட்சுமி அவர்கள் 1997 இல் எழுதிப் பல பதிப்புகள் வந்து இருபது ஆண்டுகளுக்குப் பின் மறுபதிப்புக் காணும் தமிழக மகளிர்(தொடக்க காலம் முதல் ஆறாம் நூற்றாண்டு வரை) என்ற நூலைப் படித்ததும் 'பெண்மை வாழ்க என்று கூத்திடுவோமடா' என்ற பாரதி பாடலடி என் மனதில் ஒலித்தது. அதற்கு முதற் காரணம் பெண்ணைப் பற்றி ஒரு பெண்ணறிஞர் தமிழ், வடமொழி, பாளி, பிராகிருத இலக்கியம், வரலாறு, தர்மசாத்திரம், பௌத்த, சமண நூல்கள், மேல் நாட்டு நூல்கள் போன்றவற்றைக் கற்று மிகச் சிறப்பான ஒரு வரலாற்றை எழுதித் தந்திருப்பது. இரண்டாவது காரணம் இந்நூல் தமிழ்ப் பெண்குலத்தின் வாழ்வையும் வீழ்வையும் மனத்தை வருடும்படி பதிவு செய்திருப்பது.

பெண்ணியம் என்ற கருத்தாக்கம் இன்று பல நிலைகளில் எழுச்சி பெற்று அது பற்றி வரலாற்று நிலையிலும் சமுக மானிடவியல் போன்ற பல கோணங்களிலும் பல ஆய்வுகள் வந்து கொண்டிருக்கிற நிலையில் அன்றே பல அடிப்படையான செய்திகளைத் தொகுத்துத் தந்திருக்கிற இந்நூல் பல மேல் ஆய்வுகளுக்கும் வழிகாட்டியாக விளங்குகிறது.ஆறாம் நூற்றாண்டிற்குப் பிந்தைய மகளிர் நிலையையும் விஜயலட்சுமி அம்மையார் பல தொகுதிகளாக எழுதித் தந்தால் இத்துறை சார்ந்த அறிவு இன்னும் விளக்கம் பெறும் என்பது என் நம்பிக்கை.

இந்த நூலில் முன்னுரை, முடிவுரை தவிர : 1.பெண்ணின் பிறப்பு முதல் திருமணம் வரை, 2.பெண்ணும் திருமணமும், 3. இல்லறத்தில் பெண், 4.பெண்ணும் எரிமூழ்குதலும், 5. கைம்மை,

6. கலைகாப்போரும் பரத்தமையும், 7. பெண் துறவு என்ற தலைப்பில் இலக்கியம், இலக்கணம், தர்மசாத்திரம் முதலிய நூல்களிலுள்ள செய்திகளைத் தொகுத்து ஆராய்ந்து பல அரிய நுட்பமான கருத்துக்களை ஆங்காங்கே வழங்கிச் செல்லுகிறார்.

இந்நூலைப் பற்றி விரிவாக பாராட்டி எழுதப் பல செய்திகளை ஆய்வாளர் தம்முடைய அகன்ற தமிழ், வடமொழி, பாளி, பிராகிருதப் புலமை நலத்தால்நம் கவனத்திற்குக் கொண்டு வந்துள்ளார். காலமும் இடமும் கருதி ஒரு சில சிந்தனைகளை மட்டும் நான் இங்கு பகிர்ந்து கொள்கிறேன். குறிப்பாக மணிமேகலையில் உதயகுமாரன் மணிமேகலை உரையாடல்கள் பாளி மொழியில் அமைந்த தேரிகாதைச் செய்திகளை ஒத்து அமைவதாக ஆசிரியர் எழுதிச் சொல்வதைக் குறிப்பிடவேண்டும். இன்னும் தர்ம சாத்திரக் கருத்துக்களை ஒப்பிட்டுக் காட்டுவதும் அவற்றில் தமிழ்ச் சமூகம் ஏற்றுக் கொண்டவற்றையும் தள்ளியவற்றையும் ஆங்காங்கே சுட்டிச் சொல்வதும் அடுத்ததாகக் குறிக்கத்தக்கவை.

சங்க காலத்தில் பெண் உரிமையுடையவளாக இருந்தாள் என்றகருத்தை ஆய்வாளர்கள் உருவாக்கியிருப்பதற்கு மாறாகச் செய்திகள் காணப்படுகின்றன என்று ஆசிரியை குறிப்பிடுவது சரியே. ஆனால் இன்றைய மானிடவியல் ஆய்வாளர்கள் திராவிட சமூகம் தாய்வழிச் சமூகமாக இருந்தபோது பெண்ணுக்கு உரிமைகள் அதிகம் நிலவின; கேரளத்திலுள்ள பெண்வழிச் சமுதாயமே இதற்கு எடுத்துக்காட்டு; ஆனால் சங்க காலத்திலேயே வடக்கிலிருந்து வந்த வைதிக சமண நெறிகளால் தமிழகச் சமூகம் ஆண்வழிக்கு மாறிவிட்டது; கேரளம் கடைசி வரை பழைய திராவிடப் பெண்வழிச் சமுதாயத்தைப் போற்றியது என்றும் கூறுகின்றனர். இந்த மாற்றங்களை உட்கொண்டே நம் சங்க இலக்கியமும் பிற்கால இலக்கியங்களும் பெண்நிலையை நமக்குப் படம்பிடித்துக் காட்டுகின்றன என்று நாம் புரிந்து கொள்ளவேண்டும்.

பொய்யும் வழுவும் புகுந்தபின்னே ஐயர் யாத்தனர் கரணம் என்ப என்ற சூத்திரம் பண்டைய திராவிடக் களவு மணமுறையில் நடந்தேறிய ஏமாற்றுக்களின் விளைவாக வடவர் முறையில் திருமணச் சடங்குகளும் மணமுறைகளும் இங்கு புகுத்தப் பெற்றதைக் குறிப்பதாகக் கொள்ளலாம் போலும். மேலும் சங்க காலத்திலேயே வேள்வி வேட்டல், இராமாயண மகாபாரதக் கதை மாந்தரோடு தம் குலமரபை இணைத்துக் காட்டல் போன்றவை தமிழ்ப் பண்பாடு வடவர் பண்பாட்டின் கூறுகள் சிறந்தவை என்று

தழுவிக் கொண்ட போக்கைக் காட்டுகின்றன. மேலும் உடன் கட்டை ஏறுதல் போன்ற பழக்கங்கள் வடநாட்டு அரச மரபுகளின் பண்பாட்டு மாட்சியாகப் பேணப்பட்டதைப் பார்த்துத் தமிழ் ஆளும் வர்க்கமும் அவற்றைத் தழுவிக் கொண்டன என்று தோன்றுகிறது. இத்தகைய ஒழுக்கங்கள் நடுத்தர கீழ்த்தட்டுத் தமிழர்க்கு வேற்றுப்பண்பாடாகும்.

திராவிட சமூகத்தில் நிலவிய முறைப்பெண் திருமண முறை போன்ற ஒன்றைக் குறுந்தொகைப்பாடல் (229) குறிப்பிடுவதை ஆசிரியர் சுட்டிச் செல்கிறார். இம்முறையைத் தர்மசாத்திரக்காரர்கள் தென்னாட்டினர் முறை என்று குறிப்பிடுவர்.

சங்க காலத்திலேயே திருமணச் சடங்கு எனப்படும் கரண முறையில் அமைந்த மணமுறைகள் வழக்குக்கு வந்துவிட்டன. அன்பின் ஐந்திணையும் பிறவும் நாடக வழக்காகவே கருதப்பட்டனவோ என்ற ஐயத்தையும் ஆய்வாளர்கள் எழுப்புவர். அன்பின் ஐந்திணை என்பதில் மருதத் திணையைச் சேர்த்துள்ளது பொருத்தமற்றது என்ற கருத்து வ.சுப.மாணிக்கம், அ.வெ.சுப்பிரமணியம் போன்ற அறிஞர் களிடையே உண்டு அதில் வெளிப்படும் பரத்தமை சார்ந்த குறிப்புகளும் பிறவும் கணவன் மனைவி அன்பு வாழ்க்கையின் பிறழ்ச்சிகள் அல்லவா? இத்தகைய ஒழுக்க முறையை ஒரு இலக்கியம் கொண்டாடுவது உயர்ந்த பண்பாடாகத் தோன்ற வில்லை. அதனால் போலும் தமிழ் மரபில் புரட்சிச் சிந்தனையை விதைத்த வள்ளுவர் தாம் படைத்த குறளில் ஊடல் உரிப்பொருளைப் பாடும்போது பரத்தை என்ற ஊடல் நிமித்தத்தைத் தவிர்த்து விடுகிறார். பிறன் மனை நயத்தலைச் சாடுகிறார். எனினும் அவரே பெண்வழிச் சேறல், வரைவின் மகளிர் என்ற அதிகாரங்களில் குடும்ப வாழ்விலும் (குடும்ப வெளி) பொதுவாழ்விலும் (பொதுவெளி) பெண்ணால் ஏற்படும் பொல்லாப்புகளை எடுத்துப் பேசும்போது அவை பெண்ணின் பெருமைக்குப் புகழ் சேர்ப்பவை யாக இல்லை. அன்றைய சமுதாயச் சூழலில் பெண்ணுக்கு முழு உரிமை கொடுக்காத ஆண்மையவாதியாகவே வள்ளுவர் காணப்படுகிறார். யாராய் இருப்பினும் நாம் எல்லாம் காலம் இடம் என்ற பொருள்களால் கட்டுண்டுள்ளோம் அல்லவா?

தொல்காப்பியத்தில் பொருளதிகாரம் கற்பியல் சூத்திரம் 146 இல் தலைவன் கூற்றுக்களைப் பேசும்போது 'அல்லல் தீர ஆர்வமொடு அளைஇச் சொல்லுறு பொருளின் கண்ணும்' என்ற விதிக்கு நச்சினார்க்கினியர் 'அது முதல் நாள் தண்கதிர்ச் செல்வற்கும் இடைநாள் கந்தருவர்க்கும், பின்னாள் அங்கியங்கடவுட்கும்

அளித்து நான்காம் நாள் அங்கியங்கடவுள் எனக்கு நின்னை அளிப்ப யான் நுகர வேண்டிற்று. அங்ஙனம் வேதங் கூறலான் எனத் தலைவிக்கு விளங்கக் கூறுதல். உதாரணம் இக்காலத்தின்று' என்றெழுதிச் செல்வது தர்மசாத்திரக் கருத்தாகும்.ஆனால் அது அவர் காலத்திலேயே வழக்கில் இல்லை போலும்.இது அந்தணர் வழக்கமாக இருந்தது போலும். இது பற்றி ஆசிரியர் கருத்தை அறிய இயலவில்லை. அது போன்றே எரிமூழ்கல் பார்ப்பன வழக்கம் அன்று. அது அரச குல வழக்கம் என்பதால் அம்முறை வடநாட்டு அரச குல ஒழுக்கமாக இருந்ததைத் தமிழ் அரச குலங்களும் அதைப் பின்பற்றுவது பெருமைக்குரியது எனப் பின்பற்றினார்கள் என்று கொள்ளவேண்டும். இதனால் போலும் பெருங்கோப்பெண்டு அவ்வழக்கத்தைத் தடுத்த பல்சான்றீரை நோக்கிப் பாடுகிறாளோ என்று நினைக்கத் தோன்றுகிறது. இவ்வழக்கம் தமிழர் மரபன்று. எனினும் சோழர் காலத்திலும் நாயக்கர் காலத்திலும் இது அரச குலங்களில் தொடர்ந்ததையும் அதனால் ஏற்பட்ட பல மாஸ்திக் கற்களையும் அதன் வழி உருவான தீப்பாய்ந்தம்மன் வழிபாட்டையும் ஆசிரியர் சுட்டிச் செல்லுகிறார்.

பெண்கல்வி குறித்துச் சில செய்திகளைக் கலைகாப்போரும் பரத்தமையும் என்ற தலைப்பில் பேசுகிறார் ஆசிரியர்.பொதுவாகப் பெண் கல்வியும் அவர்கள் கலைபயில் தெளிவும் அன்று உயர்ந்திருந்ததாக நாம் அறிகிறோம். பெண்பாற் புலவர்களாக இருபத்தைந்துக்கும் மேற்பட்டோரை நாம் சங்க நூல்களில் காண்கிறோம். சற்றுப்பிற்காலத்தில் சிலப்பதிகாரம், மணிமேகலை, சீவக சிந்தாமணி, நீலகேசி போன்ற காவியங்களில் பெண் கல்வியின் சிறப்பைக் காண்கிறோம். இடைக்காலக் கல்வெட்டுகளிலும் பல சமணப் பெண் துறவிகள் ஆசிரியைகளாகக் குறிப்பிடப்படுகின்றனர். பௌத்தமும் சமணமும் பெண் கல்வியைப் போற்றியதாகவே வரலாறு காட்டுகின்றது. இது பற்றிய முழுமையான சித்திரம் ஒன்றை ஆசிரியர் தருவது நல்லது.

அது போன்றே பெண்தெய்வ வழிபாடு, கட்டுவிச்சி, சாலினி போன்ற பெண் பூசாரிகள் பற்றி குறிப்புகளின் வழி பெண்ணின் நிலை வேறுபட்டதாக இருந்துள்ளதைக் காண்கிறோம்.இதுவும் தனித்து நோக்கப் பெறுதல் வேண்டும்.

தமிழக மகளிர் பற்றி இவ்வாசிரியர் எழுதியகாலத்தும் பின்பும் பல ஆய்வுகள் வெளிவந்துள்ளன. ராஜம் கிருஷ்ணன், அம்பை, சசிவல்லி, அரங்க மல்லிகா, தாயம்மாள் அறவாணன், பக்தவத்சல பாரதி போன்றோரும் பிறரும் பல நூல்களை இயற்றியுள்ளனர்.

எனவே இன்று நமக்கு தமிழக மகளிர் வரலாறு பற்றிய பல அரிய செய்திகள் கிடைக்கின்றன. இத்தகைய நூல்களில் முக்கியமானதான இந்நூல் அன்றே வெளிவந்துள்ளதை ஆசிரியர் மறுபதிப்புச் செய்வது வரவேற்கத்தக்கது. இவர் இவற்றை எல்லாம் விரிவு செய்து தமிழக மகளிர் களஞ்சியம் ஒன்றைத் தொகுத்துத் தரவேண்டும் என்று கேட்டுக்கொள்கிறேன்.

கல்வியிற் சிறந்து பல மொழிப் புலமை பெற்றுப் பல ஆய்வு நூல்களை வெளியிட்டு வரும் தமிழ்ப் பேரறிஞராகிய பேரா.ர.விஜயலட்சுமி அவர்களுக்கு என் வணக்கத்தை உரித்தாக்கி இந்த நூல் வெளியீட்டை மறுபடியும் செய்வதற்காக அவரைப் பாராட்டி வாழ்த்துகிறேன். அவர் பல்லாண்டு நிறைநலத்துடன் வாழ்ந்து மேலும் பல ஆய்வுப்பணிகளை மேற்கொள்ள இயற்கை துணை நிற்கட்டும். வாழ்க பெண்மை. வளர்க அவர் ஆற்றல்.

பேரா.கிருஷ்ணசாமி நாச்சிமுத்து

Senior Researcher,
École française d’Extrême-Orient (EFEO) Centre de Pondichéry
16 & 19, Dumas Street, Puducherry - 605001

வாழ்த்துரை

முனைவர் திருமதி ர. விஜயலட்சுமி அவர்கள் ஆழ்ந்தகன்ற பெரும் புலமை பெற்றவர். தமிழ், ஆங்கிலம், ஜெர்மன், சம்சுகிருதம், பாலி, பிராகிருதம் முதலிய பன்மொழிகளைப் பயின்ற அறிஞர். இவரது ஆய்வுகள் நடுநிலைமை பிறழாக் கூரிய நோக்குடையவை. நீண்ட நாள் உழைப்பின் வழி முகிழ்த்தது இந்நூல். சமூகவியல், வரலாறு மற்றும் பெண்ணிய நோக்கில் இவர் இந்நூலைப் படைத்திருப்பது இங்கு குறிப்பிடத்தக்கது.

> பெண்ணடிமை தீருமட்டும் பேசுந் திருநாட்டு
> மண்ணடிமை தீர்ந்து வருதல் முயற்கொம்பே

என்ற பாரதிதாசன் கூற்று இங்கு எண்ணிப் பார்க்கத் தக்கது. தமிழக மகளிர் என்ற இந்நூல் தொடக்க கால முதல் மணிமேகலை காலம் வரை தமிழகப் பெண்களின் நிலையை மிக ஆழமாகச் சீர்தூக்கிப் பார்த்து எழுதப்பட்டுள்ளது.

ஏழு இயல்களைக் கொண்டமைந்துள்ள இந்நூல் தமிழகப் பெண்களின் பல்வேறு நிலைகளை ஆய்வு செய்கின்றது. இலக்கியம் ஒரு சமுதாயத்தைப் பிரதிபலிக்கும் கண்ணாடி. தொடக்க காலத் தமிழ்ச் சமுதாயத்தை, அதில் பெண் வகித்த நிலையை அறிந்துகொள்ள அக்கால நூல்களே தரவுகளாகின்றன. அத்துடன் பெண் குறித்த இக்கால எண்ணங்களைச் சீர்தூக்கிப் பார்ப்பதற்குத் தொடக்க காலத்தில் மகளிரைப் பற்றிய எண்ணங்களைத் தெளிவாக அறிதல் வேண்டும். இவற்றையே முதல் நூல்களை ஆழப் பயின்று வெளிக் கொணர்ந்துள்ளார் முனைவர் ர. விஜயலட்சுமி. பெண் குறித்த எண்ணங்களையும் கோட்பாடுகளையும் இவற்றின்

பின்னணியில் விளங்கிய பண்பாட்டினையும் வெளிக் கொணர்வதுடன் அதே காலத்தில் இந்தியாவில் விளங்கிய பெண் குறித்த எண்ணங்களையும் கோட்பாடுகளையும், பண்பாட்டின் தாக்கங்களையும் சேர்க்கைகளையும் ஒப்பிட்டு நோக்கியுள்ளமை சிறப்புக்குரியது.

இத்தகைய முயற்சி மகளிரியல் குறித்து ஆய்வுகள் நிகழ்த்தும் துறைகளுக்கு ஒரு புது வரவு. இந்நூலாசிரியர் முனைவர் ர. விஜயலட்சுமி தமிழுக்குப் பெருமை சேர்க்கும் இத்தகைய நூல்கள் பலவற்றை மேலும் எழுத வேண்டுமென எதிர்பார்த்து, அவரை உளமாரப் பாராட்டுகின்றேன்.

இந்நிறுவனச் செயல்கள் அனைத்திற்கும் இடையீடில்லா ஆக்கமும், ஊக்கமும் அளிக்கின்ற தமிழ் ஆட்சிமொழி பண்பாட்டுத் துறை அமைச்சர் மாண்புமிகு மு. தமிழ்க் குடிமகன் அவர்களுக்கும், செயலாளர் திரு. வை. பழனிச்சாமி, இ.ஆ.ப. அவர்களுக்கும் எங்கள் நன்றி உரித்தாகுக. இந்நூலினை அழகாக அச்சிட்டுத் தந்த பாவை அச்சகத்தினருக்கும் எமது நன்றி.

முனைவர் சு. இராமர் இளங்கோ
இயக்குநர், உலகத் தமிழாராய்ச்சி நிறுவனம்
தரமணி, சென்னை 113

மூன்றாம் பதிப்பிற்கான என்னுரை

முதல் இரண்டு பதிப்புகளைவிட இப்பதிப்பில் மாற்றங்கள் எதுவும் இடம் பெறவில்லை. இந்நூலைத் தொடர்ந்து, தமிழக வரலாற்றில் ஆறாம் நூற்றாண்டிற்குப்பின் பெண்களின் நிலை குறித்த ஆய்வினை மேற்கொள்ள ஆவல்.

இந்நூலின் மூன்றாம் பதிப்பிற்கு அணிந்துரை நல்கிய பேராசிரியர் இ. நாச்சிமுத்துவிற்கு என் நன்றிகள்.

என் ஆய்வு முயற்சிகளுக்கு என்றும் துணைபுரிந்து நிற்கும் பேராசிரியர் ஜி.ரங்கராஜன், கணினி வல்லுநர் சே. நாரயணன், முனைவர் பிரியா ரங்கராஜன், முனைவர் ர.சுரேஷ், திருமதி. பிரணீத் சுரேஷ் ஆகியோருக்கு என் நன்றிகள் பல. மெய்ப்புத்திருத்தி உதவிய செல்வி. லதா கல்யாணராமனுக்கு என்றும் நன்றியுடையேன். இந்நூலின் அச்சேற்றத்திற்குத் துணையாக விளங்கிய திரு. மருதனுக்கும் திரு. பத்ரி சேஷாத்ரிக்கும் பெரு நன்றியுடையேன்.

ர. விஜயலட்சுமி

இரண்டாம் பதிப்பிற்கான என்னுரை

பதின்மூன்று ஆண்டுகளுக்கு முன்னர் (1997) இந்நூலின் முதற்பதிப்பு உலகத் தமிழாராய்ச்சி நிறுவனத்தால் வெளியிடப்பட்டது. வெளிவந்த சில மாதங்களுக்குள்ளேயே எல்லாப் படிகளும் விற்றுத் தீர்ந்துவிட்டன. அதனால் இந்நூல் தமிழ் கூறும் நல்லுலகில் பலரைச் சென்றடையவில்லை.

முதற் பதிப்பிற்கு முனைவர் பொன்மணி வைரமுத்து (தினமணி, நவம்பர் 5, 1997), பேராசிரியர் கார்த்திகேசு சிவத்தம்பி (தாமரை, டிசம்பர் 1997), திருமதி வாசந்தி (இந்தியா டுடே, ஏப்ரல் 8, 1998), அமரர் சுஜாதா (அவள் விகடன்) ஆகியோர் மதிப்புரைகளை வெளியிட்டனர். இவை தவிர அமரர் பேராசிரியர் வ.அய். சுப்பிரமணியனார் இந்நூலைப் பாரட்டி எனக்குத் தனிப்பட்ட ஒரு கடிதத்தை எழுதியிருந்தார். இவையனைத்தும் இந்நூல் தமிழுக்கு ஒரு நற்சேர்க்கை என்பதை வலியுறுத்தின. ஆகவே, இந்நூலின் இரண்டாம் பதிப்பை வெளியிடும் தேவையை நான் உணர்ந்தேன். இத்தேவையை நிறைவேற்றும் வகையில் சந்தியா பதிப்பகம் இரண்டாம் பதிப்பினை வெளியிடுவது மகிழ்ச்சிக்குரியதாகும்.

இப்பதிப்பில் முதற் பதிப்பிலும் பார்க்கப் பெருமளவு மாற்றங்கள் செய்யப்படவில்லை. எனினும், முதற் பதிப்பில் இடம் பெறாத சில புது எண்ணங்களை ஆங்காங்கே சேர்த்துள்ளேன். இவற்றில் பல சென்ற ஆண்டு கலிபோர்னியாவிலுள்ள பேர்க்லி பல்கலைக் கழகத்தில் (University of Berkeley, California) ஆற்றிய சிறப்புச் சொற்பொழிவுகளின் போது தோன்றிய எண்ணங்கள் ஆகும்.

குறிப்பாகப் பெண் துறவு குறித்த எண்ணங்களில் சில இந்நூலின் புதுச் சேர்க்கைகளாகும். 'கலையும் கலை காப்போரும்' என்ற

இயலில் தமிழகக் கலைகளை வளர்த்தோர் குறித்து எழுதியுள்ளேன். இத்தகைய கலைகளை வளர்த்தோரில் பரத்தையரும் குறிப்பிடத்தக்க பங்கு வகித்துள்ளனர். இவர்கள் தவிர கலைகள் வளர்த்த மக்கள் வேறு பலரும் இருந்துள்ளனர். பேராசிரியர் சிவத்தம்பி தனது மதிப்புரையில், ‘இந்நூலிற்குக் காணப்படும் ஒரு முக்கிய தவறு கோடியரையும் பரத்தையர் குழாத்தில் ஒருவராகக் கருதுவதே’ எனக் கூறி எனது நூலின் 148, 153ம் பக்கங்களில் (முதற் பதிப்பு) இவ்வாறு எழுதப்பட்டுள்ளதாகக் குறிப்பிடுகிறார். ஆனால், என் நூலைப் படித்தவர் எவருக்கும் இப்பொருள்பட நான் எங்கும் எழுதவில்லை என்பது புலனாகும். இவர் குறிப்பிட்ட பக்கங்களிலோ, அன்றேல் நூலின் எப்பகுதியிலுமோ, கோடியர், பரத்தையர் குழாத்தில் உள்ளவர்கள் என நான் குறிப்பிடவில்லை. நூலின் 153ம் பக்கத்தில், ‘கோடியர் ஆடற்கலை வல்ல ஒரு பிரிவினர். இவர்கள் கூத்தர் எனவும் வழங்கப்படுவர்’ எனக் குறிப்பிட்டுள்ளேன். இவர்களுடைய கூத்திற்குச் சங்ககால மக்களிடையே பெரும் வரவேற்பிருந்தது.

இந்நூலின் இரண்டாம் பதிப்பைச் செவ்வனே வெளிக் கொணர்ந்த சென்னை சந்தியா பதிப்பகத்தினருக்கும் அவர்களை எனக்கு அறிமுகம் செய்த வைத்த பேராசிரியர் சு. பாலசுப்பிரமணியத்திற்கும் (பாரதிபாலன்) எனது நன்றி.

‘ஸ்ரீ நிகேதன்’ ***ர. விஜயலட்சுமி***

443, 7ஆவது தெற்குக் குறுக்குத் தெரு *2010*
காபலீசுவரர் நகர், நீலங்கரை
சென்னை - *600 115.*

முதல் பதிப்பிற்கான என்னுரை

'A good book is the precious life - blood of a master - spirit, embalmed and treasured up on purpose to a Life beyond Life.'

- Milton, Aeropagitica, sec. 6

'உயர்ந்த ஒரு மனிதனின் விலை மதிப்பில்லா உயிர்க் குருதியே சிறந்த ஒரு நூலாகும். அது வாழையடி வாழையாகப் புதிய தலைமுறை களுக்குப் பயன்படுவதற்காகவே பேணிப் பாதுகாக்கப்படுகிறது.'

இந்நூலின் தோற்றத்திற்கும் உருவாக்கத்திற்கும் உந்துசக்தியாக விளங்கியவர்கள் பலர். எனது நூலறிவும், பெண் என்ற நிலையில் பெற்ற பட்டறிவும் எண்ணற்ற என் போன்ற பெண்களினுடைய வாழ்வுகளிலிருந்து சேர்த்துக்கொண்ட அவர்களுடைய பட்டறிவும் மேலை நாட்டு, கீழை நாட்டு மகளிரியர் ஆய்வாளர்கள் அளித்த பல ஆய்வு நெறிமுறைகளும் எல்லாமுமாக ஒன்று சேர்ந்து இந்நூலின் உருவாக்கத்திற்கு உரமாயின.

இந்நூலை எழுதும் எண்ணத்தை என்னுள் விதைத்தவர் இந்நிறுவன முன்னாள் இயக்குனர் முனைவர் சு. சிலம்பொலி செல்லப்பன். என் எழுத்துரு அச்சேறி நூல் வடிவு பெறப் பெருந்துணையானவர் இன்றைய இயக்குநர் முனைவர் சு. இராமர் இளங்கோ. இவர்கள் இருவருக்கும் என் உளமார்ந்த நன்றி.

இந்நூல் உருவான காலப் பகுதியில் பயனுள்ள பல கருத்துக்களை அளித்த இந்நிறுவனக் கல்வியாளர்களுக்கு என்றும் என் நன்றி.

என் எண்ணங்களுக்கு உயிர்ப்புக் கொடுக்க நூல்களைக் கொடுத்துத வியவர்கள் உலகத் தமிழாராய்ச்சி நிறுவன நூலகத்தினர், அன்னை தெரசா மகளிர் பல்கலைக்கழக நூலகத்தினர், அடையாறு நூலகத்தினர்,

சென்னைப் பல்கலைக்கழக நூலகத்தினர், சென்னையிலுள்ள இந்திய தொழில்நுட்பக் கழக நூலகத்தினர், சென்னை வளர்ச்சி ஆராய்ச்சி நிறுவனத்து நூலகத்தினர், தமிழ்ப் பல்கலைக்கழக நூலகத்தினர் ஆகியோராகும். இவர்களின் இன்முகம் கலந்த நல்லுதவிகள் இந்நூலுக்குத் தரவுகளைத் தேடும் பணிக்கு உறுதுணையாயின.

இந்நூல் குறித்த சில எண்ணங்களை, கருத்துருவாக்கங்களை என்னுடன் கலந்துரையாடிய இலண்டன் பல்கலைக்கழகத்தின் தெற்காசிய ஆய்வு மையப் பேராசிரியர் திருமதி யூலியா லெஸ்லிக்கு என் நன்றி. இந்நூலிலுள்ள, 'பெண்ணும் எரிமூழ்குதலும்' என்ற இயலிலுள்ள சில செய்திகளை எனக்களித்த தமிழ்ப் பல்கலைக்கழகத்துக் கல்வெட்டியல் துறைத் தலைவர் முனைவர் சு. இராசுவுக்கு நான் நன்றியுடையேன்.

இந்த நூலின் உருவாக்கத்தில் படியெடுத்தும், மெய்ப்புத் திருத்தியும் உதவிய எனது முனைவர்ப் பட்ட ஆய்வு மாணவிகள் செல்வி சு. லதா, செல்வி. சு. கண்மணிப்பிரியா, திருமதி சு. மலர்க்கொடி, திருமதி. நர்மதா ஆகியோருக்கும், இந்நூலின் எழுத்துருவைக் கணினியில் ஊட்டிய திரு எஸ். கண்ணன் அவர்களுக்கும், நூலை அச்சேற்றிய பாவை அச்சகத்தினருக்கும் என் நன்றிகள்.

இறுதியாக, என்றுமே என் ஆய்வுப் பணிகளுக்கும் ஆக்கப் பணிகளுக்கும் நூலாக்கங்களுக்கும் அச்சாணியாக விளங்கும் என் கணவர், பேராசிரியர் கோ. ரங்கராஜன் அவர்களுக்கும், மகள் ர. பிரியாவிற்கும், மகன் ர. சுரேசிற்கும் நன்றியை வெளிப்படுத்த என் சொற்களுக்கு ஆற்றலில்லை. இவர்களின் அன்பும், பொறுமையும் மட்டும் இல்லாவிட்டால் இந்நூல் இவ்வடிவைப் பெற்றிருக்க முடியாது.

1996, சென்னை **ர. விஜயலட்சுமி**

முன்னுரை

கற்றறிந்த மக்களிடையே மகளிர் குறித்த ஒருவகை விழிப்புணர்வு, பெண்கள் குறித்த சமூக உணர்வு ஆகியன கடந்த சில ஆண்டுகளாக உலகிலே வலுப்பெற்று வருகின்றன. பெண்களுக்கு, ஆண்கள் துய்க்கும் உரிமைகள் அனைத்தும் கிடைக்க வழி செய்யும் சமுதாய மாற்றங்கள், பாலியல் பலாத்காரம், கருக் கலைப்புத் தொடர்பான சட்டங்கள், பெண்களுக்கெதிரான வன்முறைகள் போன்றவை இன்று மகளிருடன் தொடர்பான இன்றியமையாப் பிரச்சனைகளாக விளங்குகின்றன.

இது தொடர்பான சிந்தனைகள் பெண்ணியம் குறித்துச் சிந்திக்கும் பெண்களின் எண்ணிக்கையைப் பெருகச் செய்துள்ளன. முதலாளித்துவ நாடுகளில் இத்தகைய இடர்ப்பாடுகள் குறித்து ஏற்பட்ட ஆழமான சிந்தனைகள், இது தொடர்பான வேறு சிக்கல்களையும் உருவாக்கியுள்ளன. இவர்கள் தந்தை வழிச் சமுதாயத்தின் (Patriachial Society) முதன்மையையும், மரபு வழிப் பாலியல் சிந்தனைகளையும் வன்மையாக எதிர்க்கின்றனர். அத்துடன் கூடவே மகளிர் ஒருமைப்பாடு (Women's Solidarity), மகளிர் விடுதலை ஆகிய வற்றையும் தம் போராட்டத்தில் முன் வைக்கின்றன. பொதுவாக மகளிர் வாழ்ந்த வரலாறு அவர்களுக்குச் சமுதாயத்தில் அளிக்கப் பட்ட மதிப்பு அவர்களிடம் சமுதாயம் எதிர்பார்த்த கடமைகள், அவர்களுக்கு அளித்த உரிமைகள், குடும்ப அமைப்பினுள் அவர்கள் வகித்த நிலை போன்றவை குறித்த வினாக்கள் இன்று சமுதாயத்தில் வினாவப்படுகின்றன.

இந்தியாவிலும், மகளிர் குறித்த ஆய்வுகள் ஓரளவிற்கு எழுந்துள்ளன. 1970க்கு முன்னர் மகளிர் தொடர்பான ஆய்வுகள் பல எழுந்தாலும்,

வளர்ச்சி பெற்ற ஏனைய நாடுகளுடன் ஒப்பிடும் போது எண்ணிக்கையில் மிகக் குறைவாகவே இருக்கின்றன. மகளிர் மேம்பாட்டிற்காக, மகளிருக்காக மகளிரே ஆய்வு செய்யும் நிலை இன்று பெருகி வருகின்றது. இத்தகைய ஆய்வுகளுக்கு வழி வகுத்த முதல் நிலையாக, இந்தியாவில் வெளியான இந்திய அரசின் அறிக்கையான, 'சம உரிமை நோக்கிப் பெண்கள் நிலை' என்ற 1975ம் ஆண்டு வெளிவந்த அறிக்கையைக் கூறலாம் (Report of the Committee on the status of women towards equality, Government of India 1975), இவ்வறிக்கைக்குத் துணையாக வலுச் சேர்க்கும் வகையில் 1976ம் ஆண்டு முதல் மகளிர் குறித்து இந்திய அரசின் நிதியுதவியுடன் செய்த ஆய்வுகள் அமைந்தன. இவற்றுடன் 1975ம் ஆண்டு முதல் 1985ம் ஆண்டு வரை ஐக்கிய நாடுகள் அமைப்பினால் அறிவிக்கப் பட்ட 'மகளிருக்கான பத்தாண்டுகளில்' மகளிர் குறித்து ஆழ்ந்த ஆய்வுகளும் மகளிர் மேம்பாட்டிற்கான ஆய்வுகளின் வேகத்தை விரைவுபடுத்தின.

1981ம் ஆண்டில் கான்பூரிலுள்ள மகளிரியல் மையமும் (Women's Studies Centre), பம்பாயிலுள்ள எஸ்.என்.டி.டி. மகளிர் கல்லூரியும் (SNDT Women's College), புது டெல்லியிலுள்ள மகளிர் முன்னேற்றக்கல்வி மையமும் (Centre for Women's Development Studies) சேர்ந்து எடுத்துக் கொண்ட முயற்சியினால் நடைபெற்ற கருத்தரங்கமும், இந்தியாவின் மகளிரியல் கல்வி வரலாற்றில் குறிப்பிடத்தக்கனவாகும். மாணவர்கள், ஆசிரியர்கள், சமூக நலம் நாடுவோர், அரசாங்கப் பிரதிநிதிகள் ஆகிய நானூறு பேராளர்கள் கலந்து கொண்ட இந்தக் கருத்தரங்கத்தில் இந்திய மகளிரியல் ஆய்வுகளுக்கான அமைப்பு ஒன்று நிறுவப்பட்டது.

இதைத் தொடர்ந்து 1983ம் ஆண்டு நவம்பர் இருபத்தெட்டாம் தேதி முதல் டிசம்பர் பதினெட்டாம் தேதி வரை பம்பாயிலுள்ள எஸ்.என்.டி.டி. மகளிர் பல்கலைக்கழகத்தில், மகாராஷ்டிரப் பல்கலைக்கழகமும், குஜராத் பல்கலைக்கழகமும் இணைந்து ஆய்வுப் பட்டறை ஒன்றை நடத்தின. இக்கருத்தரங்கின் மையப் பொருள்களாக, மகளிரியல் ஆய்வுகள், சமுதாயத்தில் பெண்கள் வகிக்கும் நிலையை உயர்த்த எடுக்கப்பட வேண்டிய வழிமுறைகள், மகளிரின் திறன்களை இருட்டடிக்கும் காரணிகளை இனங்கண்டு தவிர்த்தல், மகளிர் குடும்பத்திலும் சமூகத்திலும் அனுபவிக்கும் அடக்குமுறைகளின் அளவுகளையும், துன்பங்களின் அளவுகளையும் கண்டு அவற்றை முற்றிலுமாக அகற்ற முயலுதல், மகளிரியல் ஆய்வுக்கான வரையறைகளை நிர்ணயித்தல், மகளிருக்கான பாடத் திட்டங்களை உருவாக்குதல், மகளிர் கல்வி வெறும் ஏட்டுக் கல்வியாக

மட்டுமன்றிச் செயல்முறைப்பாடுகளிலும் ஈடுபடும் கல்வியாக இருப்பதற்கு வேண்டிய முயற்சிகளை எடுத்தல் ஆகியன இருந்தன.

இத்தகைய தொடக்ககால முயற்சிகள் இந்தியாவின் பல்வேறு பகுதிகளிலும் மகளிரியல் ஆய்வுகள் ஆர்வமுடன் மேற்கொள்ளப் படுவதற்குக் கால்கோள்களாயின.

'மகளிரியல்' (Women's Studies) என்ற சொல் மகளிர் பற்றிய அனைத்து அறிவுகளையும் உள்ளடக்குகின்றது. எனினும், சிறப்பாக மகளிர் தேவைகளை முன்னணிப்படுத்திய அறிவினையே சுட்டுகின்றது. மகளிரியல் கல்விக்குப் பெண்ணியக் கருத்துக்களும் துணை நிற்கின்றன. இப்பெண்ணியக் கருத்துக்கள், கற்றறிந்த மக்களிடையே பெண்கள் குறித்த விழிப்புணர்வினை ஏற்படுத்தியுள்ளன என்பதை மறுக்கமுடியாது.

இந்தியாவில் மகளிரியல் ஆய்வுகளும், பெண்ணியக் கருத்து வெளிப்பாடுகளும் நிகழ்ந்துகொண்டிருக்கும் அதே நேரத்தில், இத்தகைய முயற்சிகளுக்கெதிரான எண்ணங்களும் சமுதாயத்தில் எழத்தான் செய்கின்றன. இத்தகைய எண்ணமுடையோர், 'மகளிரியல் ஆய்வுகள், பெண்ணை இதுவரை அவள் வகித்து வந்த சமூக நிலையிலிருந்து வெகு தூரம் இழுத்துச் சென்று விடும்; இதன் விளைவாகக் குடும்பம் என்ற அமைப்பு சிதைந்து விடும்; சமூகச் சிக்கல்கள் பெருகி விடும்' என எண்ணுகிறார்கள்.

சமூகம் என்ற பறவைக்கு ஆண், பெண் என்ற இருவரும் இரு இறக்கைகள் போன்றவர்கள் என்ற பொது எண்ணம் பலராலும் வெளிப்படுத்தப்பட்ட போதும், பல சமுதாயங்களில் பெண் என்ற இறக்கை வலுவற்ற ஒரு நிலையில்தான் செயல்பட்டு வந்துள்ளது. ஆணின் திறமைகள் வளர்க்கப்பட்டு, போற்றப்பட்டு உயர உயர எடுத்துச் செல்லப்பட்டது போலப் பெண்ணின் திறமைகள் வளர்க்கப்பட்டதை வரலாறு கூறவில்லை. பெண்ணினுடைய இந்த வலுவற்ற நிலையை அறிஞர்கள் பலர் எடுத்துக் காட்டி, 'இந்நிலை மாறச் சமுதாய மாற்றங்கள் ஏற்பட வேண்டும்' எனக் குரல் எழுப்பியபோதும், இந்நிலையில் இதுவரை போதுமான அளவு மாற்றம் நிகழவில்லை.

இந்தியாவில் மகளிரியல் குறித்த எந்த ஆய்வுகளும் மேற்கொள்ளப் படுவதற்கு முன்னர், இந்திய மண்ணின் வகுப்புகள், இனப் பிரிவுகள், சாதிகள், பல்வேறு பண்பாடுகள், வேறுபட்ட சமயங்கள் போன்றவை குறித்த அறிவு மிக மிக இன்றியமையாததாகின்றது. இந்தியாவின் வேறுபட்ட சமுதாயங்களில் வேறுபட்ட

உறவுமுறைகளும் குடும்ப அமைப்பு முறைகளும் உள்ளன. இவை பெண்ணின் நிலையைப் பெரிதும் வரையறுக்கும் காரணிகளா கின்றன. வேறுபட்ட குடும்ப அமைப்புகளில் வேறுபட்ட பாலினப் பணிவு நிலைகள் (Gender sub-ordination) காணப்படுகின்றன. ஒரு சில சமுதாயங்களில் பெண்ணிற்குள்ள உரிமைகள், வேறு சில சமுதாயங்களில் இருப்பதில்லை. தொழிலாளர்களாகச் செயற்படும் பெண்களுக்கு அவர்கள் பெண்ணாக இருப்பதால் இழைக்கப்படும் அநீதியைவிட, அவர்கள் வர்க்கப் போராட்டத்தில், கீழ் மட்டத்தில் இருப்பவர்கள் என்ற நிலையில் இழைக்கப்படும் அநீதியே அதிகமாகின்றது. வரலாற்றை நோக்கின் பெண்களைத் தனிமைப் படுத்துவது அவரவர் இனப் பெருமையையும் இனத் தூய்மையை யும் காக்க வேண்டிச் செயல்படுத்தப்பட்டது எனலாம்.

இவ்வாறு இவர்களைப் புற உலகிற்குத் தெரியாது வாழ வைப்பது இவர்களைப் பொருளாதார அரசியல், சமுதாய வளர்ச்சிகளில் பங்கேற்காது தடைப்படுத்தும். எனவே, பெண்களிடையே வேறுபட்ட சமுதாயத்தவர்கள் என்ற பிரிவு இருப்பினும் அவர்கள் பெண்கள் என்ற மட்டில், அவர்களுக்குள்ள பொதுவான இடர்ப்பாடுகளால் ஒன்றுபட்டு விடுகின்றார்கள். பெண் பிறப்பினால் வேறுபட்ட சந்தர்ப்ப சூழ்நிலை உடையவள் எனினும், பெண் எனும் பாலினப் பாகுபாட்டுப் பொதுப் பின்னணியில், அவள் குறித்த ஆய்வுகள் வெறுமனே அவளைப் பற்றிய அறிவுக்காக மட்டுமன்றி அவள் உய்திக்காகவும் செய்யப்படவேண்டும்.

இத்தகைய ஆய்வுகளுக்காக, ஆய்வு நெறிமுறைகளை உருவாக்கும் முயற்சிகள் மகளிரியல் ஆய்வாளர்களிடையே காணப்படுகின்றன. இத்தகைய ஆய்வு நெறிமுறைகளை உருவாக்கும் ஆர்வம் பல நாடுகளிலும் புதுப்புது அமைப்புகள் தோன்ற வழி வகுத்துள்ளது. இத்தகைய அமைப்புகளுடன் பெண்கள் தொடர்பான நூல்களை அச்சிடுவதற்காக அச்சுக் கூடங்கள், பெண்கள் குறித்த நூல்களை மட்டும் விற்பதற்காகப் புத்தகக் கடைகள் போன்றனவும் உலகில் தோன்றிவிட்டன.

உலகில் பெரும்பாலும் இதுவரை ஆண்களை மையமாகக் கொண்டே ஆய்வு மையங்கள், ஆய்வுத் திட்டங்கள், ஆய்வுக் கொள்கைகள், கருத்துருக்கள், ஆய்வு நெறிமுறைகள் ஆகியன தோன்றியுள்ளன. அண்மைக் காலம் வரை, கல்வியறிவு பெற்ற பெண்களின் எண்ணிக்கை விழுக்காடு மிகக் குறைவாக இருந்ததால் பெண்களைப் பற்றி எது எழுதப்பட்டாலும் அது ஆண்களாலேயே எழுதப்பட்டு வந்தது. இன்று ஆண்களைப் போல் சம கல்வி பெற்ற

பெண்கள் பலர் பல்கலைக் கழகங்களிலும், உயர் கல்வி நிறுவனங்களிலும் பணிபுரிகிறார்கள். பெண்களின் சாதனைகள், திறன்கள், மெது மெதுவாக வெளிவரத் தொடங்கிவிட்டன. இருட்டடிக்கப்பட்ட (Hidden Women) பெண் இனத்தின் ஒரு பகுதியினர் இன்று தமது திறன்களை வெளிப்படுத்துவதன் வாயிலாகப் பெண்களின் ஆற்றல்களை உலகிற்கு எடுத்துக் காட்டுகின்றனர். இவர்களில் சிலர்தான், ஏனைய பெண்களைத் தமது ஆற்றல்களை வெளிப்படுத்த வாய்ப்பில்லாப் பெண்களை, நெறிப்படுத்த முயல்கின்றனர்.

பெண்களைப் பற்றி எழுதும் நூலாசிரியர்கள் இன்னும் பழைய நெறிமுறைகளையே பெரிதும் பின்பற்றுகின்றனர். இந்த நிலை மாறி இனி வரும் காலங்களிலாவது பெண்கள் பற்றிய ஆய்வுகள், பல கோணங்களிலிருந்தும் நோக்கப்பட்டு ஆய்வு நெறிமுறைகள் கடைப்பிடிக்கப்பட்டுச் செய்யப்பட வேண்டும். பெண் என்பதற்காக ஆண் சமுதாயத்தால் பெண் அடக்கப்படும் தன்மை, பெண்ணுக்குச் சம உரிமை இல்லாத நிலை, பெண்களுக்கு எதிராக ஆண்களால் இழைக்கப்படும் சமூக அநீதிகள் போன்றவை குறித்து ஆய்வு செய்யும் ஆய்வாளர்கள் தம் பட்டறிவையும் கலந்து ஆய்வு நெறிமுறைகளை வகுக்கலாம். அப்போது பெண்கள் பற்றி ஆண்கள் எழுதும்போது உருவாக்கப்பட்ட ஆய்வு நெறிமுறைகளிலுள்ள குறைபாடுகளைப் பெண்கள் இனங்கண்டு கொள்ளமுடியும். பெண்கள் ஆண்களுக்கு இரண்டாந்தரமானவர்களே என்ற எண்ணத்தில் திளைத்து நின்று செய்யும் ஆய்வுகள் அனைத்தும், ஏற்கனவே எதிர்பார்த்த முடிவுகளையே கொண்டுவரும். அத்துடன் நடைமுறையில் எழும் உண்மைகளைக் கொண்ட முடிவுகள் உருவாக வாய்ப்பிருக்காது. பெண்களுடைய இடர்பாடுகளை, வெளியில் நின்று பார்க்கும் ஒரு பார்வையாளராக இருந்து ஆய்வு செய்வதை விடுத்து (Spectator Knowledge) பெண்களின் இடர்ப்பாடுகளை நீக்கும் ஒரு ஈடுபாட்டுடன் ஆய்வு மேற்கொள்ளுதல் இன்றியமையாதது. பெண்கள் நிலை குறித்து விழிப்புணர்வு பெற்ற பெண்கள் இன்னும் தாம் கட்டுண்டிருக்கும் தளைகளிலிருந்து விடுபடாத தம் சகோதரிகளை விழிப்புணர்வு கொள்ள வைக்கவேண்டும். எல்லாவற்றையும் மரபு வழி ஏற்றுக்கொண்டு, அதில் எந்த இடர்ப்பாடும் ஏற்படாது என்று செல்லும் வரை பெண்ணிற்குத் தான் இரண்டாந்தரமானவளாக நோக்கப்படுவதோ, ஆண்களால் அவர்கள் தேவைக்காக அவள் பயன்படுத்தப்படுவதோ தெரிவதில்லை.

இன்றைய நிலையில் இந்நிலை சற்று மாற்றமடைந்து பெண்கள் குறித்த ஆய்வுகள் மேற்கொள்ளப்பட்டிருப்பதே பெண்கள்

இதுவரை இருந்த நிலையிலிருந்து மாறிக் கொண்டிருக்கிறார்கள் என்பதை உணர்த்துகின்றது. அத்துடன் பெண்களும் ஆண்களுடன் கூடவே, சமுதாயச் செயல்பாட்டிற்கும், அதன் தொடர்ந்த இயக்கத்திற்கும், அதன் மாற்றங்களுக்கும் உறுதுணையாக இருக்கிறார்கள் என்று உண்மையைப் புறக்கணித்து இனியும் ஆய்வுகள் மேற்கொள்வது சாத்தியமில்லை என்பதை அண்மையில் வெளிவந்த ஆய்வுகள் எடுத்துக் காட்டுகின்றன.

தமிழக மகளிர் குறித்த விரிவான ஆய்வு மூன்று பகுதிகளாக அமையவேண்டும் என எண்ணி அந்த எண்ணத்தின் முதல் பகுதியாக இந்நூல் அமைகிறது. தமிழக மகளிர் குறித்த ஆய்வில் இந்த முதல் பகுதி மிக இன்றியமையாதது. ஏனெனில், தமிழக மகளிர் குறித்த எண்ணங்கள், கருத்துருவாக்கங்கள், கோட்பாடுகள் போன்றவை பெருமளவிற்கு இக்காலத்தில்தான் கருக் கொண்டன; பிறந்தன. இந்த ஆய்வுக்குட்படுத்தப்பட்ட காலமாகிய தொடக்க கால முதல் ஆறாம் நூற்றாண்டு வரையுள்ள காலப் பகுதியில் எழுந்த நூல்கள் மட்டுமே இந்த ஆய்வில் தரவுகளாகின்றன.

இந்த ஆய்விற்கு நூல்களே பெரிதும் தரவுகளாக அமைவதால், சில குறைபாடுகள் சுட்டிக் காட்டப்படலாம். அதாவது இலக்கியங்கள் கற்பனையுடன் கூடியவை. நூல்களைப் படிக்கும் போது உண்மை எது, பொய் எது என்று பிரிக்கமுடியாத நிலை ஏற்படலாம். ஆனால், மனித வாழ்க்கையிலிருந்து பிரிக்க முடியாதவை இலக்கியங்கள் என்ற உண்மையை நாம் பெரிதும் மனதில் கொள்ளவேண்டும். அத்துடன் இன்றைய நிலையில், இலக்கியங்கள் தவிர அக்காலப் பகுதியில் வாழ்ந்த மகளிர் குறித்து அறிய வேறு தரவுகள் எதுவும் கிட்டுவதாக இல்லை.

இலக்கியங்களில் மகளிரைப் பிறர் அணுகிய முறைகள், அவர்கள் குறித்த எண்ணங்கள், கோட்பாடுகள் இன்றும் பெரிதும் மாற்றமுறாது நடைமுறையில் காணப்படுகின்றதன்மையால், இலக்கியங்கள் அக்கால நடைமுறைகளையே எடுத்துக் காட்டியுள்ளன என்ற உண்மை புலனாகின்றது. ‘உண்மை எது, கற்பனை எது’ எனப் பிரித்துக் கொள்வதில் ஆய்வாளர்கள் விழிப்புணர்வுடன் செயல்பட வேண்டும். அத்துடன் இலட்சியக் கருத்துருவாக்கங்களை உண்மையான வாழ்க்கை நிலைகளிலிருந்து பிரித்துப் பார்ப்பதற்கு ஆய்வாளர் தம்மைப் பயிற்றிக் கொள்ள வேண்டும். அப்போதுதான் தெளிவான உண்மை நிலை பெறப்படும்.

தமிழில் ஆறாம் நூற்றாண்டு வரை எழுந்த நூல்களாகச் சங்கப் பாடல்கள், சங்க மருவிய காலப் பாடல்கள், காப்பியங்களான

சிலப்பதிகாரம், மணிமேகலை போன்ற நூல்கள் கொள்ளப் படுகின்றன. சங்ககால நூல்களாக எட்டுத் தொகை, பத்துப் பாட்டு என்ற இரு தொகுப்பு நூல்கள் விளங்குகின்றன. இவை இரண்டனுள், எட்டுத் தொகையில் நற்றிணை, குறுந்தொகை, அகநானூறு, புறநானூறு, பதிற்றுப்பத்து, ஐங்குறுநூறு, பரிபாடல், கலித்தொகை என்ற நூல்களும் பத்துப்பாட்டில் திருமுருகாற்றுப்படை, பொரு நராற்றுப்படை, சிறுபாணாற்றுப்படை, பெரும்பாணாற்றுப்படை, முல்லைப்பாட்டு, மதுரைக்காஞ்சி, நெடுநல்வாடை, குறிஞ்சிப் பாட்டு, பட்டினப்பாலை, மலைபடுகடாம் என்ற நூல்களும் அடங்கும்.

பதினெண் கீழ்க்கணக்கு நூல்களாக நாலடியார், நான்மணிக் கடிகை, இனியவை நாற்பது, இன்னா நாற்பது, கார் நாற்பது, களவழி நாற்பது, ஐந்திணையம்பது, ஐந்திணை எழுபது, திணை மொழியைம்பது, திணைமாலை நூற்றைம்பது, திருக்குறள், திரிகடுகம், ஆசாரக் கோவை, பழமொழி நானூறு, சிறுபஞ்ச மூலம், முதுமொழிக் காஞ்சி, ஏலாதி, கைந்நிலை என்ற பதினெட்டு நூல்களும் கொள்ளப்படுகின்றன. இவற்றைச் சங்க மருவிய காலத்து நூல்களெனவும் கூறுவர். இக்கால நூல்கள் வட நூல்களிலுள்ள அறநெறிக் கருத்துக்களையும் தமிழர் எண்ணங்களுடன் இணைத்துப் பேசுகின்றன. பௌத்தம், சமணம், ஆசீவகம் போன்ற வடநாட்டுச் சமயங்களும் அவை கூறும் எண்ணங்களும் பரவலாக இந்நூல்களில் காணக் கிடைக்கின்றன.

தொடக்க கால மக்கள் பண்பாட்டில் புவியியல் அமைப்புகளும், இவ்வமைப்புகளுக்கேற்ற மக்கள் வாழ்முறைகளும் இன்றிய மையாத நிலையை வகித்தன. அத்துடன் சங்ககாலம் என்ற இந்தத் தொடக்க நிலைக் காலத்தில் இலக்கியங்களும் அகம், புறம் என்ற மக்கள் வாழ்வின் இரு பெரும் பகுதிகளை எடுத்துக் கூறின. அகம் என்ற பகுதியில் மக்கள் காதல் வாழ்வும் புறம் என்ற பகுப்பில் மக்கள் வாழ்வின் ஏனைய பகுதிகள் அனைத்தும் அடக்கப்பட்டன. அகம் என்பது மனிதனின் உள்ளுணர்வான, பிறருக்கு எடுத்துக்கூற முடியாத காதலைக் கூறினும், இந்த உணர்வுடையோர் வெளிப் பாடுகள் பொதுமையாகவே கூறப்பட்டன. காதல் உணர்வு யாருடையது எனச் சுட்டிக் கூறும் பண்பு இங்கு காணப்படவில்லை. புறத்தின் கீழ் மனிதனின் வீரச் செயல்கள், அதன் விளைவுகள், அறம், பொருளீட்டம் போன்ற ஏனையவை பெயர் சுட்டப்பட்டும், சுட்டப் படாமலும் வெளிப்படுத்தப்படுகின்றன. பொதுவில் மனித வாழ்வின் சித்தரிப்புகள் எல்லாமே இயற்கையோடு ஒட்டியனவாகவே விளங்கின.

இந்தச் சங்ககால சமுதாயத்தில் தந்தை வழிச் சமுதாயத்தின் நிலைப் பாட்டைக் காண முடிவதுடன், பெண் ஆணுக்கு அடுத்த நிலையிலேயே வாழ்ந்தமையும் புலனாகின்றது. இல்லற வாழ்விலும் சரி, அதற்கு முன்னராயினும் சரி பெண் ஆணைச் சார்ந்தே வாழ்ந்தாள். ஆணுக்கில்லாத கட்டுப்பாடுகள், விதிமுறைகள் பல பெண்ணிற்கு இக்காலப் பகுதியிலேயே இருந்திருக்கின்றன. இல்லறத்தில் மனையாளை விட்டுப் பரத்தமை நாடிச் சென்ற ஆண், சமூகத்தால் தண்டிக்கப்பட்டதாகக் குறிப்பில்லை. இத்தகைய சூழலில் துயருற்று வருந்தும் பெண் நிலையைப் பல பாடல்கள் எடுத்தியம்புகின்றன.

காலையெழுந்து கடுந்தேர் பண்ணி
வாலிழை மகளிர்த் தழீஇய சென்ற
மல்லலூரன் எல்லினன் பெரிதேல்
மறுவருஞ் சிறுவன் தாயே
தெறுவ தம்மவித் திணைப்பிறத் தல்லே[1]

என்ற குறுந்தொகைப் பாடல், பிற பெண்ணை நாடிச் சென்ற கணவனை எண்ணி நொந்து வாடும் ஒரு பெண்ணின் குரல்.

காலை எழுந்ததும் விரைந்தோடும் தேரினைப் பூட்டிக் கொண்டு அணிகலன்களால் தன்னை அலங்கரித்துக்கொண்டு விளங்கும் பரத்தையரைத் தழுவிக் கொள்வதற்குக் கணவன் சென்று விடுகிறான். மனைவியோ குலமகளிர் கொள்ள வேண்டிய ஒழுக்கங்களைக் கடைப்பிடிக்க வேண்டுமெனச் சமூகத்தால் எதிர்பார்க்கப்பட்டவள். எனவே, இந்த மனைவி தன் துன்பத்தைத் தாங்கிக் கொண்டு, இல்லத்தில் தனது கடமைகளைச் செய்து கொண்டு, நொந்தமையும் வாழ்க்கையை மேற்கொள்கிறாள்.

சங்கப் பாடல்களின் மருத நிலப் பாடல்கள் பல இத்தகைய பெண்ணின் துன்ப நிலைப் பாடல்களாக அமைவதை நாம் காண முடிகிறது. பெண்ணை விட்டுக் கணவன் இன்னொரு பெண்ணை நாடிச் செல்வதைப் பெண்களால் தடுக்க முடிவதில்லை. அதே நேரத்தில் கணவன் இன்னொருத்தியை நாடி விட்டானே என்று அவனை விட்டு நீங்கவும் முடிவதில்லை. இத்தகைய சமுதாய அமைப்புதான் இன்றும் மகளிரிடையே பெரிதும் நிலவுகின்றது. பரிபாடலின் கீழ்வரும் அடிகள் இத்தகைய ஒரு நிலையை எடுத்துக் காட்டுகின்றன.

சேர்க்கை யினியார்பாற் செல்வான் மனையாளாற்
காக்கை கடிந்தொழுகல் கூடுமோ கூடா
தகவுடை மங்கையர் சான்றாண்மை சான்றார்
இகழினுங் கேள்வரை யேத்தி யிறைஞ்சுவார்[2]

இங்கு கணவன் இன்ப நாட்டம் வேண்டி பரத்தையரிடம் சென்று விடுகின்றான். மனைவியால் அவனைப் பரத்தையரிடம் போகாமல் காக்க முடியவில்லை. அதே நேரத்தில், 'அவன் பரத்தையரிடம் சென்று விட்டான்' என்று சுட்டிக் காட்டி அவனை நீங்கவும் முடியவில்லை. உறவினர்கள் கணவனை இகழ்ந்தாலும் கணவனைப் போற்றி நிற்பதுதான் கற்புடைய மனைவியின் பண்பாக அமைவதால், தன் துன்பத்தை வெளியிடவோ, அதற்கேற்பச் செயற்படவோ கூடப் பெண்ணிற்கு உரிமை இருக்கவில்லை. சமுதாயம் பெண்ணிடம் எதிர்பார்த்த இப்பண்பு நூற்றாண்டுகள் பலவாகியும்கூட மாற்றம் பெறவில்லை. இங்குதான் பெண் வாய் மூடப்பட்ட கலத்தினுள் கொதிக்கும் நீராக, உள்ளே வெந்து உள்நின்று உழற்றும் வேதனைக்குத் தன்னை ஆளாக்குகின்றாள். இதற்கு எந்த மாற்று வழியும் இருந்ததாகத் தெரியவில்லை.

ஆணின் பரத்தமையைப் பொதுவில் ஏற்றுக் கொண்ட சமுதாயம், பெண்ணின் கற்பை அழுத்தமாக வலியுறுத்துவதுடன், அதன் உச்ச நிலையாகப் பிறர் மனம் புகா நிலையை எதிர்பார்க்கின்றது. அதாவது பெண் ஒரு ஆடவனை விரும்பாத நிலையிலும் ஆடவன் அவளை நினைத்துவிட்டால் அவள் பிறர் மனம் புகுந்த குற்றத்துக்கு ஆளாகின்றாள். இதை மணிமேகலை நூலின் கதையில் வரும் மருதியின் நிலை எடுத்துக் காட்டுகிறது.

தெள்ளுநீர்க் காவிரி யாடினள் வரூஉம்
பார்ப்பனி மருதியைப் பாங்கோ ரின்மையின்
யாப்பறை யென்றே யெண்ணின ளாகிக்
காவிரி வாயிலில் ககந்தன் சிறுவன்
நீவா என்ன நேரிழை கலங்கி
மண்திணி ஞாலத்து மழைவளந் தரூஉம்
பெண்டி ராயின் பிறர்நெஞ்சு புகாஅர்
புக்கேன் பிறனுளம் புரிநூன் மார்பன்
முத்தீப் பேணும் முறையெனக் கில்லென[3]

காவிரியில் நீராடித் தனியாக வருகிறாள் மருதி எனும் பார்ப்பனப் பெண். அவ்வழி வருகிறான் ககந்தன் என்ற மன்னனுடைய மகன்.

தனியாக வரும் மருதியை, உறுதியற்ற மனமுடையவள் என எண்ணி, ககந்தன் மகன் அவளை இன்ப நாட்டத்திற்கு அழைக்கிறான். உண்மையிலேயே அவள் தனது கணவனையன்றி வேறெவரையும் எண்ணாத மன உறுதி படைத்தவளானாலும், பிறனொருவன் மனதை அடைந்துவிட்டமையால், தான் கணவனுக்கு உண்மையாக இருக்கும் தன்மையிலிருந்து தவறிவிட்டதாக எண்ணுகிறாள். எரி ஓம்பும் கணவனுக்கு முத்தீ ஓம்புவதில் உறுதுணையாக இருக்கும் தகைமையைத் தான் இழந்துவிட்டதாக எண்ணி வருந்துகிறாள். இந்தத் துன்பநிலை தனக்கு ஏற்பட்ட காரணத்தை அறிய ஊரிலுள்ள சதுக்கப்பூதத்தை அடைகிறாள். அதற்குச் சதுக்கப்பூதமும், ‘அவள் கணவரையன்றி வேறு தெய்வத்தை வணங்கியதால் ஏற்பட்ட விளைவே பிறர் நெஞ்சம் புகுந்தமைக்குக் காரணம்’ எனப் பதிலளிக்கின்றது. இவ்வாறு காரணம் காட்டுவதால் கணவன் உயர்நிலையும், அதாவது ஆடவனின் உயர்நிலையும் அவனுக்குச் சமுதாயத்தால் அளிக்கப்பட்ட நிலை பேறான பெருமையும் நிறுவப்படுகிறது.

சமணம், பௌத்தம், ஆசீவகம் போன்ற வேதத்தை முதன்மையாக எண்ணாத மதங்களின் தமிழ்நாட்டு வருகை, பொதுவாகத் தமிழ்ச் சமுதாயத்தில் ஏற்படுத்திய மாற்றங்கள் போலவே பெண்கள் வாழ்வுமுறைகளிலும் மாற்றத்தை ஏற்படுத்தியது. இவர்கள் கருத்துப்படி வீடு பேற்றிற்குப் பெண் இன்பம் தடையானது. எனவே, பெண்ணும் பல நிலைகளில் குறைவுபட்டவளாகக் கொள்ளப்பட்டாள். ஆனால், இந்த மதங்கள், பெண் தனது இல்லறத் துன்பங்களிலிருந்தும் விடுபட்டுத் துறவை அடையும் வாய்ப்பினை அவளுக்கு நல்கின. பாளி மொழியில் எழுதப்பட்ட தேரிகாதையெனும் நூல்,[4] பல பெண்கள், இல்லறத்தில் தாமடைந்த துன்பங்களினின்றும் விடுபட்டுத் துறவறத்தில் மகிழ்ந்த தம் பட்டறிவைக் கூறுவனவாக அமைகின்றன. இவ்வாறு துறவில் பெண்கள் மகிழ்ந்ததையும், அவர்கள் இல்லற வாழ்வில் பட்ட துன்ப நிலைகளையும் ஒன்று சேரக் கூறும் பாடல்கள் தமிழில் அதிகம் காணப்படவில்லை.

பொதுவில் இந்திய இலக்கியங்கள் பெண்களை இருவிதமாக நோக்குகின்றன. ஒன்று பெண் தெய்வீகப்படுத்தப்பட்டு உயர் நிலையில் வணங்கப்படுகிறாள். மற்றொன்று, ஆணுக்கு அடுத்த நிலையில், ஏன், சில சமயங்களில் தீமையின் உறைவிடமாகவும், உருவகிக்கப்படுகிறாள். இத்தகைய பெண் குறித்த எண்ணங்கள், அனைத்திந்திய நிலையிலும் காணப்படுகின்றன. அதற்குத் தமிழகமும் விதிவிலக்கல்ல. இதனால்தான் இந்நூலில், ஒவ்வொரு

காலப் பகுதியிலும் இந்தியாவின் ஏனைய பகுதிகளிலும் எழுதப்பட்ட நூல்களை ஒப்புநோக்கி விளக்கமளிக்கப்பட்டுள்ளது.

இந்நூல், பெண்ணின் பிறப்பு முதல் திருமணம் வரை, பெண்ணும் திருமணமும், இல்லறத்தில் பெண், பெண்ணும் எரிமூழ்குதலும், கைம்மை, கலை காப்போரும் பரத்தமையும், பெண் துறவு என்ற ஏழு இயல்களைக் கொண்டமைகிறது. இந்நூலிலுள்ள செய்திகள் மகளிர் தொடர்பான நூல்கள் பல மேலும் எழுவதற்கு உறுதுணையாக இருந்தால் என் நோக்கம் பயன் பெற்றதாகும்.

1. தமிழக மகளிர் – ஒரு கண் வீச்சில்

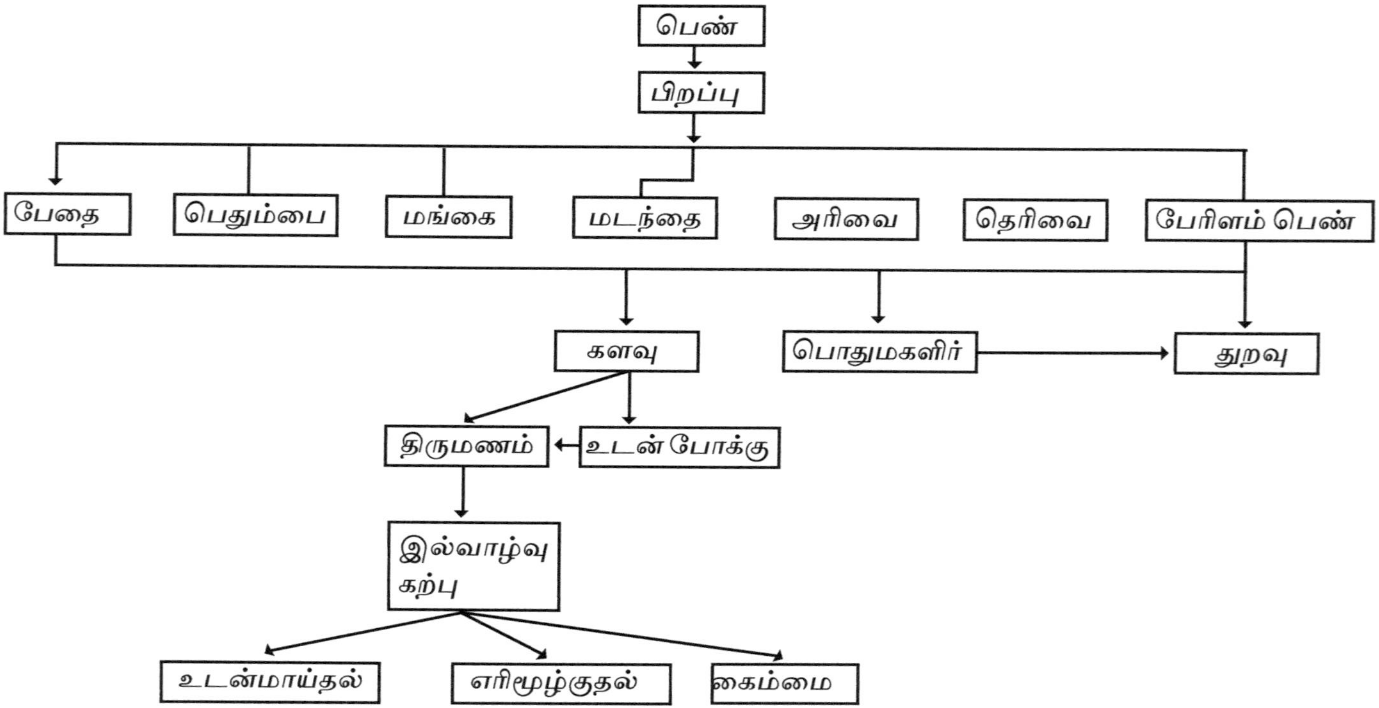

1

பெண்ணின் பிறப்பு முதல் திருமணம் வரை

வரலாற்றுக்கு முற்பட்ட காலத்தில் ஆண்களுக்கும் பெண்களுக்கும் சமூகப் பாகுபாடுகள் பெருமளவு இருந்ததாகத் தெரியவில்லை. ஆனால், முன்னுரையில் எடுத்துக் காட்டியது போல், நாடோடியாக வாழ்ந்த மக்கள், நிலையான வாழ்வு கண்டு தமக்கென நிலத்தையும் பொருள்களையும் சொந்தப்படுத்தத் தொடங்கிய காலம் முதல் பெண் இரண்டாந்தர நிலையை அடைந்துவிட்டாள். பெண் இல்லத்திற்கு இன்றியமையாதவள் எனினும் அவளுக்கிருந்த உடலமைப்பு வேறுபாடுகள், இன விருத்தி செய்யும் தன்மை போன்றவை அவளைச் சிற்சில நேரங்களில் இன்னொருவர் துணை நாடி நிற்கும் நிலைக்குத் தள்ளியது. ஒருவனுக்கு ஒருத்தி என்ற மணக்கட்டுப்பாடு மக்களிடையே நிலை பெறவே ஆண் பெண்ணிற்கு அவளுடைய இயலாமைக் காலத்தில் உற்ற துணையானான்.

தொடக்க காலங்களில் இனக் குழுக்களிடையேயும், நாட்டு மக்களிடையேயும் நடைபெற்ற இடைவிடாப் போரும் தம் தனித் தன்மையை நிலைநாட்டும் ஆர்வமும், வெளியுலகில் ஏற்பட்ட எதிர்ப்புகளும் ஆணுக்குத் தன் ஆற்றலை வளர்த்துக் கொள்ள வேண்டிய கட்டாயத்தை உண்டாக்கியது. அத்துடன் ஆணே குடும்பத்தின் பொருளாதாரத் தேவைகளையும் பார்த்துக் கொண்டான். ஆணின் பொருளாதார ஆற்றலின் துணையுடனேயே பெண் தன் வாழ்க்கையை நடத்தினாள். ஆண் அளித்த பொருளாதாரத்

துணைக்குப் பதிலாகப் பெண் இல்லத்தை நிலைப்படுத்தும் பணியைச் செய்தாள். இன விருத்தி செய்யும் ஆற்றல் பெண்ணிற்கே அமைந்திருந்தமையால் குழந்தைகளைப் பெற்று, அவர்களைப் பாதுகாத்து வளர்க்கும் பொறுப்பும் தானாகவே அவளுக்கு அமைந்து விட்டது. அத்துடன் ஒரு இல்லத்திற்கு வேண்டிய உணவினைச் சேகரித்து (gatherer) அதைச் சமைத்து இல்லத்தில் நிறைவினைச் சேர்க்கும் பணியுடன் அண்டி வந்த விருந்தினரை ஓம்புதலையும் அவளே தன் பொறுப்பாக்கிக் கொண்டாள். தொடக்க காலத்தில், ஆண், பெண் என்ற இருவருக்கும் இல்லறத்தில் உள்ள கடமைகள் அவ்வாறே அனைத்து உலகிலும் இருந்துவந்தன என்பது வரலாறு கண்ட உண்மை.

வெளியுலகப் போராட்டத்தில் எதிர்நீச்சல் போட்டு வெற்றி காண்பதிலும், பொருளாதாரத் தேவைகளை நிறைவேற்றுவதிலும், தன் பெரும்பகுதிக் காலத்தைச் செலவிட்டான் ஆடவன். குடும்பத்தின் நிலைபேற்றிற்கு இவனே அச்சாணியாக விளங்கியமையால், பெண்ணைவிட அவன் உயர்ந்த நிலையில் கொள்ளப்பட்டான். காலத்துக்குக் காலம் ஏற்பட்ட போர் முயற்சிகளில் பகைவர்களிடம் கொண்ட தம் வெற்றியைப் பறைசாற்றப் பெண்களைச் சிறையெடுத்ததும் உண்டு. தொடக்க காலத்தில் பெண் போரில் சிறையெடுக்கப்பட்டாலும், அவளைச் சிறையெடுத்த குழுவினரின் சொத்தாக அவள் கொள்ளப்படவில்லை.[1] அதற்குப் பதிலாக அந்தக் குழுவினருடன் சேர்ந்து அவர்களில் ஒருத்தியாக, அவர்களின் பழக்கவழக்கங்களை மேற்கொண்டு வாழ்ந்தாள். அதைத் தொடர்ந்து வந்த காலங்களில் பெண்கள், சிறைப்பிடித்துச் சென்ற குழுவினரின் உரிமையாகக் கொள்ளப்பட்டார்கள். அத்துடன் வீரம் மிக்க போர் வீரன் ஒருவன் தன் ஆற்றலை உலகினுக்கு எடுத்துக் காட்டும் நோக்குடன் பகைக் குழுவினுள் சென்று பெண்களைச் சிறையெடுத்து வந்ததுமுண்டு.

இவ்வாறு கொண்டு வரப்பட்ட பெண்களுக்கு, அவர்களைச் சிறையெடுத்த குழுவினருக்குள்ள உரிமைகள் எதுவும் அளிக்கப் பட்டதில்லை. பல நேரங்களில் சிறையெடுத்த குழுவிலுள்ள பெண்கள் இவர்களைப் பகைமையுடன்தான் நோக்குவர். தமிழகத்திலும் வெற்றி கொண்ட அரசன் தன் பகையரசன் நாட்டுப் பெண்களை அவமதித்துத் துன்பப்படுத்தியமைக்கு இலக்கியத்தில் பல சான்றுகள் உண்டு.

நன்னன் என்ற தமிழ் அரசன் போரில் தன் பகையரசனின் உரிமை மகளிரைப் பற்றி வந்து அவர் தலையை மழித்து, அக்கூந்தலைக்

கயிறாகத் திரித்து, அக்கயிற்றாலே அப்பகைவனின் யானையைக் கட்டியதாக நற்றிணையில் செய்தியுண்டு.[2]

பெண்கள் போரில் பயனற்றவர்கள். போர்க் காலங்களில், தாம் பகையரசனால் சிறைப்பிடிக்கப்பட்டு விடுவோமோ என்ற நிரந்தர அச்சம் அவர்கள் மனதில் குடிகொண்டிருந்தது. இத்தகைய சூழ்நிலையே பெரிதும் ஆண்களுக்கடுத்த நிலைக்குப் பெண்களைத் தள்ளியது. இவர்களின் போருக்குப் பயனற்ற தன்மையே, போர்க் காலங்களில் இவர்களைப் பாதுகாப்பான இடத்தில் வைக்க வேண்டுமென்ற எண்ணத்தை ஆண்கள் மனதில் உருவாக்கியது.

ஆவு மானியற் பார்ப்பன மாக்களும்
பெண்டிரும் பிணியுடை யீரும் பேணித்
தென்புல வாழ்நர்க் கருங்கட னிறுக்கும்
பொன்போற் புதல்வர்ப் பெறாஅ தீரும்
எம்மம்பு கடிவிடுதும் நும்மரண் சேர்மினென
...........................[3]

வரும் புறநானூற்றுப் பாடல் போரில் பாதுகாப்பான இடத்திற்குச் செல்ல வேண்டியோரை வரிசைப்படுத்துகின்றது. பசுக்கள், பசு போன்ற இயல்புடைய பார்ப்பனர், பெண்கள், நோய்வாய்ப்பட்டோர், தென்புல வாழ்நருக்குக் கடன் புரியும் புதல்வரைப் பெறாத ஆண்கள் எனப்பட்டோர் பாதுகாப்பான இடத்திற்குச் செல்ல வேண்டியவர்கள்.

முன்னர் எடுத்துக் காட்டியது போல் சங்ககால சமுதாயம் ஒரு போர்க்காலச் சமுதாயம். இத்தகைய சமுதாயத்தில் ஒரு பெண்ணின் பிறப்பு எவ்வாறு வரவேற்கப்பட்டது? அவளால் ஆண் குழந்தை பிறந்த மகிழ்ச்சியையொத்த மகிழ்ச்சியைப் பெற்றோருக்கு அளிக்க முடிந்ததா? பெண் பிறப்பு வெறுக்கப்பட்ட நிலையினை வெளிப்படையாக எந்த இடத்திலும் காண முடியவில்லை. எனினும் ஆண் குழந்தையின் பிறப்பு பெற்றோருக்கு மகிழ்ச்சியைக் கொடுத்தது என்பதில் ஐயமில்லை. ‘தென்புல வாழ்நர்க்கு அருங்கடனிறுக்கும் பொன்போற் புதல்வரைப் பெறாதவரும்’ போர்க் காலத்தில் பாதுகாக்கப்பட்டமையால், சமுதாயத்தில் புதல்வனின் இன்றியமை யாமையைத் தெளிவாக்கிவிடுகின்றது. புதல்வனைப் பெற்றவர்களே போரில் பங்கேற்க முடிந்தது. ‘த்ரா’ (tra) என்ற சமஸ்கிருதச் சொல் பாதுகாத்தலைக் குறிக்கும். புதல்வனே, ‘புத்’ என்ற நரகத்திலிருந்த அவன் தந்தையைக் காப்பாற்ற வல்லவன். ஆகையால், அவன் ‘புத்திரன்’ எனப்பட்டான்.

மனு தர்ம சாத்திரம் எனக் கூறப்படும் மனு ஸ்மிருதி என்ற வடமொழி நீதி நூலும் இக்கருத்தையே வலியுறுத்துகிறது.[4]

இறந்தோர்க்கு அருங்கடனிறுக்கும் நிலை பெண்களுக்கு எக்காலத்திலும் அளிக்கப்படவில்லை. அரசரைப் போற்றும் போதும் 'நீ பெரியோரிடத்தே வணங்கிய மென்மையையும் பகைவர்க்கு வணங்காத ஆண்மையையும் உடைய புதல்வர்களைப் பெற்றதனால் உனது குலத்தில் உள்ள முன்னோர்களான தென்புலத்தாரை நீ பாதுகாத்தாய்' எனப் பதிற்றுப்பத்து கூறுவது இங்கு குறிப்பிடத் தக்கது.[5]

> ....
> காவற் கமைந்த வரசு துறை போகிய
> வீறுசால் புதல்வற் பெற்றனை யிவணர்க்
> கருங்கட னிறுத்த செருப்புகன் முன்ப
> ....[6]

என்ற பதிற்றுப்பத்து அடிகளும் இக்கருத்தையே வலியுறுத்துகின்றன. சங்கப் பாடல்களையடுத்து வந்த காலத்தில் எழுந்த திருக்குறளும் புதல்வனின் சிறப்பைக் காட்ட ஒரு அதிகாரத்தையே ஒதுக்கியிருப்பது நோக்கத்தக்கது. பண்புடைய மக்களின் பிறப்பு ஒருவனுக்கு ஏழு பிறப்பிலும் துன்பங்களை அணுகவிடாது என்ற திருவள்ளுவரின் எண்ணம்[7] இன்றுவரை தமிழக மக்களிடை, ஏன் பொதுவாக இந்திய மக்களிடையே கூட ஆழ்ந்து வேரோடியுள்ளது எனலாம்.

புதல்வனுடைய பிறப்பினால்தான் ஒரு மனிதன் முழு மனிதனாகிறான் என மனு தர்ம சாத்திரம் கூறுகிறது.[8] அத்துடன், 'ஒருவன் தன் புதல்வனின் வழி, இவ்வுலகில் எல்லாவற்றையும் வெல்கிறான். அத்துடன் இறவாமையையும் எய்துகிறான். அவனது பேரன் வழி சூரிய உலகத்தையும் அடைகிறான்' என மனு தர்ம சாத்திரம் கூறுவது நோக்கத்தக்கது.[9]

இத்தகைய எண்ணங்கள் பெண் குழந்தை பற்றி இந்தியாவிலுள்ள எந்த நூல்களிலும் காணப்படவில்லை. பெண் குழந்தை, தந்தை தாயாரை விண்ணுலகு அடைய வைப்பாள் என்ற நம்பிக்கை எங்கும் இருக்கவில்லை போலும்.

இவ்வாறான எண்ணங்கள் தவிர, போர்க் காலச் சமுதாயத்தில் ஆண் குழந்தைகள் போரில் பயன்பட்டமையால் அவர்களின் பிறப்பு குடும்பத்தில் மகிழ்ச்சி அளித்தது. புதல்வன் என்றால் அவன் போரில் பயன்படுவான் என்பதற்குப் பின்வரும் புறநானூற்றுப்

பாடல் தெளிவான சான்றாகின்றது.

ஈன்றுபுறந் தருத லென்றலைக் கடனே
சான்றோ னாக்குத றந்தைக்குக் கடனே
வேல்வடித்துக் கொடுத்தல் கொல்லற்குக் கடனே
நன்னடை நல்கல் வேந்தற்குக் கடனே
ஒளிறுவா ளருஞ்சம முருக்கிக்
களிறெறிந்து பெயர்தல் காளைக்குக் கடனே...[10]

போரில் ஒளிவிடும் வாளை வீசிப் போர் செய்து பகைவர் யானைகளை வீழ்த்தி வெற்றியுடன் வருவதுதான் ஆண் குழந்தையான காளையின் கடமை என்பது மேற்கூறிய பாடலிலிருந்து புலனாகின்றது. அதைப் போலவே ஆண் மகனைப் பெற்ற தந்தையே போருக்குப் போகும் தகுதியையும் பெற்றிருந்தான்.[11]

தம்முடைய குழு, இன, நிலை பேற்றிற்குப் போர் இன்றியமை யாததால் பெண்ணின் பிறப்பு, ஆணின் பிறப்பைப் போல் மகிழ்ச்சி கொடுப்பதாக இருக்கவில்லை. தாயை விளிக்கும் போதுகூட 'புதல் வனின்தாயே' எனக் கூறுவதில்தான் பெருமை கண்டனர் புலவர்கள்.

புதல்வற் பயந்த புகழ்மிகு சிறப்பின்
நன்ன ராட்டி.....................[12]

என்பது போன்று பல சூழ்நிலைகளில் தாய் புதல்வனாற் பெருமை பெறுவதைச் சங்கப் பாடல்களில் காணமுடிகிறது. ஒரு குடும்பத்தின் பரம்பரையை அறிந்துகொள்ளப் பெயரிடும் முறையும் ஆண்கள் வழிதான் வந்தது. இம்முறை சங்கப் பாடல்களிலேயே வழக்கில் வந்துவிட்டது.

மேதக்க எந்தை பெயரனை யாம் கொள்வோம்[13]

என்ற கலித்தொகை அடி இவ்வழக்கத்தை எடுத்துக் காட்டுகின்றது. தந்தைக்குத் தந்தையின் பெயரைத் தம் புதல்வருக்கு இட்டுத் தம் பரம்ரையை நிலைநாட்டினர். இத்தகைய வழக்கத்தால்தான் புதல்வன், தந்தையின் தந்தைக்குப்பேரன் என அவன் பெயரனாகின்றான்.

மரபு காட்டும் பெயருடையவனாகப் புதல்வன் விளங்கியது மட்டுமன்றி கருவிலே திருவுடையவனாகக் கொள்ளப்பட்டவனும் புதல்வனேதான். பொதுவில் பெண் குழந்தையின் பிறப்பு வெறுக்கப்பட்டதற்குச் சான்றுகள் எதுவும் இல்லையெனினும், பெண் குழந்தையின் பிறப்பு ஆண் குழந்தையின் பிறப்புபோல் ஆவலுடன் எதிர்பார்க்கப்பட்டதாகக் கொள்ளமுடியவில்லை. சங்கப் பாடல்கள் முழுமையிலும் ஐங்குறுநூற்றில் மட்டுமே பெண்

குழந்தை விரும்பிக் கடவுளிடம் குறவனொருவன் வேண்டியதைக் காண்கின்றோம்.

குன்றக் குறவன் கடவுள்பேணி
இருந்தனம்பெற்ற எல்வளைக் குறமகள்
சேய் அரி நெடுங்கண்......[14]

என்ற அடிகள் சமுதாயத்தில் நிலவிய ஒரு எண்ணத்திற்கு மிக வேறுபட்ட கருத்தை உணர்த்துகின்றன என்றே கூற வேண்டியுள்ளது.

சமூகத்தால் ஏற்கனவே நிலைநிறுத்தப்பட்ட பாலின வேறுபாடு (gender difference) பெண் பிறந்த நாள்தொட்டே அவளை உருவாக்கத் தொடங்குகின்றது. அவளுடைய உடை, அவளுக்கு அறிவுறுத்தப்படும் நடத்தைகள், நம்பிக்கைகள், சமூக மதிப்பீடுகள் அனைத்தும் ஆணைவிட வேறுபட்டே காணப்படுகின்றன. இந்த வேறுபாடுகள் அனைத்துச் சமூகங்களிலும் நிலைபெற்றுவிட்டன. இடம், மொழி, இனம் இவற்றால் வேறுபட்ட மக்கள் பல்வேறு மொழிகளைப் பேசுவது இயல்பு. ஆனால், ஒரே மொழி பேசுபவர்களாக இருந்தாலும் ஆணும் பெண்ணும் வேறு வேறு விதத்தில் பேச வேண்டும் எனச் சமூகம் எதிர்பார்க்கின்றது. பல இன மக்களிடையே பெண் பேசும் மொழிக்கும், ஒரு ஆண் பெண்ணிடம் பேசும் மொழிக்கும் பல வேறுபாடுகள் உள்ளன. இருவரின் சொல்லாட்சிகளும் பிறிதுபட்டிருக்கும். இந்த வேறுபாடுகள் அவர்கள் பேசும் ஒலியமைப்பிலும் சொற்களை உச்சரிக்கும் வகையிலும் சொற்றொடர் அமைப்பிலும், பேசும்போது தேர்ந்தெடுக்கும் சொற்களின் ஆட்சியிலும் கூடக் காணப்படும்.

ஒலியமைப்பை நோக்கும்போது ஒரு சொல்லின் எடுத்தல், படுத்தல் ஆகியனவற்றில் ஆணை விடப் பெண் மென்மையைக் காட்டுவதாகவும், தயக்கத்தைக் காட்டுவதாகவும் பேசுவதே உலக இயல்பாகிவிட்டது. ஒரு கருத்தை எடுத்துக் கூறும் சொற்றொடர் அமைப்பு பெண்கள் பேசும்போது பெரும்பாலும் தீர்மானமான பேச்சாக இல்லாது ஒரு விதத்தில் வினா போன்ற அமைப்புகளைக் கொண்டதாகவே அமையும். ஆண்களின் சொல்லாட்சிகள் பல இடங்களில் வலிமையான எடுத்தல், படுத்தல்களைக் கொண்டனவாய்த் தீர்மானமான பேச்சுக்களாக அமையும்.

ஏழு பருவங்கள்

பெண் குழந்தைகள் வளரும்போதே தம் தாயாரைப் பார்த்துச் செயல்களைச் செய்யத் தொடங்குகின்றன. அவர்கள் பாலினப் பாகுபாட்டிற்கேற்ற நடத்தைகளைப் பின்பற்றவில்லையெனில்,

சமூகம் அவர்களை வேறாக நோக்குவதுடன், இடர்ப்பாடுகளுக்கும் உள்ளாக்குகிறது. பெண்களின் வயது வளர்ச்சிக்கேற்ப, அவர்களைப் பெயரிட்டு அழைக்கும் வழக்கம் தமிழ் மக்களிடையே மிகப் பழங்காலத்திலேயே வந்துவிட்டது. பிற்காலத்தில் மிகத் தெளிவாகக் கூறப்பட்ட உலா இலக்கியங்களில் அடிக்கடி பேசப்படுகின்ற பெண்களின் ஏழு பருவங்களில் பெரும்பாலானவை சங்கப் பாடல்களிலேயே காணப்படுகின்றன. மிகச் சிறு குழந்தைகளாக இருக்கும்போது அவர்கள் பேதை எனப்படுகின்றனர். எட்டு வயது முதல் பதினொரு வயதுடைய பெண்கள் பெதும்பை எனப்படுகின்றனர்.[15] இப்பருவம் பெண்களுக்கு அதிக மாற்றங்களைக் கொடுக்கும் பருவம். தன் பிறப்பிற்கேற்ற உடல் மாற்றங்கள் தோன்றும் பருவம் இது. அத்துடன் பெண் பூப்பெய்தக்கூடிய பருவம் இதுவே. அவள் உடலில் ஏற்படும் மாற்றங்களோடு சமூகத்திலுள்ள ஏனையோரும் அவளைப் பேதையாகப் பார்த்த பார்வையை விட்டுப் பெண்மை முகிழ்க்கும் ஒருத்தியாகப் பார்ப்பதைக் காண்கிறோம். அதுவரை அவளுக்கு இருந்த சுதந்திரம் மெதுவாகக் குறைக்கப்படுகிறது. இந்த மாற்றத்தைத்தான் தெளிவாகப் பின்வரும் அகநானூற்றுப் பாடல் எடுத்துக் காட்டுகின்றது.

முலைமுகம் செய்தன முள்ளெயிறு இலங்கின
தலைமுடி சான்ற தண்தழை உடையை
அலமரல் ஆயமொடு யாங்கணும் படாஅல்
மூப்புடை முதுபதி தாக்கணங் குடைய
காப்பும் பூண்டிசின் கடையும் போகலை
பேதை அல்லை மேதையம் குறுமகள்
பெதும்பைப் பருவத்து ஒதுங்கினை புறத்தென
..........................[16]

பருவ வேறுபாட்டை, அவளின் உடலில் வெளிப்படும் மார்பகங்களின் தோற்றம், பற்களின் ஒளி, தலைமுடி போன்றவையும், தழைகளாலான பருவத்திற்கேற்ற உடையும், தோழிகள் சூழச் செல்லும் ஆர்வமும் எடுத்துக் காட்டும். மனவியல் நிபுணர்களின் ஆய்வுகள் இந்தப் பருவத்தில்தான் தாய்மை உணர்வு மெல்லத் தோன்றும் என்பதை எடுத்துக் காட்டுகின்றன. பெற்றோரையே அடுத்து வாழும் பேதைப் பருவம் மாறி, பெற்றோரை விட்டுச் சற்றே தனியாகச் சில செயல்களைச் செய்ய விரும்புவது பெதும்பைப் பருவத்திலாகும்.

சில நேரங்களில் பெற்றோர் கட்டுப்பாட்டைத் தொல்லையாகக் கூட இப்பருவத்தினர் (rejection of adult standards) கருதுவர். தமக்கென ஒரு சிறந்த தோழி இருக்க வேண்டுமென்ற தேவையை உணரும் பருவம் இது. இவர்கள் இப்பருவத்தை அடையும்போது பெற்றோரும் அவர்கள் மேலுள்ள கட்டுப்பாட்டை அதிகரிப்பர். இப்பருவத்திலுள்ள பெண்கள் வெளியில் சென்றால் நாட்டில் ஆங்காங்கேயுள்ள சிறு தெய்வங்கள் இவர்களைப் பிடித்துக் கொள்ளும் என்ற நம்பிக்கை அன்று முதல் இன்று வரை மக்களிடையே, குறிப்பாக நாட்டுப்புற மக்களிடையே இருந்து வருகின்றது. இதனால்தான் முன்னர் எடுத்துக் காட்டிய அகநானூற்றுப் பாடலில், 'மூப்புடை முதுபதி தாக்கணங் குடைய' எனத் தாய் பெண்ணைப் பார்த்துக் கூறுகிறாள். இன்றும் பூப்படையும் வயதிலுள்ள பெண்களைப் பெற்றோர் சுதந்திரமாக எங்கும் எல்லா நேரத்திலும் வெளியே விடுவதில்லை.[17] இந்த வயதுப் பெண்கள் தம் விளையாட்டுகளைத் தம் பாலின வேறுபாட்டுக்கேற்பத் தேர்ந்தெடுத்துக் கொள்கின்றனர். ஆண் குழந்தைகளும், பெண் குழந்தைகளும் வெவ்வேறு விளையாட்டுக் களையே விளையாடுகின்றனர். சிற்றிலிழைத்துப் பெண் குழந்தை விளையாட, அதைக் காலால் அழித்துச் செல்வது ஆண் குழந்தை விளையாட்டாகிறது.[18] குறும்பு செய்வது, ஆண் குழந்தையின் பிறப்புரிமையாகிறது. அதைப் பொறுத்துச் செல்வதையே பெண் குழந்தையிடம் இயல்பாகக் காண வேண்டுமென்பதைச் சமூகம் எதிர்பார்க்கிறது. இதுவே பிற்காலத்தில் கணவன் எந்தத் தவறு செய்தாலும் பெண் பொறுத்துச் செல்ல வேண்டுமென்ற சமுதாய எதிர்பார்ப்புக்கு வித்திட்டது எனக் கூறில் மிகையாகாது. இதைத்தான் பிற்கால இலக்கியமான குலசேகராழ்வாரின் பெருமாள் திருமொழியும் கூறுகின்றது.

> கண்டாரி கழ்வனவே காதலன்றான் செய்திடினும்
> கொண்டானை யல்லால் அறியாக் குலமகள்போல்[19]

எனக் கூறி நிற்கிறது. பிற்கால நூலான பெருங்கதையிலும்,

'ஆடவர்கள் அப்படித்தான் இருப்பார்கள். பெண்கள்தான் பொறுத்துப் போக வேண்டும்'[20] எனக் கூறப்படுவதும் இவ்வெண்ணத்தைத்தான் வலியுறுத்துகிறது.

சிற்றிலிழைத்து விளையாடுவது போலவே கோரையால் பாவை செய்து அவற்றிற்குத் திருமணம் செய்தும் பெண்கள் விளையாடுவர். வண்டல் மணலிலும் பாவை செய்து விளையாடுவதுண்டு.[21] ஆண் குழந்தைகள் பாவை செய்து விளையாடுவது எங்கும்

கூறப்படுவதில்லை. பெண் குழந்தைகள் இவ்வாறு விளையாடுவதன் காரணமே அவர்கள் பிற்காலத்தில் தாயாகிக் குழந்தைகளைப் பேணும் பண்பு இளமையிலேயே இவர்களுக்கு முகிழ்த்து விடுவது தான். தன் தாயைப் பின்பற்றி பாவைக்குப் பாலூட்டி விளையாடுவது முண்டு.

உறாஅ வறுமுலை மடாஅ
உண்ணாப் பாலை யூட்டுவோளே.[22]

எனப் பெதும்பைப் பருவத்துப் பெண்ணொருத்தியின் செயலை ஐங்குறுநூற்றுப் பாடல் அடிகள் சுட்டுகின்றன. தாயைப் பார்த்துப் போலச் செய்யும் இத்தகைய விளையாட்டுகள் தவிர, அலவனாட்டுதல், அம்மானை, கழங்கு போன்ற விளையாட்டுக் களையும் பெதும்பைப் பருவப் பெண்கள் விளையாடினர்.

பேதைப் பருவத்திலிருந்து பெதும்பைப் பருவத்திற்கு மாறும் காலத்திலும், திருமணத்திற்கு முன்னரும், பெண்கள் தம் தந்தை தாயார் மேற்கொண்ட தொழில்களில் உதவி செய்வதும் உண்டு. நிலத்திற்கேற்பத் தொழில் அமைந்திருந்ததால் பெண்கள் உதவிய தொழில்களும் வேறுபட்டன. நெய்தல் நிலத்திற் பிறந்த சிறுமியர் கடற்கரையில் வெயிலிற் காய வைக்கப்பட்ட மீன் உணங்கல்களைப் பருந்துகளும் காக்கைகளும் எடுத்துச் செல்லாதவாறு காவல் புரிவர். காவல் புரியாத நேரங்களில் கடலிலே மூழ்கி விளையாடுவர். பின்னர் கடலோரமுள்ள உப்புப் பாத்திகளில் ஏறி விளையாடுவர். அதன் மேல் ஏறி நின்று கடலிலிருந்து திரும்பி வரும் படகுகளை எண்ணியும் விளையாடுவர்.[23]

இதே போன்று குறிஞ்சி நிலச் சிறுமிகள் அங்கு விளைந்துள்ள தினைக் கதிர்களைக் கூட்டங் கூட்டமாக வரும் கிளிகள், குருவிகள் முதலியன கொத்தித் தின்னாது காவல் காத்து நிற்பர். இதற்காகவே கட்டப்பட்ட பரண்களில் ஏறி நின்று தழல், குளிறு, கவண் ஆகிய கருவிகளைக் கொண்டு ஒலி எழுப்புவர். இவ்வாறு காவல் காக்கும் போது பாட்டுப் பாடியும் மகிழ்வர்.[24] பாட்டிற்குத் தாளமாகக் குளிறு எனும் பறவைகளை ஓட்டும் கருவியின் ஒலி அமையும். தினைப் புனத்தில் காவல் புரியாத நேரங்களில் அங்கு மலர்ந்துள்ள வண்ணப் பூக்களைச் சேர்த்து மாலை தொடுத்துத் தம்மை அழகு செய்து கொள்வர்.

இத்தகைய வேலைகள் அவர்களுக்கு வீட்டுக்கு வெளியில் செல்லும் வாய்ப்பை அளித்ததுடன் மேற்கூறியது போல் தோழியருடன் பூக்கொய்து, நீரில் விளையாடி மகிழ்வதற்கும் வாய்ப்பை அளித்தன.

இத்தகைய நேரங்களில் இப்பெண்களுக்கு இள வயது ஆண்களைச் சந்திக்க வாய்ப்புண்டாகிறது. இயற்கையாகவே இவர்களிடையே முகிழ்த்த பால் உணர்வுகள் இவர்களை ஈர்க்க, அதன் வழிப்பட்டு, ஒன்று சேர்ந்து இன்பந் துய்க்கின்றனர். இத்தகைய இன்பம் முன்னர் அறியாத உணர்வை அளித்ததால் மேலும் மேலும் அத்தகைய அனுபவங்களைப் பெற முயல்கின்றனர். சங்க காலத்தில் பெண்கள் சுதந்திரமாக இருந்தனர். அவர்கள் தம் கணவரைத் தாமே தேர்ந்தெடுக்க முடிந்தது என்ற பொதுவான எண்ணத்தை வரலாற்றாசிரியர்கள் இன்றைய ஆய்வாளர்களிடையே உருவாக்கியிருக்கின்றனர். ஆனால், இது முற்றிலும் உண்மை நிலை அல்ல.

இளம் ஆண்களும் பெண்களும், முன்னர் கூறியது போல் காதல் வயப்பட்டமை உண்மை நிலையெனினும் காதலை நிலைநிறுத்தத் திருமணம் என்ற சமூக ஒப்பந்தத்தைக் கொள்ள வேண்டுமென இன்றைய சமூகம் போல் அன்றைய சமூகமும் மிகவும் எதிர்பார்த்தது. காதல் கொண்ட இருவர் சேர்ந்து வாழ்வதற்கான திருமணம் என்ற ஒப்பந்தத்தை மேற்கொள்வது உடனடியாக நடந்துவிடவில்லை. இவ்வாறு காதல் கொண்ட காலத்திற்கும் திருமணத்திற்கும் இடைப்பட்ட காலப் பகுதியையே இலக்கிய ஆசிரியர்கள் களவுக் காலம் என்கின்றனர்.

ஒருவனும் ஒருத்தியும் காதல் கொள்வதையும் அக் காதலை வளர்த்துக் கொள்வதையும் பெரும்பாலும் தொடக்க நிலையில் பெற்றோர் அங்கீகரிக்கவில்லை. அவர்கள் வாழ்ந்த சமூகமும் அதை ஏற்றுக்கொள்ளவில்லை. பெற்றோரும் சமூகமும் ஏற்றுக் கொள்ளும் ஒரு சமுதாய நிலை அக்காலத்தில் இருந்திருந்தால் இரவுக்குறி, பகற்குறி போன்ற குறிகளுக்கும், வரைதல் வேண்டுதல், அம்பல், அலர், உடன்போக்கு போன்ற நிலைகளுக்கும் களவில் இடம் இருந்திருக்காது.

பெண்களுக்குத் துணையாக அவர்கள் வயதுத் தோழியர் மட்டுமே சேர்ந்துள்ளனர். இவர்களே பிறரறியாது காதல் வயப்பட்ட இருவரைச் சேர்த்து வைக்க முயன்றுள்ளனர். பெண்ணிற்கு அவளுடைய தாய் தவிர, செவிலித் தாய் என்னும், அவளை வளர்க்கும் பணி மேற்கொண்ட தாயும் இருந்திருக்கின்றாள். இச்செவிலித் தாயின் பெண்ணே தலைவியாகிய பெண்ணுக்குப் பெரும்பாலும் தோழியாகிறாள்.

பெண்கள் தம் காதல், திருமணத்தால் சமுதாயத்தில் நிலைநிறுத்தப் படும்வரை அவர்கள் மிகவும் மனக் கலக்கத்துடனேயே வாழ்ந்துள்ளனர். காதலில் மனத்தளவில் மட்டுமன்றி, உடலளவிலும் கலந்து கொண்டபடியால் இந்தக் கலக்கம் அதிகமாயிற்று. அவர்கள்

வயதும், உலக அனுபவம் நிறைந்த வயதல்ல. எங்கே தன் பெண் தன்னையறியாது பிறர் வசப்பட்டு விடுவாளோ என்ற கவலையும் பெண்ணைப் பெற்ற தாய்மார்களிடையே இல்லாதிருக்கவில்லை. தாயானவள் பெண்ணை, அவளுடைய செயல்களை, மிகக் கூர்மையாகக் கவனித்துக் கொள்வாள்.

சில சமயங்களில் நேரில் கேட்காது, தனது மகளின் உடலில், அவள் செயல்களில் காணும் மாற்றங்களைக் கண்டு, மறைமுகமாகப் பெண்ணைக் கேட்பதும் உண்டு. இதற்கு நல்ல சான்றாக நற்றிணைப் பாடல் ஒன்று அமைகிறது.[25] பெண்ணின் காதலன் அவளை வந்து கூடிச் செல்கிறான். இதனால் இவள் மேல் ஏற்பட்ட புது மணம் வண்டுகளை ஈர்க்கின்றது. அவள் தோளில் வண்டுகள் மொய்க்கின்றன. இதைப் பார்த்த பட்டறிவுடைய தாய் சந்தேகப்படுகிறாள். மகளைக் கண்களால் கொல்வது போல் பார்த்துக் கொண்டே, 'இவ்வாறு உன்னை முன்னரும் வண்டுகள் மொய்த்ததுண்டா?' எனக் கேட்கிறாள்.

விடை கூறத் தயங்கிய பெண் அருகில் நிற்கும் தோழியைப் பார்க்கிறாள். தோழி நிலைமையைச் சமாளிக்கின்றாள். வண்டு வந்து மொய்த்ததற்குப் பிறிதொரு காரணம் கற்பிக்கின்றாள். 'தாயே! அடுப்பில் சந்தன விறகு போடப்பட்டுள்ளதல்லவா? அதனால்தான் அங்குள்ள தேனீக்கள் இங்கு வந்து இவளுடைய தோளில் மொய்க்கின்றன' என்று பொய் கூறிக் காதல் வயப்பட்டுக் காதலனுடன் கூடிய பெண்ணைத் தாயிடமிருந்து காப்பாற்றுகிறாள்.

இவ்வாறு காதல் வயப்பட்டு நிற்கும் நிலையை வட நாட்டார் கூறும் காந்தருவத் திருமணத்தோடு ஒத்த திருமண நெறி என்று இலக்கியங் களுக்கு இலக்கணம் வகுத்தோரான தொல்காப்பியர் கூறுவர்.[26] அக்கால மணங்களை எட்டு வகையாகப் பிரித்து அவற்றைப் பிரமம், பிரசாபத்தியம், ஆரிடம், தெய்வம், காந்தருவம், அசுரம், இராக்கதம், பைசாசம் என விளக்குவர். இவற்றின் விளக்கமும் நடைமுறை நிலைகளும் இரண்டாவது இயலான பெண்ணும் திருமணமும் என்ற பகுதியில் விரிவாக விளக்கப்பட்டுள்ளன.

பெண்ணொருத்தி ஓர் ஆடவன்மீது காதல் வயப்பட்டு விட்டாள் என்ற செய்தி அவர்கள் வாழும் ஊரில் பரவிவிட்டால் அது ஒரு ஏற்படக்கூடாத உறவு என்பது போல் ஊர் மக்கள் பேசுவர். இதையே இலக்கியத்தில் அலர் என்பர். இவ்வாறு அலர் எழுந்தால் அது பெண்ணுக்கு மட்டுமின்றி அவள் பிறந்த குடிக்கும் துன்பத்தைக் கொடுப்பதாய் அமையும். அத்துடன் பகலிலும் (பகற்குறி), இரவிலும் (இரவுக்குறி) பெண்ணும் ஆணும் சந்திக்கும் வாய்ப்புகள் இதனால் குறைகின்றன. பொதுவாக இந்தியச் சூழலில் பாலுறவு

குறித்து தடைகள் பல சமுதாயத்தில் இருந்து வந்துள்ளன. அது ஒரு வெட்கத்திற்குரிய செயலாகவே குழந்தைப் பருவத்திலிருந்து நோக்கப்பட்டுள்ளது. அதுவும் திருமணத்திற்கு முற்பட்ட பாலுறவு சமூகத்தால் அன்றும் இன்றும் ஏற்கப்படவில்லை. சிறு வயது முதலே இந்த உணர்வும், சமுதாயக் கட்டுப்பாடுகளும் மனதில் கொள்ளப்படுவதால், குறிப்பாகப் பெண்களிடையே ஒரு வித அச்சம், நாணம், முன்னர் அவளுக்கு அறிவுறுத்திய நம்பிக்கை களைக் கைவிடாது பின்பற்றும் மடம் ஆகியவை, ஒரு ஆடவனைக் காதலுடன் அணுகும்போது ஏற்படுகின்றன.

இவை ஒரு குறிப்பிட்ட சூழலில் பெண்களிடம் உருவாகும் உணர்வுகளாகும். இதையே பின்னர் தொல்காப்பியர்,

> அச்சமும் நாணும் மடனும் முந்துறுதல்
> நிச்சமும் பெண்பாற்குரிய என்ப[27]

எனத் தனது களவியலில் கூறுகிறார். இவை மூன்றும் பெண்களிடம் தோன்றும் உணர்வுகளே. ஆனால், காலப் போக்கில் இலக்கிய ஆசிரியர்கள் இவற்றைப் பெண்களின் குண நலன்களாகப் பேசுவதுடன் அவற்றைப் பெண்களுக்கு இருக்க வேண்டிய இன்றியமையாப் பண்புகளாகக் கொண்டு அவற்றை வற்புறுத்தியுள்ளனர். இதனால், ஒரு குறிப்பிட்ட நேரத்தில் அதாவது ஆணைக் காதல் வயப்பட்டு அணுகும்போது ஏற்படக் கூடிய உணர்வுகள், பிற்கால இலக்கிய ஆசிரியர்களால் ஏனைய சூழ்நிலைகட்கும் வலியுறுத்தப்பட்டு, அவை பெண்ணின் நிரந்தரப் பண்புகளாகக் கொள்ளப்பட்டன.

சங்க காலத்தில் கூறப்பட்ட அச்சம், மடம், நாணம் ஆகிய மூன்று உணர்வுகளில் அச்சமும், நாணமும் முன்னர்க் கூறியது போல சில நேரங்களில் மட்டுமே பெண்ணின் மனதில் எழும் உணர்வுகள். மடம் என்பது பெண் தன்னைப் பயிற்றிக் கொள்ளும் பான்மை. பிற்கால இலக்கிய ஆசிரியர்கள் இம்மூன்றுடன் பயிர்ப்பு என்ற இன்னொரு குணநலனையும் சேர்த்துக் கொண்டனர். முன்பு பார்க்காத ஒன்றைப் பார்க்கும்போது மனதில் எழும் உணர்வைப் பயிர்ப்பு என்பர்.[28] இதையும் சேர்த்துப் பெண்மையின் உயர் பண்புகளாக மேற்கூறிய நான்கும் பாராட்டப்பட்டன.

ஆனால், ஆண்களால் பெண்ணிற்குரிய பண்புகளாகப் பாராட்டப் பட்ட இப்பண்புகள், பெண்ணிற்குத் தயக்கத்தையும், வேண்டிய வற்றைக் கூடக் கூறமுடியாத தன்னம்பிக்கையற்ற தன்மையையும் வளர்த்து விட்டதோ என்ற எண்ணம் ஆய்வு நோக்கில் தோன்றத்தான் செய்கிறது.

காதல் வயப்பட்ட இளம் பெண்ணின் உடல் நிலையில் எழும் மாற்றங்கள் பல சமயங்களில், தாயின் கவனத்திற்கு வரும்போது அதற்குரிய காரணங்களை அறிவதில் தாய் ஏமாந்து விடுவதுமுண்டு. தமிழ் மக்களிடை இன்றும் சில பகுதிகளில் நிலவி வரும் நம்பிக்கையான 'தெய்வம் பிடித்தல்' என்ற எண்ணமே தாய் மனதில் முதலில் தோன்றுகிறது. இந்த உண்மையை அறியக் கட்டுச் சொல்லும் கட்டுவிச்சிப் பெண்ணையோ, கழங்கு பார்ப்பவர்களையோ, வெறியாடும் தேவராட்டியையோ, வேலனையோ அணுகுகின்றாள். முருகன் எனும் தெய்வம் தன் பெண்ணை ஆட்கொண்டு விட்டான் என நினைத்து அவன் பிடியினின்று அவள் விடுபடுவதற்காக வேண்டியவற்றை அத்தாய் மேற்கொள்கிறாள்.

வெறியாடலுக்கு முன்புள்ள நிலையாகக் கட்டுக்கேட்டல் நடைபெறும். இந்த நிகழ்ச்சியை நிகழ்த்துபவளாக முதுவாய்ப் பெண்டிர்,[29] அகவன் மகளிர்,[30] செம்முது பெண்டிர்,[31] அறியுநர்[32] எனக் கூறப்படும் கட்டுவிச்சி அமைகிறாள். கட்டுவிச்சி முறத்தில் நெல்லையோ, பிரப்பரிசியையோ வட்டமாகப் பரப்பி, அவற்றின் எண்ணிக்கையை எண்ணி, நடந்ததன் குறியைக் கூறுவதாக இது அமைகிறது. இவை தமிழ் மக்களிடையே வழங்கிய நம்பிக்கைகளைச் சார்ந்த வழக்கமாகும்.

தலைவனைக் காணாது மனமும் உடலும் சோர்ந்த பெண்ணின் உடலில் பசலை எனும் தேமல் படர்வதாகச் சங்கப் பாடல்கள் பல எடுத்துக் கூறினும், இச் சொல்லின் உண்மையான தோற்றம் தெளிவுறத் தெரியவில்லை. ஒருகால் ஊண் உறக்கமில்லாது மனம் வருந்தும் பெண்ணின் உடல் ஆற்றல் குன்றிய வெளிறிய நிலையை (anaemic) இது குறிப்பதாகலாம்.

அவள் இளைத்த தோற்றத்தால் கைவளை நெகிழ்கிறது. இந்த உடல் மாற்றந்தான் பெண்ணின் தாயை வருத்துகிறது. முருகன் என்ற தெய்வம் பிடித்துக் கொண்டு விட்டதோ என்ற பயத்தினாலேயே தாய், முருகனுக்கு வெறியாடும் தேவராட்டியையோ, வேலனையோ, அணுகுகிறாள். வெறியாடும் வேலன் முருகனுக்குப் பலியாகப் பல்வேறு பொருள்களையும் ஆட்டுப் பலியையும் படைத்து, முருகனின் அருளைப் பெற்று முருகனே பெண்ணை அணங்கினான் எனக் கூறுவான். இன்றும் கிராமப் புறங்களில் பல்வேறு சூழல்களில் 'பேயோட்டுதல்' எனக் கூறி வெறியாடுவதைக் காண முடிகிறது. இத்தகைய வெறியாடல் முருகனைத் தெய்வமாகக் கொண்ட குறிஞ்சி நிலப் பாடல்களிலேயே பேசப்படுகிறது. வெறியாடும் நேரம் நடு இரவாகவே (நடுநாள்) இருக்கும்.[33] ஓலையால் வேய்ந்த

களத்தில் சில சமயங்களில் குறமகளிருடன் சேர்ந்து ஆடிப் பாடி வேலன் வெறியாடுவான். ஊர் மன்றத்திலும்[34] முன்றிலிலும்[35] வீட்டிலும்[36] கூட இந்த வெறியாடல் நடைபெறும்.[37] இவ்வித வெறியாட்டம் ஆண் மகனுக்காக மேற்கொண்ட செய்திகள் எந்த நூலிலும் காணப்படவில்லை.

ஒரு பெண்ணிற்குத் தன் காதல் குறித்துத் தாயிடம்கூடச் சொல்ல முடியாத ஒரு சூழலே சங்கப் பாடல்களில் காணப்படுகிறது. தாயின் துயரமோ தனது பெண்ணிற்கிருந்த முன்னைய அழகு மீண்டும் வந்து அவள் மகிழ்ச்சியாக இருக்கவேண்டும் என்பதே.[38] தோழிக்கும் தலைவிக்கும் தாயின் துயரம் மனதில் உறுத்துகிறது. அவளிடம் உண்மையைச் சொல்லாமல் விடுதல் தகுந்ததல்ல என்ற குற்றஉணர்வும் அவர்களிடையே மேலிடுவதைக் காண முடிகிறது.[39] அதே நேரத்தில், தாய் ஒழுங்கு செய்த வெறியாட்டம் பயனற்றது என்றும், வெறியாடும் வேலன், முருகன் என்ற தெய்வம் வருந்தியதால் தான் பெண் உடல் அழகு குன்றி, மெலிந்து காணப்படுகிறாள் என்று கூறுவது தவறென்றும் அவர்களுக்குத் தெரிகிறது. அதனால்தான் அவனை 'அறியா வேலன்',[40] 'ஏதில் வேலன்'[41] என்றும் கட்டுக் கூறும் முதுவாய்ப் பெண்டிரை 'பொய்வல் முதுவாய்ப் பெண்டிர்'[42] என்றும் தலைவியும் அவளுடைய தோழியும் கூறும் கூற்றுக்களைச் சங்கப் பாடல்களிற் காண்கிறோம். அது மட்டுமன்றி வெறியாட்டை ஏற்றுக்கொள்ளும் முருகக் கடவுளைக்கூட மன வெறுப்பில் வேடிக்கை செய்யும் உள்ளப் பாங்கையும் பெண்கள் பெற்றுவிடுகின்றனர்.

ஒரு பெண்ணின் தோழி முருகனைப் பார்த்து, 'இந்தப் பெண்ணின் துன்பம் நீ அவளைப் பிடித்ததால் அல்ல; மலை நாடன் மேல் காதல் வயப்பட்டதால் ஏற்பட்டது என நீ அறிந்தும், கடம்ப மாலை சூடிக் கொண்டு வேலன் வேண்டிக் கொள்ள இங்கு வந்திருக்கிறாயே! நீ கடவுள் என்றாலும் திண்ணமாக நீ அறியாமை வயப்பட்ட ஒருவனே' என வேடிக்கையாகத் தலைவியின் நிலையைப் பற்றிக் கூறுவதைப் பின்வரும் நற்றிணைப் பாடலில்[43] காண முடிகிறது.

> கடவுட் கற்சுனை யடையிறந் தவிழ்ந்த
> பறியாக் குவளை மலரொடு காந்தட்
> குருதி யொண்பூ வுருகெழக் கட்டிப்
> பெருவரை யடுக்கும் பொற்பச் சூர் மக
> ளருவி யின்னியத் தாடு நாடன்
> மார்புதர வந்த படர்மலி யுருநோய்
> நின்னணங் கன்மை யறிந்து மண்ணாந்து

கார்நாறுங் கடம்பின் கண்ணி சூடி
வேலன் வேண்ட வெறிமனை வந்தோய்
கடவு ளாயினு மாக
மடவை மன்ற வாழிய முருகே.

ஆண்கள் பெண்களைக் கூடி மகிழ்வதில் பெருவிருப்புடையவராக இருந்தனர். ஆனால், பெண்களோ அவர்களைத் திருமணத்தின் முன்னர் கூடிய செய்தி, உலகம் அறிந்தால் அது பழி தூற்றுமேயென வேதனைப்படுகின்றனர். பெண்ணினது களவொழுக்கத்தை ஊர் அறிந்தால் அவளைப் பழி தூற்றும்.[44] பெண்ணை வீடறியாது, ஊரறியாது கூடி மகிழ்ந்த ஆண், பெண்ணினுடைய வீட்டிற்குப் பக்கமாக வரும்போது பெண்ணின் தோழி அவன் இருப்பதை அறியாதவள் போல, பெண்ணிடம் விரைவில் அவன் மணப்பதற்காய முயற்சிகளை எடுக்கவேண்டும் என்று கூறுவதும், பெண் தோழியிடம், 'என் உடல் மெலிந்த நிலை கண்டு வெறியாட்டு நிகழ்த்தினாள் தாய். ஆனால், என் மெலிந்த உடல் இன்னும் மெலிந்து கொண்டே போவதால் ஊரறிந்து என்னைப் பழி தூற்றப் போகிறதே' என்று துன்பப்படுவதும் பொதுவாகக் காணப்படும் நிகழ்ச்சிகளாக இருந்திருக்கின்றன.

கூடி மகிழ்ந்த போது, ஆண் பெண்ணிற்குக் கொடுத்த வாக்கு நடக்காது போவதும் உண்டு. எத்தனையோ பெண்கள், 'என்னைக் காப்பாற்றக் கூடியவன் அவன் ஒருவன்தான்' எனத் தாம் சேர்ந்த ஆடவனை எண்ணி வெதும்பி அலறியதும் தெரிய வருகின்றது.[45] இரவிலும் பகலிலும் காதல் ஆர்வத்தில் சேர்ந்த பெண்களை, இடையில் ஆடவர் விட்டுச் சென்றதும் உண்டு. இந்நிலையில் மனம் சோரும் ஒரு பெண்ணின் நிலையைப் பின்வரும் பாடல் தெளிவாக எடுத்துக் காட்டுகிறது.

யாரும் இல்லைத் தானே கள்வன்
தான்அது பொய்ப்பின் யான்எவன் செய்கோ
தினைத்தாள் அன்ன சிறுபசுங் காஅல
ஒழுகுநீர் ஆரல் பார்க்கும்
குருகும் உண்டுதான் மணந்த ஞான்றே[46]

'நான் அந்த ஆணைச் சேர்ந்தபோது அவ்விடத்தில் வேறு யாருமேயில்லை. அவனே, அவன் கொடுத்த வாக்குப் பொய்க்கும் படியாக நடந்துவிட்டான் என்றால், யான் என்னதான் செய்வேன். யாம் இருவரும் ஒன்று சேர்ந்தபோது ஒரே ஒரு நாரைதான் அந்த இடத்தில் இருந்தது (அது சான்று கூறாது). இந்தச் சூழலில் நான் என்ன செய்ய முடியும்?' என்று தனது துன்ப நிலையைத்

தோழியிடம் கூறி மனம் நோகிறாள் அந்தப் பெண். அவள் தன் காதலனைச் சேர்ந்ததையே மணம் என்ற சொல்லால் குறிப்பிடுவது இங்கு நோக்கற்குரியது. பெண்களுடைய இத்தகைய துயரங்கள் சமுதாயத்தில் மலிந்ததால்தான் போலும், தொல்காப்பியர் தனது தொல்காப்பியத்தில்,

பொய்யும் வழுவும் தோன்றிய பின்னர்
ஐயர் யாத்தனர் கரணம் என்ப[47]

என்று கூறுகின்றார். அதாவது பொய்யும் தவறுகளும் சமுதாயத்தில் தோன்றிய பின்னர், சமுதாயத்தில் உயர்ந்தோர் கரணங்களை ஆக்கினர் எனத் தொல்காப்பியர் விளக்குகின்றார். இந்நிலை அக்காலத்தில் மக்களிடை இன்றியமையாத நிலையாக அமைந்ததால் தான் போலும் இந்தச் சூத்திரத்தை தொல்காப்பியர் தனது கற்பியலின் நான்காவது நூற்பாவாக வைத்துக்கொண்டார். இதற்கு முந்திய நூற்பாவில் கற்பு என்பதை,

கற்பெனப் படுவது கரணமொடு புணரக்
கொளற்குரி மரபிற் கிழவன் கிழத்தியைக்
கொடைக்குரி மரபினோர் கொடுப்பக்கொள் வதுவே[48]

என்று விளக்குகிறார். அதாவது, ‘கற்பு என்று சொல்லப்படுவது கரணம் என்பதுடன் கூட (சில செயல்பாடுகளுடன்கூட), ஒரு பெண்ணைக் கொடுக்கக் கூடிய மரபுகளை உடையவர்கள் கொடுக்க, கொள்ளக் கூடிய மரபு உடையவர்கள் கொள்வதேயாகும்’ என்கிறார் தொல்காப்பியர். இது பற்றி விளக்கமாகப் பின்னர் திருமணத்தைப் பற்றிக் கூறும் பகுதியில் விளக்கப்பட்டுள்ளது.

பெண்கள் தாம் விரும்பிய ஆடவனைச் சேர்ந்தாலும், அவர்களுக்குத் திருமணம் என, பலரறிய ஒன்று சேரும் நிகழ்ச்சி நடந்த பின்னர்தான் அவர்களின் காதல் ஊராரால், சமுதாயத்தால் ஏற்றுக் கொள்ளப் படுகிறது. திருமணத்திற்கு முன்னர் ஆணும் பெண்ணும் உடலுறவு கொண்டமைக்குச் சங்கப் பாடல்கள் பல சான்று பகர்கின்றன.[49]

இவ்வித உறவுகளைக் கொண்ட பெண்களைப் பழித்துப் பேசும் பான்மை அன்று முதல் இன்றுவரை தமிழ்ச் சமுதாயத்தில் தொடர்ந்து நிலவி வருவது நோக்குதற்குரியது.[50] திருமணத்தை விரைவுபடுத்த பெண்ணோ, அவளது தோழியோதான் முயல்கின்றனர். ஆடவர் முயல்வது எங்கும் பேசப்படவில்லை. சங்க காலத்தை அடுத்த காலங்களிலும் ஊரில் ஒரு பெண்ணைப் பற்றி எழும் அலர் எனும் பழிச்சொல் அப்பெண்ணின் வாழ்க்கையையே மாற்றியமைக்கத்

தக்க வல்லமையுடையதாக இருந்திருப்பதை வரலாற்றில் காணமுடிகிறது.

மணிமேகலை என்ற பௌத்த காப்பியத்தில், விசாகை என்ற பெண் தனது மாமனாகிய தருமதத்தனுடன், 'யாழோர் மண வினைக்கு ஒத்தாள்' என்று ஊர் கூறும் அலரைக் கேட்டு, அவள் துன்பமுற்றாள். ஊர் கூறும் பழியை விலக்க அவள் கந்திற்பாவை என்ற தெய்வீகப் பாவையின் உதவியை நாடினாள். அந்தப் பாவையும் அவள் கற்புடைய பெண்ணே என்று உரைத்ததால், அவள் துயரொழிந்தது. அது மட்டுமன்றி அவள் தன் வாழ்நாள் முழுமையும் திருமணம் செய்யாது கன்னி மாடத்திலேயே வாழ்ந்தாள் என்பதும் குறிப்பிடத்தக்கது.[51] இவ்வாறு ஊரில் ஒருத்தி ஒருவனுடன் திருமணத்தின் முன்னர் உடலுறவு கொண்டாள் என்று தெரிந்தால், அப்பெண் தன் வாழ்க்கை முழுமையிலுமே துன்பப்படும் நிலைமை உருவாகி விடுவது இந்திய சமுதாயத்தில் இன்னமும் மறைந்துவிடவில்லை. சில சமயங்களில் பெண்ணை ஊரில் எழுந்த அலரைக் கேட்டுத் தாய் கோபத்தால் அடிப்பதும் உண்டு.[52]

அன்றும் இன்றும் இத்தகைய ஊர்ப் பழி ஒரு பெண்ணிற்கு உண்டாகிவிட்டால், அவள் வீட்டிலிருந்து வெளியே செல்வதைத் தாய் பல வகையிலும் தடுப்பது வழக்கமாக இருந்திருக்கின்றது. இதனைச் சங்கப் பாடல்கள் இற்செறிப்பு என்று கூறுகின்றன. இச்சூழல்களில் பெண்ணிற்கு மன உளைச்சல் அதிகமாக இருந்திருக்கிறது. அன்புக்குரிய தலைவனையும் பார்க்க முடிவதில்லை. அதே நேரத்தில் அவனும் சமுதாய அங்கீகாரம் பெற்ற திருமணத்தைப் பற்றிய பேச்சை அவளிடமோ தோழியிடமோ பேச முனையவில்லை. இந்த நிலையில் வரைவு வேண்டித் தலைவன் வரவேண்டும் எனத் தலைவி எதிர்பார்த்து நிற்கிறாள். தலைவியைச் சந்திக்க வந்த தலைவனிடம் இனித் தலைவியை மணந்து கொண்டால்தான் அவளைப் பார்க்கமுடியும் என்ற நிலையைத் தோழி உணர்த்துகிறாள்.

இவ்வாறு திருமணத்திற்காக வரைவு கடாவுதலை மேற்கொள்ளாமல், சில நேரங்களில் ஆணும் பெண்ணும் பிறரறியாமல், பெற்றோரைப் பிரிந்து சென்று, தனியாக வாழ்க்கை நடத்துவதுமுண்டு. இவ்வாறு செல்வதை இலக்கிய ஆசிரியர் உடன்போக்கு எனக் கூறுவர். இத்தகைய உடன்போக்கிற்குத் தோழியும் துணை நிற்பதுண்டு. இவ்வாறு ஒரு ஆடவனுன் உடன் சென்ற பெண்ணினது பெற்றோர், அவர்களைப் பார்த்துத் தம்முடன் கூட்டிவந்து முறைப்படி திருமணம் செய்து வைக்க முயல்வதும் உண்டு. பல நேரங்களில்

பெண்ணின் பெற்றோருக்கு இத்தகைய உடன்போக்கு வேதனையைத் தான் அளித்திருக்கிறது. ஒன்று, 'அவள் சிறு பருவத்தினள்; உலக அறிவு இல்லாதவள்; அவள் எவ்வாறு தனித்து வாழப் போகின்றாள்' என்ற அச்சம்.[53] மற்றொன்று, 'ஊரில் உள்ள ஏனையோர் தம் மகள் ஒரு ஆடவனுடன் உடன் போய் விட்டதை எவ்வாறு பேசுவார்களோ' என்ற அச்சம். ஆனால், பெண்ணிற்கும் பெண்ணின் தோழிக்கும் ஊரில் பேசும் அலரை விடத் தலைவனுடன் சேர்ந்துவிட வேண்டும் என்பதே முதன்மையான எண்ணமாக இருந்திருக்கிறது. பெண்ணிற்கு அவள் காதலனுடன் உள்ள உறவைப் பற்றி ஊர் பேசும் பேச்சு அவள் அவனுடன் சென்று விட வேண்டும் என்ற எண்ணத்தைத் தூண்டுகிறது. இந்நேரங்களில் அவள் தோழி, அவளைக் 'காதலனுடன் போய் விடு' எனத் தூண்டுவதும் உண்டு. இது தவிர ஊரின் அலரை வெறுத்தொதுக்கி உடன்போக்குப் போகும் செய்திகளும் உண்டு.

> சிலரும் பலருங் கடைக்க ணோக்கி
> மூக்கி னுச்சிச் சுட்டுவிரல் சேர்த்தி
> மறுகிற் பெண்டி ரம்ப றூற்றச்
> சிறுகோல் வலத்த ளன்னை யலைப்ப
> வலந்தனென் வாழி தோழி கானற்
> புதுமலர் தீண்டிய பூநாறு குரூஉச்சுவற்
> கடுமான் பூண்ட நெடுந்தேர் கடைஇ
> நடுநாள் வரூஉ மியறேர் கொண்கனோடு
> செலவயர்ந் திசினால் யானே
> யலர்கமந் தொழிகவிவ் வழுங்க லூரே

மேற்கூறிய நற்றிணைப் பாடலில்[54] ஒரு பெண்ணின் தோழி கூற்று வாயிலாக உடன்போக்கைப் பெண் விரும்புவது கூறப்படுகிறது. கூட்டங் கூட்டமாகப் பெண்கள் மூக்கில் விரலை வைத்து ஒரு பெண்ணின் காதல் பற்றிப் பேசுகின்றனர். இந்தப் பேச்சுகளைக் கேட்டு அவள் தாய், பெண்ணைக் கோலால் அடிக்கின்றாள். இந்நிலையைக் கண்டு வருந்தும் தலைவியின் தோழி, 'நீ உன் காதலனுடன் சென்றுவிடு. இந்த ஊரில் உள்ளவர்கள் அலரைப் பேசிக்கொண்டு நிற்கட்டும்' என்று கூறி, அப்பெண்ணைத் தலைவனுடன் உடன்போகச் செய்ய முனைகிறாள். இங்கு பெண்களின் துணிச்சலான முடிவு நோக்கத் தக்கது. ஆனால், அலரை எண்ணி அஞ்சும் பெண்களும் பலர் இருந்திருக்கின்றனர். 'யானை மிதித்த பழம் போல் என் மனம் வருந்தும்படி ஊரார் அலர் பேசுகிறார்கள்' எனப் பயந்து துயருறுகிறாள் ஒரு பெண்.[55] பெண்கள் ஆண்களுடன் சேர்ந்து திருமணத்திற்கு முன் ஊரறியாது, உறவறியாது

சென்று விட்டாலும், ஆண் கை விட்டு விடுவானோ என்ற அச்சம் அவர்களுக்கு இல்லாதிருக்கவில்லை. இதனால்தான் தோழியொருத்தி ஆணிடம் பின்வருமாறு கூறுகிறாள்.

அண்ணாந் தேந்திய வனமுலை தளரினும்
பொன்னேர் மேனி மணியிற் றாழ்ந்த
நன்னெடுங் கூந்த னரையோடு முடிப்பினு
நீத்த லோம்புமதி பூக்கே ழூர
வின்கடுஞ் கள்ளி னிழையணி நெடுந்தேர்க்
கொற்றச் சோழர் கொங்கர்ப் பணீஇயர்
வெண்கோட் டியானைப் போஒர் கிழவோன்
பழையன் வேல்வாய்த் தன்னநின்
பிழையா நன்மொழி தேறிய விவட்கே[56]

'உன்னுடைய பிழைபடாத நல்ல சொல்லை, உண்மையென நம்பி உன்னுடன் வருகின்ற இவளை, இவள் அழகிய முலைகள் வயதான காலத்தில் தளர்ந்தாலும், நீண்ட கூந்தல் நரைத்து விட்டாலும், கைவிடாது காப்பாற்று' என வேண்டி நிற்கிறாள் தோழி.

இவ்வாறு ஒரு பெண், ஆணுடன் யாருமறியாது உடன் சென்று விடுவது பெற்றோருக்குக் குறிப்பாகத் தாய்க்கு எந்த நிலையிலும் மகிழ்ச்சியை அளித்ததாக எங்கும் குறிப்பில்லை. அவள் மனத் துயரமே பலவாறு எடுத்துக் காட்டப்படுகிறது.

ஒரு தாய், 'நான் என் பெண்ணின் கூந்தலில் சாதாரண வாசனையை விடச் சிறப்பான ஒரு வாசனை வருவதை உணர்ந்து அவளிடம் அது பற்றிக் கேட்டேன். அவளோ சரியான பதிலளிக்கவில்லை. நானோ அவளை நன்கு தெரிந்து வைத்திருந்தும், ஊரில் அவளைக் குறித்து எழுந்த அலரைப் பற்றிக் கேட்டும், அவளைப் பாதுகாக்காமல் விட்டு விட்டேன். இது என் குற்றம்தான்' என்று வேதனைப் படுகிறாள்.[57] 'என் பெண் எதுவுமே அறியாதவள். நேற்றுவரை நானும் அவளுடைய செவிலித் தாயும் தேனோடு கலந்த பாலை ஊட்டவும் உண்ணாது அழுது கொண்டிருந்தாள். இன்று அவள் யாரோ ஒருவனுடன் அவன் பொய் மொழியைக் கேட்டு சென்று விட்டாளே! அவள் எப்படித்தான் இல்லறம் நடத்தப் போகின்றாளோ தெரியவில்லை' என வெம்பி மாய்கிறாள் இன்னொரு தாய்.[58]

'எனக்கு ஒரேயொரு பெண்தான் இருந்தாள். அவளும் நேற்று ஒருவனோடு போய்விட்டாள். நீங்களோ (அயலார்) என்னை ஆற்றியிருக்கச் சொல்லிக் கூறுகிறீர்கள். நான் எவ்வாறு இத்துன்பத்தை அடக்கிக்கொள்வேன்? நான் இனி என்னதான்

செய்வேன்? எனது கண்ணின் பாவையே வெளியில் வந்தது போன்றவள் அவள். அவள் விளையாடிய நொச்சிப் பூவையும் திண்ணையையும் பார்த்தால் என் உள்ளம் வெந்தழிகிறதே' என விம்முகிறாள் வேறொரு தாய்.[59]

'செழுமை மிக்க மாளிகையில் எம்மை விட்டு எவனோ ஒருவன் பொய்ச் சொல்லைக் கேட்டு அவனுடன் நெடுந்தூரத்திலுள்ள நாட்டிற்கு என் பெண் சென்று விட்டாள் என்று அச்செய்தியைக் கேட்டு அவளைத் தேடிச் செல்லும் நிலைக்கு நான் ஆளாகும் முன்னரே என்னைப் பெரிய கரிய, பானைக்குள் போட்டுப் புதைக்கச் செய்யாத அந்தக் கூற்றுவன், அந்தப் பெரிய பானையுள் புதைக்கப் படுவானாக' என இறப்பின் தெய்வமான இயமனைத் திட்டுகிறாள் இன்னொரு தாய். இங்கு பெண்ணின் உடன்போக்கிற்குப் பின்னர் உயிர் வாழ்வதையே விரும்பாத தாயர் உணர்வுகளை நாம் காண்கிறோம்.[60]

தன்னுடய பெண்ணைப் பொய்மொழி கூறி உடன் கொண்டு சென்ற அந்தக் கொடிய புதல்வனை ஈன்ற தாயும் துன்பத்தை அடையட்டும் என்று சாபமிடும் இன்னொரு தாயையும் நாம் காண்கின்றோம்.[61]

பெண் உடன் செல்லும்போது அவளுடைய வயது மிகக் குறைவாக இருந்ததாகவே தெரிகிறது. அவள் தனது விளையாட்டுப் பருவத்தைக் கடக்காத ஒரு நிலையையே காண முடிகிறது. இவ்வாறு பெண் தான் விரும்பியவருடன் சென்று விட்டாலும் பல முயற்சிகள் செய்து அவர்களைத் தேடிக் கண்டுபிடிப்பதில் பெற்றோர், குறிப்பாகத் தாய், செவிலித் தாய் போன்றோர் ஈடுபடுகின்றனர். பெண்ணையும் அவள் காதலனையும் மீட்டுக் கொண்டு வந்து அவர்களுக்கு ஓர் சமூக ஏற்புப் பெற்ற திருமணச் சடங்கினைச் செய்வதும் உண்டு.

திருமணம் என்று பலரறியச் செய்யும் இத்தகைய சடங்கு நிகழ்வதற்கு முன்னர் பெண் அதுவரை அணிந்திருந்த சிலம்பைக் களைதல் ஒருவகைச் சடங்காக இருந்திருக்கின்றது. இவ்வாறு சிலம்பு களைதலைச் 'சிலம்பு கழிதல்' எனச் சங்கப் பாடல்கள் கூறுகின்றன. இச்சடங்கு பெண்ணின் வீட்டில் நிகழ்வதே மரபு. ஒரு ஆடவனுடன் உடன் சென்ற பெண் ஆடவனின் இல்லத்தில், 'சிலம்பு கழிச்' சடங்கை நிகழ்த்துவது பெண்ணின் தாயைப் பெரிதும் வருத்தும் ஒரு நிலையாக இருந்திருக்கின்றது.

தனது வளமிக்க வீட்டிலே 'சிலம்பைக் கழித்துத்' திருமணத்தைச் செய்யாது ஆடவன் வீட்டிலே சிலம்பைக் கழித்தாளோ[62] என்றும், அவள் சென்ற ஆணின் வீட்டிலே சிலம்பைக் கழித்தாலும் என்

வீட்டில் திருமணத்தையாவது வைத்துக் கொள்ள மாட்டார்களா என்று கலங்குவதும் பொதுவாக அன்னையரிடம் காணப்படும் ஆதங்கமாகும்.

இவ்வாறு திருமணத்திற்கு முன் சிலம்பை நீக்குவதற்குரிய சடங்கு குறித்துப் பிற்காலத்தில் செய்திகள் எவையும் கிடைக்கவில்லை. ஆனால், சிலம்பை அணிந்தவள் திருமணமாகாதவள் என்ற நிலையை உணர்த்தியதற்குப் பின்வரும் குறுந்தொகைப் பாடல் அடிகள் சான்றாகின்றன.

> வில்லோன் காலன கழலே தொடியோள்
> மெல்அடி மேலன சிலம்பே நல்லோர்
> யார்கொல் அளியர் தாமே ஆரியர்
> ....[63]

இங்கு ஒரு பெண் ஓர் ஆடவனுடன் தன் உறவினர் அறியாமல் செல்கிறாள். அவளை வழியில் பார்த்தவர்கள், 'ஆடவனின் காலில் வீரக் கழல் உண்டு. அதே போல் பெண்ணின் கால்களில் சிலம்பு உண்டு. இவர்கள் யார்? இவர்களுக்கு ஏதாவது உதவி செய்ய வேண்டுமோ?' என இரக்கப்பட்டுக் கொள்கிறார்கள். பெண்ணின் காற்சிலம்பிலிருந்து அவள் திருமணமாகாதவள் என்பதை அவர்கள் அறிந்து கொள்கிறார்கள்.

இந்நிலை சங்க காலத்திற்குப் பிற்பட்ட காலத்தில் மாற்ற மடைந்துள்ளது எனலாம். ஏனெனில், சங்க காலத்திற்குப் பிற்பட்டதும், தமிழின் முதல் காவியம் என்று கூறத் தகுந்ததுமான சிலப்பதிகாரத்தில் கண்ணகி திருமணத்தின் பின்னரும் சிலம்பை அணிந்திருக்கின்றாள். அத்துடன் மட்டுமின்றிக் கோவலன் அவளை விட்டு நீங்கி மாதவியிடம் சென்ற காலத்தில் சிலம்பைக் கழற்றியும் வைக்கின்றாள்.[64]

சங்ககால தலைவியர், தம் காதலுக்கு உகந்தவனுடன் உடன் சென்றாலும் பெருமளவில் அவர்கள் பெற்றோரிடம் திரும்பி வரும் செய்திகளையும் காணமுடிகிறது. உடன்போக்குச் சமூகத்தில் நிகழ்ந்தமைக்குச் சான்றுகள் பல இருப்பினும் ஒரு ஆடவனுக்கும், பெண்ணுக்கும் இருந்த உறவைச் சமூக அளவில் நிலைநிறுத்தச் சமூக ஏற்புப் பெற்ற 'திருமணம்' இன்றியமையாததாகக் கொள்ளப் பட்டது. இது குறித்து அடுத்த இயலில் கூறப்படும்.

2

பெண்ணும் திருமணமும்

ஒரு சமுதாயம், அது பழைமையானதாக இருந்தாலும் அல்லது புதியதாக இருந்தாலும், இரண்டு இன்றியமையாப் பண்புகளைக் கொண்டு விளங்குகின்றது. ஒன்று அதன் பொருளாதார வளம்; மற்றையது அதன் குடும்ப முறைகள். இவை இரண்டும் ஒன்றுடன் ஒன்று நெருங்கிய தொடர்புடையவை. நாட்டின் பொருளாதாரம் செழிக்கக் குடும்பக் கட்டமைப்பு வேண்டியதாகிறது. ஒரு குடும்பத்தை உருவாக்குவதில் சமூக ஏற்புப் பெற்ற திருமணம் இன்றியமையா நிலையை வகிக்கிறது. திருமணம் என்ற இந்த ஒப்பந்தம் நிலை பெறுவதற்கு முன்னர் பழைய காலங்களில், பல குழுக்களைச் சார்ந்த மக்களிடையே, தாயின் உறவுதான் அவர்களை அடையாளம் காண உதவியது. பல மொழிகளின் சொல்லாட்சி களை ஆய்வு செய்த அறிஞர்கள் இந்தக் கோட்பாட்டை நிலைநிறுத்தி உள்ளனர்.[1]

இந்நிலை மாறி இனம், குழு என்ற அமைப்புகளை நிலைநிறுத்தத் தாய் தந்தை என்ற உறவு முறைகள், ஒருவனுக்கு ஒருத்தி என்ற நிலையில் வற்புறுத்தப்பட்டன. அத்துடன் ஒரு குழுவின், ஒரு இனத்தின் தொடர்ச்சி விடுபடாதிருக்கவும், இனக் கலப்பு ஏற்படாதிருக்கவும் வேண்டி திருமணக் கட்டுப்பாடுகள் உருவாயின.

இந்தத் திருமணக் கட்டுப்பாடுகள், மக்களின் பழக்க வழக்கங்கள், மரபுகள், சமுதாயக் கட்டுப்பாடுகள் போன்றவற்றின்

அடிப்படையில் எழுகின்றன. எடுத்துக்காட்டாக இந்தியாவிலே மனுஸ்மிருதி என்ற வடமொழி நூலின் ஆசிரியர் திருமணத்தைப் பற்றிய எண்ணங்களைக் கூறுகையில் முன்னரே ஒழுங்கு செய்யப்பட்ட திருமணத்தையே (arranged marriages) வற்புறுத்துகின்றார்.[2] இவர் திருமணத்திற்கு முற்பட்ட காதலைத் தவிர்க்கவேண்டும் என்ற எண்ணத்துடன் காந்தருவ விவாகத்தை முற்றிலுமாக ஆதரிக்கவில்லை.[3] ஆனால், சங்கப் பாடல்களில், தமிழ்ச் சமுதாயத்தில் திருமணத்திற்கு முற்பட்ட காதல் நிலவியதைத் தெளிவாகக் காணமுடிகிறது. இங்கு மனு ஸ்மிருதிக்கும் தமிழ் நூல்களுக்குமிடையே திருமண முறை வேறுபடுவதைக் காண்கிறோம். பொதுவில் திருமணம் ஒரு கணவனுக்கும் மனைவிக்கும் இடையேயுள்ள உரிமைகள், கடமைகள், சலுகைகள் போன்றவற்றை வரையறுப்பதாக அமைகிறது என்று கூறலாம். ஆனால், இந்த உரிமைகள், கடமைகள், சலுகைகள் சமுதாயத்திற்குச் சமுதாயம் வேறுபடலாம்.

இந்தத் திருமண அமைப்பில் பாலியல் ஒழுக்கவிதிகள் இன்றியமை யாதன ஆகின்றன. இவற்றுள் பாலியல் குறித்த சட்டங்கள், ஒரு தார மணம், பல தார மணம் போன்றவற்றை நிர்ணயிக்கின்றன. இந்தச் சட்டங்கள் நிலைநிறுத்தப்பட்டு எழுத்து வடிவில் பாதுகாக்கப் படாத நிலையில், பொது மக்களிடையே வழங்கும் எண்ணங்கள் மக்களைக் கட்டுப்படுத்துகின்றன. இவை தவிர, தனிப்பட்ட மனிதரின் நடைமுறைகளில் அவர்களாகவே ஏற்படுத்திக்கொள்ளும் கட்டுப்பாடுகளும் காணப்படுகின்றன. இத்தகைய பண்புகளமைந்த திருமணம் தமிழ்ச் சமுதாயத்தில் எத்தகைய நிலையைப் பெண்களுக்கு அளித்தது? ஒரு பெண் திருமணத்திற்குரிய தகுதியை எந்நிலையில் அடைகிறாள்? எத்தகைய திருமண முறைகள் கடைப்பிடிக்கப்பட்டன? எத்தகைய சூழ்நிலைகள் வெவ்வேறு திருமண முறைகளை உருவாக்கின? பெண்களுக்கும் ஆண்களுக்கும் பாலியல் சட்டங்கள் ஒரே தன்மையாக அமைந்தனவா? தமிழகத்தில் முன்னரே நிலவியிருந்த திருமண முறைகளுடன் இந்தியாவின் வேறு பகுதியிலிருந்து வந்த திருமண முறைகளும் கலந்து கொண்டனவா? இவற்றின் விளைவாக திருமண அமைப்பில் பெண்களின் நிலை எவ்வாறிருந்தது? இது போன்ற வினாக்களுக்கு விடை காண்பதாக இந்த இயல் அமைகிறது.

தமிழகத்தில் தொடக்க காலங்களில் வரையறுக்கப்பட்ட திருமணச் சட்டங்கள் இருந்ததாகத் தெரியவில்லை. இந்நிலை பெரும் பான்மையான சமுதாயங்களில் பொதுவாகவே இருந்திருக்கின்றது. பறவைகள், விலங்குகள் போலவே மக்களிடையேயும் அவரவர் களிடையே நிலவிய பொது நம்பிக்கைகள், சட்டங்கள் போலச்

செயல்பட்டன. புத்திக் கூர்மையுள்ள பறவை இனங்களிடையேகூட திருமண உறவுகள் பலம் மிக்கதாக விளங்குகின்றன என்பதை அறிவியலாளர்கள் கண்டுபிடித்துள்ளனர். இலினோயிஸ் (Ilinois) என்ற கிளிக்கு கைம்மையும் இறப்பும் ஒன்றாகிவிடுகிறது. தனது இணை மறைந்தால் அதன்பின் அது உயிர் வாழவே விரும்புவதில்லை. வீட்டியர் (Wheatear) என்ற இன்னொரு பறவை ஆண் பறவை இறந்த ஒரு திங்கள்கூட உயிர் வாழாது இறந்து விடுகிறது.[4] அது போன்றே கோல்டன் ஈகிள் (Golden Eagle) எனப்படும பறவைகள் ஒருதார மணமுடையனவாக, ஒன்றுடன் ஒன்று இணைந்து நூறு ஆண்டுகளுக்கு மேல் கூட வாழ்கின்றன[5] என அறிவியலாளர்கள் கண்டுபிடித்துள்ளனர்.

இதையொத்த நிலையே மனிதரிடையேயும் தொடக்க காலங்களில் இருந்திருக்கலாம். இந்த நிலை பின்னர் சமுதாய வளர்ச்சியில், சட்டங்களால் நிலைநிறுத்தப்பட வேண்டிய கட்டத்திற்கு மாறியமை ஆண் பெண்ணிடையே ஒருவருக்கொருவர் கொண்ட நம்பிக்கை தளர்ந்துவிட நேர்ந்தமையாலேயே எனலாம். காதல் வயப்பட்டு ஒருவருடன் ஒருவர் அன்பாலிணைந்த நிலையின் தொடர்ச்சி, இடையில் அவர்களில் ஒருவர் நம்பிக்கைக்குக் குந்தகம் விளைவிக்கும் வகையில் நடந்து கொண்டமையால் பல சமயங்களில் தடைப்பட்டது. இத்தகைய சந்தர்ப்பங்களில் பெரிதும் ஆணே பெண்ணை மறந்து செல்வதாக தொடக்க காலப் பாடல்களான சங்கப் பாடல்கள் வெளிப்படுத்துகின்றன. பெண் விட்டுச் சென்று விட்டாளே என்று ஆண் புலம்பும் கட்டங்கள் மிக மிக அரிது. ஆனால், ஆண் மறந்து சென்றானே எனப் பெண் துன்பமுற்றதற்குப் பெண்ணிற்கு விதிக்கப்பட்ட பாலியற் சட்டங்களே காரணமாக இருந்திருக்கின்றன என்று கூறலாம். இத்தகைய பெண்ணின் நிலைகளை விளக்குவதாகத் தான் தோழி செறிப்பறிவுறீஇ, வரைவுகடாயது, வரையாது வந்தொழுகுந் தலைவனைத் தோழி நெருங்கி வரைவுகடாயது (நெய்தற் கலி, 8), தலைவன் தெருளாதவனைத் தெருட்டி வரைவுகடாயது போன்ற பொருள்களைக் கொண்ட சங்கப் பாடல்கள் பல எழுந்தன.

இதற்கு முந்தைய இயலில் கூறியபடி திருமணத்திற்கு முற்பட்ட காதல் பெற்றோர் அறியாது உடன்போக்கில் முடிந்தாற்கூட அவர்களை மீட்டு வந்து முறைப்படி திருமணம் செய்தலே வழக்கமாக இருந்தது. இந்தத் திருமணம் ஆணையும் பெண்ணையும் ஒரு கட்டுக்குள் இணைத்தது. அவர்கள் தம்முள் கொண்ட கூட்டு முயற்சிகளால் தம் பொருளாதாரச் செழிப்பினை உருவாக்க முடிந்ததுடன், எண்ணம் போனபடி தீர்த்துக் கொள்ளும்

பாலுணர்வுத் தேவைகளை கணவன் மனைவி என்ற நிலையில் கட்டுப்படுத்தவும் முடிந்தது. ஒரு பெண்ணிடம் ஒரு குழந்தையைப் பெற்றதும் அவளைவிட்டுச் செல்லாது தொடர்ந்து தனது குடும்பத் தொடர்ச்சியை நிலைநிறுத்த அவளையே துணை கொண்ட போது திருமணம் என்ற அமைப்பு மேலும் வலுப்பெற்றது.

திருமண அமைப்புக்குள் பெண்ணிற்கு சமுதாயத்தால் பாதுகாப்பு கிட்டியது. ஆனால், இந்த அமைப்பில் தமிழ்ச் சமுதாயத்தில் பெண் ஆணைப் பொறுத்த மட்டில் அளவீடில்லா உண்மை நிலையையும், அதன் தொடர்பாகச் சில சமூகக் கட்டுப்பாடுகளையும் கடப்பாடு களையும் கொண்டு விளங்க வேண்டியவளானாள். இத்தகைய கட்டுப்பாடுகள், கடப்பாடுகள் பொதுவில் இந்தியப் பண்பாட்டில் பெண்ணிற்கு அதிகமாகவே இருந்திருக்கின்றன. இத்தகைய கடப்பாடுகள், கட்டுப்பாடுகள் குறித்துப் பின்னர் இவ்வியலில் எடுத்து நோக்கப்படும்.

பெண்ணின் திருமண வயது

ஒரு பெண் திருமணத்திற்குரிய பருவத்தை உடையவளாக எப்பொழுது கருதப்படுகிறாள்?

தொடக்க காலமான சங்ககாலத்தில் பெண்ணின் திருமண வயது எது என்று நிர்ணயிக்கப்பட்டமைக்குத் தெளிவான சான்றுகள் இல்லை. எனினும், முன்னர் கூறியது போல் பாலுணர்வு முகிழ்க்கும் வயதான, இள வயதிலேயே அவர்கள் காதல் வயப்பட்டனர். அதன் பின் திருமணம் நிகழ்ந்தது என்பதை ஊகிக்கும் வகையிலான பாடல்கள் பல சங்கப் பாடல்களுள் காணப்படுகின்றன. சான்றாக உடன்போக்குச் செல்லும் பெண்ணைத் தாய் வருணிக்கும் பகுதிகளில் அவள் விளையாட்டுப் பருவத்தினளாக இருந்ததை அறிய முடிகிறது.

பாலும் உண்ணாள் பந்துடன் மேவாள்
விளையாடு ஆயமொடு அயர்வோள் இனியே
எளிதுஎன உணர்ந்தனள் கொல்லோ முளிசினை
ஓமைக் குத்திய உயர்கோட்டு ஒருத்தல்
வேனிற் குன்றத்து வெவ்அறைக் கவாஅன்
மழைமுழங்கு கடுங்குரல் ஓர்க்கும்
கழைதிரங்கு ஆர்இடை அவனொடு செலவே[6]

இங்கு உடன்போக்குச் சென்ற பெண்ணைக் குறித்த அவள் தாய், ‘பாலும் உண்ணாது பந்தும் விளையாடாது தனது தோழியருடன் விளையாடிக் கொண்டிருந்த என் மகள் இன்று வெம்மையான

பாறைகளுள்ள மலையில், தனது காதலனோடு செல்வது எளிது என நினைத்துப் போய் விட்டாளே' எனத் துன்புறுவதிலிருந்து அவளது மகள் வயதில் மிகச் சிறியவள் என்பது புலனாகின்றது.

இதே போல் காதல் வயப்பட்ட பெண்ணைப் பற்றிக் கூறும் ஐங்குறுநூற்றுப் பாடல் ஒன்று அவள் இன்னும் விளையாட்டுப் பருவத்தினள் என்பதையே உணர்த்துகிறது.

உறாஅ வறுமுலை மடாஅ
உண்ணாப் பாவையை யூட்டுவோளே[7]

என்ற அடிகளில் குறிப்பிட்ட பெண் தன் முகிழாத முலையைக் கொண்டு மரப் பாவைக்குப் பாலூட்டும் வயதினளாகக் காணப்படுகிறாள். இதே போலத் தலைவன் நல்லது, கெட்டது அறியாத பெண்ணுடனே தொடர்பு கொண்டுள்ளமை குறித்தும் சங்கப் பாடல்கள் வாயிலாக அறியக் கிடக்கிறது.[8]

தம் அறிவு முதிராத காலத்திலேயே களவு மணத்தில் பெண்கள் ஈடுபட்டதையும், அத்தகைய பெண்ணைத் தலைவன், 'நீ அறிவு முதிர்ந்தபோது என் வீட்டிற்குத் தலைவியாக வா' எனக் கூறுவதையும் கூட நாம் காண முடிகிறது.

இன்றுயாண் டையனோ தோழி குன்றத்துப்
பழங்குழி அகழ்ந்த கானவன் கிழங்கினொடு
கண்அகன் தூமணி பெறூஉம் நாடன்
அறிவுகாழ் கொள்ளும் அளவைச் செறிதொடி
எம்இல் வருகுவை நீ எனப்
பொம்மல் ஓதி நீவி யோனே[9]

வேட்டைக்குச் சென்ற தலைவன், தலைவியைக் கண்டு அவள் மேல் அன்பு கொள்கிறான். அவள் நலனுண்டு சென்றவன் அவளைப் பிரிந்து செல்லும்போது, 'நீ அறிவு முதிர்ந்தபோது எனது வீட்டிற்கு வா' என்று அவள் தலையைக் கோதிச் செல்கின்றான். 'அத்தகையவன் இன்று எங்கு போய் விட்டானோ' எனத் தோழி தலைவிக்காக வருந்திக் கூறுகிறாள்.

இங்கு 'அறிவுகாழ் கொள்ளுதல்' என்பது பெண் 'பூப்பெய்தி' முதிர்ந்த நிலையை அடைவதைக் குறித்திருக்கலாமோ என எண்ணத் தோன்றுகிறது. பூப்பில் பெண் அறிவு முதிர்ச்சி அடைவது இன்றும் பெண், 'வயதிற்கு வந்து விட்டாள்' என்று கூறுவதிலிருந்து தெரியவருகிறது. சங்கப் பாடல்களில் பெண்ணின் திருமண வயது தெளிவாகத் தெரியவில்லை. எனினும், சிலப்பதிகாரக் காலத்தில்

பெண் பன்னிரண்டு வயதில் மணப் பருவத்தை எய்தியவளாகக் கொள்ளப்பட்டாள் என்பது கண்ணகியை,

..........மாநாய்க்கன் குலக்கொம்பர்
ஈகைவாள் கொடியன்னாள் ஈராண் டகவையாள்[10]

என்று அவள் திருமணம் பற்றிக் கூறும்போது குறிப்பிடுவதிலிருந்து தெரிகிறது.

கண்ணகியை மணம் செய்த கோவலன் பதினாறு வயதுடையவனாக இருந்தான்.[11] இக்குறிப்பிலிருந்து பெண் மிகச் சிறு வயதிலேயே திருமணம் செய்து கொள்ளவில்லை என்பதும் அநேகமாகப் பூப்பெய்திய பின்னரே மணந்து கொண்டிருக்கலாம் என்றும் கொள்ளக் கிடக்கின்றது. மனுஸ்மிருதி பெண்ணைப் பூப்பெய்துவதற்கு முன்னரே திருமணம் செய்து கொடுக்கவேண்டும் என்பதை வற்புறுத்துவது இங்கு நோக்கத் தக்கது.[12] ஆனால், மனுஸ்மிருதிக்கு முற்பட்ட காலத்தைச் சார்ந்த (கி.மு. 400) இதிகாசங்கள், பௌத்த இலக்கியங்கள் எழுந்த காலத்தில் பெண் பதினாறு வயதிற்கூடத் திருமணம் செய்ததற்கான சான்றுகள் கிட்டுகின்றன.[13] பௌத்தத் துறவிகளான விசாகை, குண்டலகேசி போன்றோர் தமது திருமண வயதான பதினாறு வயதிலேயே துறவேற்றார்கள் என்று கூறப்படுவதிலிருந்து பௌத்த மதப் பெண்கள் பதினாறு வயதில்கூடத் திருமணம் செய்து கொண்டார்கள் என்பது புலனாகிறது. பௌத்த ஜாதகக் கதைகளில் கூடப் பெண்கள் நன்கு வளர்ச்சியடைந்த நிலையிலேயே திருமணம் செய்து கொண்டமை தெரிய வருகிறது.

ஆனால், முன்னர் கூறியது போல் மனுஸ்மிருதி போன்ற பல இந்திய தர்ம சாத்திரங்கள் (கி.மு. 400 - கி.பி. 100) பெண்ணைப் பூப்பெய்துவதற்கு முன்னரே திருமணம் செய்து கொடுக்க வேண்டுமென வற்புறுத்தி யுள்ளன. இத்தகைய குழந்தைத் திருமணங்கள் வற்புறுத்தப்பட்டதன் நோக்கம், தமது இனத்தின் வளர்ச்சியில் எந்தவிதக் கலப்பும் இருக்கக்கூடாது என்ற எண்ணத்தினால் ஆகலாம்.

பாலியல் விருப்புகள் பெண்ணினுடைய மனத்தில் எழுவதற்கு முன்னரே அவளுக்குத் திருமணம் செய்வதால், தமது இனம் தூய்மையான நிலையில் பெருகும் என்ற நம்பிக்கை இத்தகைய குழந்தை மணங்களுக்குக் காரணமாக இருந்திருக்கலாம். ஆனால், காம சூத்திரத்தில் ஆசிரியரான வாத்சாயனர் பூப்பெய்துவதற்கு முற்பட்ட திருமணங்களுடன் பூப்பெய்துவதற்குப் பிற்பட்ட திருமணங்களையும் ஏற்றுக் கொள்கிறார்.[14]

பெண்ணைத் திருமணம் செய்துகொடுத்த முறைகள்

திருமண வயதினை அடைந்த பெண் எத்தகைய முறைகளில் திருமணம் செய்து வைக்கப்படுகிறாள்? அல்லது செய்து கொள்கிறாள்? முந்தைய இயலில் விளக்கப்பட்டபடி பெரும்பாலான பெண்கள் திருமணத்திற்கு முன்னர் காதல் வயப்பட்டுத் திருமணம் செய்து கொள்கின்றனர். பெற்றோர் எதிர்ப்பு இருக்கும் என எதிர்பார்க்கும் நேரங்களில் பெண் தனக்கு என்றும் துணையான தோழியின் துணையுடன் அவள் விரும்பிய ஆடவனுடன் உடன்போக்கு மேற்கொண்டு விடுகிறாள். இச்செய்தி அறிந்த பெற்றோர் அவர்களைத் தேடிக் கண்டுபிடித்துத் தமது இல்லத்தில் முறைப்படி திருமணம் செய்து வைக்கின்றனர். இங்கும் பெண் உடன் போய் விட்டாளே என்று வருந்தும் தாயின் அவலத்தைத்தான் கேட்க முடிகிறதே ஒழியத் தந்தையின் வருத்தம் குறித்த செய்திகளைச் சங்கப் பாடல்களில் காண முடியவில்லை.

முறைப்படி பெற்றோரிடம் பெண் கேட்டுக் காதல் கொண்ட பெண்ணை மணக்கும் முறைகளும் இருந்திருக்கின்றன. தொடக்க காலமான சங்ககாலத்தில் காதலுக்கு வரவேற்பு இருந்ததனால்தான் பிற்கால இலக்கியங்களும் காதல் மணத்தைத் தமிழ் மணம் என்று குறிப்பிடுகின்றன. பெருங்கதையில் முனிவர் ஒருவரின் மகளான விரிசிகை என்ற பெண் முதலில் வத்தவ மன்னனான உதயணனைக் கண்டு காதல் கொள்கிறாள். பின்னர் அவளே தன் தந்தையுடன் நீண்ட நாள் கழித்து உதயணனை மணந்துகொள்ள வருகிறாள். இந்தச் சந்தர்ப்பத்தில் அவளின் வருகையைப் பார்த்து ஏனையோர் பேசும் பகுதியில்,

> இமிழ்திரை வையத் தேயர் பெருமகன்
> தமிழியல் வழக்கினன் றணப்பு மிகப் பெருக்கி
> நிலவரை நிகர்ப் போரில்லா மாதரை
> தலைவர விருந்தது தகாதென்போரும்[15]

என்று கூறப்படுகிறது. மேற்கண்ட அடிகள், முன்னர் களவு முறைப்படி விரிசிகையை உதயணன் மணந்து, அதன் பின்னர் அவன் நீண்ட பிரிவினை ஏற்படுத்தி, விரிசிகையையே அவனிடம் வரும்படி வைத்தது தகாது என மக்கள் பேசுவதை எடுத்துக் காட்டுகிறது. இங்கு தமிழியல் வழக்கெனக் களவு மணத்தைக் குறிப்பது நோக்கத்தக்கது.

சீவகசிந்தாமணியிலும் பதுமையைச் சீவகன் பொழிலிடத்துக் கூடுவதற்குச் செல்லும்போது ஆசிரியர்,

தேவர் பண்ணிய தீந்தொடை யின்சுவை
மேவர் தென்றமிழ் மெய்ப்பொரு ளாதலிற்
கோவத் தன்ன மென்சீறடிக் கொம்பனாள்
பூவர் சோலை புகுவலென் றெண்ணினாள்[16]

எனக் கூறுகிறார். இங்கும் களவு மணத்தைப் பற்றிக் கூறும் போது தேவர்கள் - அதாவது யாழையுடைய கந்தர்வர்கள்-பண்ணிய இனிய மணம் தமிழின் உண்மைப் பொருளாம் எனக் கூறுவது நோக்கத் தக்கது.

இவற்றிலிருந்து களவு மணம் தமிழகத்தில் 'தமிழ் மணம்' என்றே மக்களிடை நிலவியதை அறிய முடிகிறது. சங்கத் தமிழகத்தில் பெண்ணுக்குத் திருமணம் சமயக் காரணங்களுக்காக நிகழ்த்தப்பட வில்லை. பெரும்பாலும் பெண்ணும் ஆடவனும் மனமொத்து வாழ்ந்தமையையே நூல்கள் எடுத்துக் காட்டுகின்றன. வட நாட்டார் திருமணத்திற்குத் தொடக்க காலத்தில் சமயத் தொடர்பு அவ்வளவு இல்லாவிடினும் பிற்காலங்களில் சமயத் தொடர்பு ஏற்றப்படுகின்றது. திருமணமாகாத ஒரு பெண்ணால் விண்ணுலகு எய்த முடியாது என்ற எண்ணம்கூட நிலவியதை இங்கு காண முடிகிறது.[17] அதனால்தான் மகாபாரதத்தில் தீர்க்கதமசு என்ற முனிவர், 'பெண்கள் எதிர்காலத்தில் திருமணம் செய்து கொள்ளாது இருக்கக் கூடாது' என்ற ஒரு விதியைப் பிறப்பித்தார்.[18]

இத்தகைய எண்ணம் மேலும் வளர்ச்சியுற்று சூத்திர இலக்கியங்கள் எழுதப்பட்ட காலத்தில், ஒரு பெண் திருமணமாகாது இறந்தால், அவள் இறந்த பின்னராவது அவளுக்கு முறைப்படி திருமணச் சடங்கு நிகழ்த்தினால்தான் அவளை எரிக்கமுடியும் என்ற விதி உருவானது.[19]

இவ்வாறு விதிகள் விதிக்கப்பட்டமை ஒரு சமுதாயத்தில் பெண் தனியாக வாழமுடியாத ஒரு நிலையை உணர்த்துவதுடன் ஆணுடன் கூடிய வாழ்க்கையே பெண்ணிற்கு முழுமை பெற்ற வாழ்வை அளிக்கமுடியும் என்ற எண்ணமும் இருந்ததை வெளிப்படுத்துகிறது. ஆனால், ஆணுக்கு இத்தகைய நிலை இருந்ததைப் பார்க்க முடியவில்லை.

சங்கப் பாடல்கள் காட்டும் களவு மணத்தில் பெண்ணிற்கு ஆணுடன் மெய்யுறு சேர்க்கையிருக்கவில்லை. காதலர்கள் உள்ளச் சேர்க்கை மட்டுமே கொண்டிருந்தார்கள் என்ற எண்ணத்தைத் திருமணம் குறித்துப் பேசிய தமிழறிஞர்கள்[20] சிலர் உணர்த்தியிருந்தாலும், சங்கப் பாடல்கள் பலவற்றின் வழி மெய்யுறு சேர்க்கை இருந்தமைக்கும் சான்றுகள் கிட்டுகின்றன. திருமணத்திற்கு முன் பெண் ஆடவனுடன் மெய்யுறு சேர்க்கை கொண்டிருந்தாள் என்பதை அவள் காதல் கொண்ட ஆடவன் முறையான திருமணத்திற்கு வேண்டிய முயற்சிகளை எடுக்காது இருந்தபோது அவள் கூறும் கூற்றுகள் வழியும் அவளது தோழி கூறும் கூற்றுகள் வழியும் அறியமுடிகிறது.

ஒரு பெண்ணை முன்னம் சேர்ந்த ஆடவன் விட்டுச் சென்று விட்டான். அவளைக் கலந்த போது 'நெஞ்சே பற்றுக் கோடாக உன்னை நான் பிரியேன்' என உறுதிமொழி கூறினான். அவனையும் அவனது உறுதி மொழியையும் நம்பி அப்பெண்ணும் அவனைச் சேர்ந்துவிட்டாள். இன்றோ, அவன் முறைப்படி அவளைத் திருமணம் செய்ய வரவில்லை. இந்த நிலையைப் பார்த்த அவள் தோழி மனம் வருந்த, அவளிடம் தலைவியே தன் நிலையைக் கூறுவது, அவளைத் தலைவியே தேற்றுவது போன்று குறுந்தொகையில் அமைகிறது.

> துறுகல் அயலது மாணை மாக்கொடி
> துஞ்சுகளிறு இவரும் குன்ற நாடன்
> நெஞ்சுகளின் ஆக நீயலென் யான்என
> நற்றோள் மணந்த ஞான்றை மற்றுஅவன்
> தாவா வஞ்சினம் உரைத்தது
> நோயோ தோழி நின்வயி னானே[21]

இங்கு பொற்றைக் கல்லின் அருகே வளரும் கொடி கல்லின் மேல் படராது, கல்லின் பக்கத்திலுள்ள தூங்கும் யானை மேல், அதையே கல்லென நினைத்துப் படரும் குன்றுகளையுடைய நாட்டவன் என்னை மணந்து சென்ற ஆடவன் எனத் தலைவி கூறுகிறாள். கொடி எவ்வாறு தவறுதலாக யானை மேல் படர்ந்து அந்த யானை தூங்கி எழுந்தபோது பற்றுக் கோடின்றி நலிந்து போய் விடுகிறதோ, அது போலவே நானும் ஆகிவிட்டேன் எனத் தன் துயரத்தை வெளிப்படுத்துகிறாள். இங்கு 'நற்றோள் மணந்தவன்' என்பதிலிருந்து முறையான திருமணத்திற்கு முன் மெய்சேர்க்கை இருந்ததை அறியமுடிகிறது. தன்னைப் பிரிந்து சென்ற ஆடவனைப் பற்றிக் கூறும்போதும் அவன் செய்த செய்கையை உணர்த்தும்போதும் இறைச்சிப் பொருளமையவே கூறுவதிலிருந்து தன் துன்பத்தை

நேரடியாகக் கூடப் பெண்ணால் கூறமுடியாத ஒரு நிலையைக் காணமுடிகிறது.

இது போன்றே ஆடவனைத் திருமணத்திற்கு முன் கூடிய இன்னொரு பெண் ஒருத்தியின் அவல நிலை, பின்வரும் பாடலில் உணர்த்தப் பட்டுள்ளது.

கௌவை அஞ்சின் காமம் எய்க்கும்
எள்அற விடினே உள்ளது நாணே
பெருங்களிறு வாங்க முரிந்துநிலம் படாஅ
நாருடை ஒசியல் அற்றே
கண்டிசின் தோழிஅவர் உண்டஎன் நலனே[22]

ஊரார் பழிச் சொல்லிற்கு அஞ்சித் தன் காமத்தைக் கூறாது தனக்கு உள்ளேயே இங்கு ஒரு பெண் குமைந்து கொள்கிறாள். தன்னுடைய காதலன் உண்ட அவள் பெண்மை நலம், இன்று யானை உண்பதற்காக வளைத்து ஒடிக்கப்பட்ட மரக் கிளை கீழே விழாது மரத்திலேயே தொங்கிக் கொண்டிருப்பது போல் இருக்கிறது எனக் கூறி அவள் துன்புறுகிறாள். ‘அவர் உண்ட என் நலன்’ என்ற பெண்ணின் கூற்று திருமணத்திற்கு முன் அவர்கள் கொண்ட மெய்சேர்க்கையினை உணர்த்துகிறது.

இன்னோரிடத்தில் ஒரு பெண், இந்த முன்பனிக் காலத்தில் உண்டான என் துன்பத்திற்கு அவர், ‘‘மணந்த மார்பைத் தவிர’[23] மருந்து பிறிதில்லை என வேதனைப்படுகிறாள். இங்கு இவ்வாறு பெண் கூறுவதும் திருமணத்திற்கு முன் மெய் தழுவிய நிலையையே எடுத்துக் காட்டுகிறது. பிறிதொரு பெண், ‘நிலவில் தன்னைத் தழுவிச் சென்ற ஆடவன் சூடியிருந்த முல்லை மணம் இன்னும் மறையாது மணக்கின்றதே’ எனப் பின்வரும் அடிகளில் கூறுவதும் மெய்தழுவிய நிலையையே குறிக்கிறது.

தொல்லைத் தங்கள் நெடுவெண் நிலவின்
மணந்தனன் மன்நெடுந் தோளே
இன்றும் முல்லை முகைநா றும்மே[24]

மேற்காட்டிய பெண்களின் கூற்றுகளிலிருந்து திருமணத்திற்கு முன் பெண்கள் தாம் விரும்பியவருடன் மெய்ச் சேர்க்கையுற்றனர் என்பது புலனாகிறது. இதே போல் பெண்ணைச் சேர்ந்த ஆடவனும் அவள் உடல் நலம் குறித்துக் கூறும் பகுதிகள் பெண் ஆடவனுடன் திருமணத்திற்கு முன் மெய்யுறு சேர்க்கை கொண்டமையைச் சுட்டுகின்றன.

கோடல் எதிர்முகைப் பசுவீ முல்லை
நாறுஇதழ்க் குவளையொடு இடையிடுபு விரைஇ
ஐதுதொடை மாண்டகோதை போல
நறிய நல்லோள் மேனி
முறியினும் வாய்வது முயங்கற்கும் இனிதே[25]

முல்லை மலரும், காந்தள் மலரும், குவளை மலரும் சேர்த்துக் கட்டிய மாலையின் நறுமணம் போன்ற, நான் கூடிய நல்ல மணமுடைய பெண்ணின் உடல், தளிர் போன்ற மென்மையும், அழகு நிறமும் உடையது. அது மட்டுமன்றி அந்த உடல் தழுவிக் கொள்ளவும் இனிமை பயப்பது என்ற ஒரு ஆடவனின் கூற்றும் திருமணத்திற்கு முன்பு பெண் ஆடவனைச் சேர்ந்தின்புற்றிருந்ததை வெளிப்படுத்துகின்றது. இன்னொரு ஆடவன் தன்னைச் சேர்ந்த பெண்ணிடம் பெற்ற இன்பத்தை இவ்வாறு வருணிக்கிறான்.

....
கடல் மீன் துஞ்சும் நள்ளென் யாமத்து
உருவுகிளர் ஏர்வினைப் பொலிந்த பாவை
இயல்கற் றன்ன ஒதுக்கினள் வந்து
பெயல்அலைக் கலங்கிய மலைப் பூங்கோதை
இயல்எறி பொன்னின் கொங்கு சோர்புஉறைப்பத்
தொடிக்கண் வடுக்கொள முயங்கினள்
வடிப்புறு நரம்பின் தீவிய மொழிந்தே[26]

‘கடலிலுள்ள மீன்கள் துயிலுகின்ற இடை யாமம். இந்த யாமத்தில் அழகுறு கலைத் தொழிலால் பொலிந்து விளங்குகின்ற ஒரு பாவை நடை பயில்வது போல நடந்து வந்த பெண் தன் காதலனைச் சேர வருகிறாள். அவள் மலையிலுள்ள பூக்களாலான மாலையை அணிந்துள்ளாள். அதினின்றும் தேன் துளிகள் விழுவது கொல்லன் உலையில் அடிக்கும்போது பறக்கும் துகள் போல விளங்குகின்றது. அத்தகைய பெண் யாழினுடைய இனிமையையொத்த மொழியைப் பேசித் தனது வட்டமான முலைக்கண்ணால் வடு உண்டாக்கும் படியாகத் தழுவிச் சென்றாள் என அவள் காதலன் மகிழ்கிறான்.’

இங்கும் திருமணத்திற்கு முன்னர், பெண் ஆணுடன் சேர்ந்தின் புறுவது சுட்டப்படுகிறது. இத்தகைய இன்னொரு நிலையை எடுத்துக் காட்டுவது குறுந்தொகையின் பின்வரும் பாடல்.

நறையகில் வயங்கிய நளிபுன நறும்புகை
உறையறு மையிற் போகிச் சாரற்
குறவர் பாக்கத் திழிதரு நாடன்

மயங்குமலர்க் கோதை நன்மார்பு முயங்கல்
இனிதுமன் வாழி தோழி மாயிதழ்க்
குவளை யுண்கண் கலுழப்
பசலை யாகா வூங்கலங் கடையே[27]

பெண் ஆடவனைச் சேர்ந்த பின்னர் ஆடவன் அவளை விட்டுப் பிரிவதால் அவள் பெறும் துன்பத்தைத் தோழியரும் கூறுவதுண்டு. 'மலர்கள் சேர்த்துக் கட்டிய மாலையுடன் உன் மார்பை அவன் தழுவியது, இன்று பசலை நோயால் நீ வாடுகின்ற இந்த நிலைமைக்கு முன்பு இனிதாக இருந்தது' என இங்கு தோழி கூறுவதால் இன்று அந்தச் சேர்க்கை நிகழாமையால் அப்பெண் பசலை படர்ந்த உடலுடன் துன்புறுகிறாள் என்பதை உணர்த்தப்படுகிறது.

மேற்காட்டியவற்றிலிருந்து பெண் திருமணத்திற்கு முன் தான் விரும்பிய ஆணுடன் உள்ளச் சேர்க்கை மட்டுமின்றி உடல் சேர்க்கையும் கொண்டவளாயிருந்தாள் என்பது புலனாகிறது. இவ்வாறு திருமணத்திற்கு முன்னர் கொள்ளும் உறவுகள் காணப்பட்டாலும் அவை ஊர் அறியப் பெற்றோர் அறிய நடந்ததாகத் தெரியவில்லை. அதனால்தான் இந்த உறவு களவெனப்பட்டது. இந்த உறவுகள் சரியா? தவறானவையா? என்ற வினாக்கள் இவ்வாறு உறவு கொண்டோர் நண்பர்கள் தோழியரிடையேயும் அக்காலத்தில் எழத்தான் செய்திருக்கின்றன.

நற்றிணை நூற்று அறுபதாவது பாடலில் தலைவியைச் சந்தித்துத் திரும்பிவரும் ஓர் ஆடவனைப் பார்த்துப் பாங்கன் (நண்பன்) 'உலகத்து நிலைநிற்கும் நல்லொழுக்கங்களை நீ மறந்தாயோ' எனக் கேட்கிறான். அத்துடன், 'ஒரு மடமகள் பொருட்டுக் கெடுதலின் நினக்கு, நலனும் நாணும் நண்பும் பயனும் பண்பும் பாடறிந் தொழுகலும் அமைந்திலவோ' எனவும் வினவுகிறான். இவ்வாறு எழும் வினாக்களிலிருந்து சங்ககாலச் சமுதாயத்தில் இத்தகைய கூட்டங்கள் முற்றிலுமாக ஏற்றுக் கொள்ளப்படவில்லை என்பது தெரிகிறது.

சங்கப் பாடல்களில் காணும் பெண்கள் பலரும் சமுதாயத்தில் ஓரளவு நன்னிலையில் வாழ்ந்தவர்களே. இப்பெண்களுடன் எப்பொழுதும் நற்றாய், செவிலித் தாய், தோழியர் போன்றோர் கூடவே வாழ்ந்தனர். தலைவியர் ஒழுக்கம்தான் சங்கப் பாடல்களில் பேசப்படுகின்றதே யொழிய இவர்களைச் சுற்றி வாழ்ந்த மக்களான தோழி, செவிலித் தாய் போன்றோர் வாழ்க்கைமுறை பற்றியும் இவர்களது திருமணங்கள் எவ்வாறு நிகழ்ந்தன என்பது குறித்தும் அதிகம்

தெரிந்துகொள்ள முடியவில்லை. தமிழகத்தில் திருமணங்கள் பல்வேறு சூழல்களில் பல்வேறு வகையாக நிகழ்ந்துள்ளன.

காதல்கொண்ட ஆண், பெண்ணின் பெற்றோரிடம் பெண்ணைக் கேட்டு மணத்தல்

முன்னர் எடுத்துக் காட்டியது போல, களவு மணமாக இருந்தாலும் பின்னர் முறையான திருமணமாக ஆவதையே சமூகத்தில் ஏற்றுக் கொண்டனர். இந்த முறையான திருமணத்தைப் பெற்றோரே நடத்தி வைத்தனர். காதல் கொண்ட ஆடவன் பெண்ணின் பெற்றோரிடம் கேட்டு அவளை மணந்து கொள்வதுதான் முறைமையானதாக மதிக்கப்பட்டது.

நேரிழை முன்கை பற்றி நுமர்தர
நாடறி நன்மணம் அயர்கம்[28]

என்ற குறிஞ்சிப்பாட்டு அடிகள் இதை உணர்த்துகின்றன.

பெற்றோரே பெண்ணின் விருப்பறிந்து பெண்ணை அவள் விரும்பும் ஆடவனுக்கு மணம் செய்தல்

சில நேரங்களில் பெற்றோரே காதல் வயப்பட்ட பெண்ணை அவள் காதலனுடன் இணைத்து வைக்க முயல்வதும் உண்டு.

கூன்முள் முண்டகக் கூர்ம்பனி மாமலர்
நூல்அறு முத்தின் காலொடு பாறித்
துறைதொறும் பரக்கும் தூமணற் சேர்ப்பனை
யானும் காதலென் யாயும் நனி வெய்யள்
எந்தையும் கொடீஇயர் வேண்டும்
அம்பல் ஊரும் அவனொடு மொழிமே.[29]

என்ற மேற்கூறிய குறுந்தொகைப் பாடல் பெண்ணின் தோழி, தாய் தந்தை போன்ற அவளுடன் நெருங்கிய தொடர்புடையோர் அவளை அவள் காதலனுக்கு மணம் முடித்துக் கொடுக்க விரும்பி நிற்கின்றனர் என்பதைக் கூறுகின்றது. இது போன்றே தன் பெற்றோர் தன்னைத் தான் விரும்பியவனுக்கே மணம் முடித்துக் கொடுப்பாரோ? மாட்டாரோ என்ற அச்ச நிலையிலிருக்கும் பெண்ணுக்குத் தோழி

....
உரும்இசைப் புணரி உடைதரும் துறைவற்கு
உரிமை செப்பினர் நமரே....[30]

என்ற கூற்றின் வாயிலாக, 'நீ அச்சமுறாதே; உன்னுடைய காதலனை நம் சுற்றத்தார் உரிமையுடையவனாகக் கருதுகின்றனர்' எனக் கூறித் தேற்றுகிறாள். இதன் வழி அவளுக்கு அவள் விரும்பியவனையே பெற்றோர் மணம் முடித்துக் கொடுப்பர் என்பது உணர்த்தப் படுகிறது.

சிறு வயது முதல் அறிந்த ஒருவனை மணத்தல்

சில நேரங்களில் பெண் தான் சிறு வயது முதல் அறிந்த ஒருவனையே விரும்பி மணப்பதும் உண்டு. இத்தகைய மணமுறையைக் குறுந்தொகைப் பாடல் ஒன்றில் நாம் காண முடிகிறது.

இவன்இவள் ஐம்பால் பற்றவும் இவள்இவன்
புன்தலை ஓரி வாங்குநள் பரியவும்
காதற் செவிலியர் தவிர்ப்பவும் தவிராது
ஏதில் சிறுசெரு உறுப மன்னோ
நல்லைமன் றம்ம பாலே மெல்இயல்
துணைமலர்ப் பிணையல் அன்ன இவர்
மணம்மகிழ் இயற்கை காட்டி யோயே[31]

'சிறு வயதில் ஒருவர் தலை மயிரை இன்னொருவர் பற்றி இழுத்துச் சண்டை போட்டவர்கள் இன்று இணையாகச் சேர்த்துக் கட்டிய மாலை போல அன்பால் இணைந்துள்ளனர். இவ்வாறு இருவரையும் இணைத்து வைத்த ஊழ் நன்மையுடையதாக விளங்கட்டும்' என வாழ்த்தும் தன்மையை இங்கு காண்கிறோம். இதனால் பெண் முன்னரே தெரிந்த ஒருவருடன் அன்புற்றுச் சேர்வதும் உண்டென்பது தெரிகிறது.

மேற்கூறியவற்றிலிருந்து தமிழ்ப் பெண்கள் தாம் காதல் கொண்ட ஆடவரைப் பெற்றோர் சம்மதத்துடன் மணத்தல், பெற்றோர் சம்மதமின்றெனில் உடன்போதல், பெற்றோர் தேர்ந்தெடுத்த ஆடவனை மணத்தல் ஆகிய பழக்கங்களைப் பெரும்பாலும் கொண்டிருந்தனர் என்பது தெரிய வருகின்றது.

மன்னர்களிடையே பெண் மணம் செய்து கொடுக்கப்பட்ட முறைகள்

இம்முறைகள் சிற்றரசர்கள், பெரும் மன்னர்கள் ஆகியோரைப் பொறுத்தமட்டில் வேறுபட்டு இருந்தன. மன்னர்கள் தம் குலப் பெருமை, வீரம், அரசியல் வளர்ச்சி, அரசியல் நட்புப் போன்றவற்றை

மனதில் கொண்டே பெண்ணைத் திருமணம் செய்து கொடுத்தனர். இவ்வாறு நிகழும் திருமணங்களில் பெண்களுக்குத் தம் விருப்பு வெறுப்புகளைத் தெரிவிக்கும் வாய்ப்பு இருந்ததாகத் தெரியவில்லை. தொடக்க நிலையிருந்த போர்க்காலச் சமுதாயத்தில், பல இன மக்களிடையேயும் பெண்கள் போரில் சிறைப் பிடிக்கப்பட்டு எடுத்துச் செல்லப்பட்டனர். இவ்வாறு பிடித்துச் செல்லப்பட்ட அப்பெண், எந்தக் குழுவினரால் பிடித்துச் செல்லப்பட்டாளோ அந்தக் குழுவினருள் ஒருத்தியாகவே அவர்கள் பழக்க வழக்கங்களை மேற்கொண்டு வாழ்ந்தாள்.

அதைத் தொடர்ந்து வந்த காலங்களில், சிறைப்பிடிக்கப்பட்ட பெண்கள் அக்குழுவினரின் உரிமையாகக் கொள்ளப்பட்டார்கள்.[32] அவர்களை எவரும் திருமணம் செய்ய முன்வரவில்லை. போர்க் காலங்களில் பகையரசன் தம்மைச் சிறை பிடித்து விடுவானோ என்ற இறப்பைவிட மேலான நிரந்தர அச்சம், பெண்கள் மனதில் இருந்து கொண்டேயிருந்தது. பெண்ணைச் சிறையெடுப்பதை மனுஸ்மிருதி கூடக் கூறுகின்றது. இதையே இராக்கத மணம் என்பர். இது குறித்து எண் வகை மணங்களைப் பற்றி இவ்வியலில் பின்னர் குறிப்பிடப்படும் பகுதியில் விளக்கப்படும்.

இந்தியாவில் மட்டுமன்றி ரோமாபுரி, ஆஸ்திரேலியா, வட அமெரிக்கா, உகாண்டா போன்ற நாடுகளில்கூடப் பெண்ணைக் கவர்ந்துசென்று மண முடிப்பது வழக்கமாக இருந்து வந்துள்ளது. மன்னர்களிடையே பெரும் தகுதியாக வீரம்தான் கொள்ளப்பட்டது. வீரமும் ஏனைத் தகுதியும் உடையவர்களுக்கே பெண் தந்தையால் கொடுக்கப்பட்டாள். இதைப் பின்வரும் புறநானூற்றுப் பாடல் அடிகள் எடுத்துக் காட்டுகின்றன.

....
மாமகள்............................
பார்மகள் சொல்லென வினவுதி கேணீ
வெடுப்பவெடாஅ......................
.........................மைந்தர் தந்தை
இரும்பனை யன்ன பெருங்கை யானை
கரந்தையுஞ் செறுவிற் பெயர்க்கும்
பெருந்தகை மன்னர்க்கு வரைந்திருந் தன்னே[33]

வீரன் ஒருவன் ஒரு பெண்ணின் அழகைக் கண்டு அவளை மனைவியாகப் பெற விரும்பி அங்குள்ள சான்றோரிடம், ‘அவள் யார்?’ என வினவுகிறான். அவர்கள் அவளுடைய தந்தை, ‘யானையைக்

கொல்லத் தக்க கைவேலுடைய அரசனுக்கே அவளைக் கொடுப்பதாகத் தீர்மானித்துள்ளான்' என்று அவனுக்குக் கூறுவதிலிருந்து வீரனுக்கே தம் பெண்ணைத் திருமணம் செய்விக்க அரசர்கள் விழைவது தெரிகிறது.

இவ்வாறு வீரனாகத் தாம் மதிக்காத வேற்று இனத்தோர், பெண்ணை விரும்பி வந்தபோது, அவர்களுக்குப் பெண்ணைத் திருமணம் செய்து தரப் பெண்ணின் பெற்றோர் விரும்புவதில்லை. இவ்வாறு மறுப்பதால் நாட்டில் பெரும் போரே எழுந்ததைச் சங்கப் பாடல்கள் எடுத்தியம்புகின்றன.

மன்னன் ஒருவன் இன்னொரு தலைவனிடம் அவனது பெண்ணைத் திருமணம் செய்யக் கேட்கின்றான். அவனோ தன் பெண்ணைக் கொடுக்க மறுக்கின்றான். மீண்டும் அந்த மன்னன் பெண்ணை வேண்டிக் கேட்கிறான். ஆனால், தந்தையோ மறுக்கிறான். இதனால் வெகுண்டெழுந்த அம்மன்னன் தன் படைகளைப் போர் செய்ய அழைத்துப் போருக்குத் தயாராகின்றான். அத்துடன் அவன், 'ஒன்றில் போரில் பெண்ணைப் பெற்று அவளை மணம் செய்வேன். அன்றேல் மீண்டும் திரும்பி வராது மேலுலகம் அடைவேன்' என வஞ்சினம் கூறுவதாகப் புறநானூற்றில் ஒரு பாடல் அமைகிறது.[34] இவ்வாறு பெண் மீது ஆசை கொண்டு தந்தையிடம் வேற்று நாட்டு மன்னன் பெண் கேட்க, அவன் மறுப்பதும், கேட்ட மன்னன் போர் தொடுத்து நாட்டையே அழிப்பதும் அடிக்கடி நிகழ்ந்த செயல்களாகத் தெரிகின்றன.[35] போர்களுக்குப் பெண்கள் காரணமாக இருப்பதைப் பார்த்த புலவர்கள், 'இந்தப் பெண் பிறவாதிருந்தால் இத்தகைய போர் மூளாதிருக்குமே' என்று பெண்ணை நொந்து பேசும் நிகழ்ச்சிகளையும் நாம் காண முடிகின்றது.[36] அது மட்டுமின்றி இது போன்ற நேரங்களில் பெண்ணின் பிறப்பையே ஏனையோர் வெறுத்துப் பேசும் நிலைகளும் சங்ககாலத்தில் இருந்திருக்கின்றன.

நுதிவேல் கொண்டு நுதல்வியர் துடையாக்
கடிய கூறும் வேந்தே தந்தையும்
நெடிய வல்லது பணிந்துமொழி யலனே
இஃதிவர் படிவ மாயின் வையெயிற்
றரிமதல் மழைக்க ணம்மா வரிவை
மரம்படு சிறுதீப் போல
அணங்கா யினடான் பிறந்த வூர்க்கே[37]

இங்கு, 'மரத்துள்ளே இருந்த தீ மரத்தையே எரிப்பது போல் அந்த ஊரிலே பிறந்த பெண் ஊரின் அழிவிற்கே காரணமாகி விட்டாளே'

என அவளைச் சமுதாயம் வெறுக்கும் நிலையைக் காண்கின்றோம். இத்தகைய போர் மூள்வதற்கு முதற்காரணம் ஒப்புமை, உயர்ச்சி ஆகியவை பெண் கேட்கும் மன்னனுக்கும் இருக்கவேண்டும் என்று பெற்றோர் நினைப்பதேயாகும். இந்த ஒப்புமை, உயர்வு போன்றவற்றின் முன், பொருள் பொருட்டானதல்ல. பல நேரங்களில் எத்தனை செல்வத்தை அளித்தாலும், தகுதியில்லாதவர்களுக்குத் தந்தையர் பெண்ணை மணம் செய்து வைக்கவில்லை.

திருமிக்க ஒரு ஊர்த் தலைவனிடம் மகட்கொடை வேண்டப் பலர் கேட்கின்றனர். அவனோ எத்தனை செல்வங்களைக் கொண்டு வந்து கொடுத்தாலும், 'என் பெண் புரையோர் அல்லோர் வரையலள்' என நிபந்தனை விதிக்கிறான்.[38] இங்கும் பெண்ணைத் தகுதியுள்ள ஒருவனிடமே ஒப்படைக்கத் தந்தை விரும்புவதையே காண்கின்றோம்.

பொருள் கொடுத்துப் பெண்ணை மணத்தல்

இத்தகைய மன்னர்கள், தலைவர்கள் கூற்றுகளிலிருந்து பெண்களைத் திருமணம் செய்யும் ஆடவர் சில சமயங்களில் பொருள், செல்வம் முதலியவற்றைக் கொடுத்து மணக்கும் முறையும் இருந்தது என்பதைத் தெரிந்துகொள்ள முடிகிறது. இவ்வாறு செல்வங்களைப் பெண்ணிற்காகத் திருமணத்தில் அளிப்பதை, 'முலைவிலை', 'தழைவிலை' என்பர். இதனை வடநூலார் கூறும் ஆசுரமணத்துடன் ஒப்பிடலாம். ஆசுரமணங் குறித்துப் பின்னர் இவ்வியலில் விரிவாக விளக்கப்படும்.

இருக்கு வேதத்திலும் பெண்ணை மணப்பதற்கு ஆடவன் விலை கொடுத்த செய்திகள் உண்டு. இந்தப் பணத்தில் பெண்ணின் தந்தை பாதியையும், பெண் பாதியையும் பெறுவர். பெண் இப்பணத்தைத் தன் கணவன் பணத்துடன் சேர்க்காது தானே வைத்துக் கொள்ளும் உரிமை பெற்றிருந்தாள். இவை தவிர, ஒரு சில நேரங்களில் பெண்ணை வலிந்து கைப்பற்றி வேற்றரசன் மணமுடிக்க எடுத்துச் செல்வதும் உண்டு.[39]

திறமை கண்டு கணவனைத் தேர்தல்

தாம் திருமணம் செய்யும் ஆடவனின் வீரத்தை நேரில் கண்டு அவர்களையே பெண்கள் மணம் செய்யும் வழக்கமும் தமிழகத்தில் இருந்தது. இத்தகைய வழக்கம் பெரும்பாலும் முல்லை நிலப் பெண்களிடையே வழக்கிலிருந்தது. முல்லை நிலத்தில் ஆடவர் தம் வீரத்தைச் சமுதாயத்தில் நிலைநாட்டக் கூர்மையாக்கிய கொம்பு

களுடன் கூடிய வீறுமிக்க எருதுகளைத் தழுவி அவற்றை அடக்குவர். உயிரையும் துச்சமாக மதித்து ஆற்றப்படும் இவ்வீரச் செயல் பெண் தனக்குரிய ஆடவனைத் தேர்ந்தெடுக்க ஓர் அளவுகோலாக விளங்கியுள்ளது.

கொல் லேற்றுக் கோடஞ்சு வானை மறுமையும்
புல்லாளே யாயமகள்
அஞ்சார் கொலையேறு கொள்பவரல்லதை
நெஞ்சிலார் தோய்தற் கரிய வுயிர்துறந்து
நைவாரா வாயமக டோள்
வளியர் அறியா வுயிர்காவல் கொண்டு
தளிவாய் மருப்பஞ்சு நெஞ்சினார் தோய்தற்
கெளியவோ வாயமக டோள்
விலை வேண்டா ரெம்மினத் தாயர் மகளிர்
கொலையேற்றுக் கோட்டிடைத் தாம் வீழ்வார் மார்பின்
முலையிடைப் போல புகின்.[40]

மேற்கூறிய கலித்தொகைப் பாடலில் ஆயர்குலப் பெண் மறுபிறப்பில் கூடக், கொல்லும் தன்மையுடைய ஏற்றின் கொம்பினைக் கண்டு அஞ்சுபவனை மணக்க மாட்டாள் என உறுதியாகக் கூறப்படுகிறது. இப்பாடலிலிருந்து வீரத்திற்கு ஆயர் குலப் பெண்கள் கொடுத்த சிறப்புப் புலனாகிறது. அத்துடன் இப்பாடலில் எருதின் கொல்லும் தன்மை வாய்ந்த கொம்புகளிடையே, தான் அடையும் பெண்ணின் மார்பகத்தே வீழ்ந்து இன்பம் பெறுவது போல வீழ்ந்து எருதை அடக்குபவனுக்கு, விலைகூட வேண்டாம் எனக் கூறுவதிலிருந்து பெண்ணிற்கு விலை கொடுத்துப் பெறும் வழக்கமும் சமுதாயத்தில் இருந்திருக்கின்றது என்பது தெரிய வருகின்றது.

ஆயர் மக்களிடையே பெண்ணும் ஆணும் முன்னரே காதல் வயப்பட்டவர்களாக இருப்பினும், பெண்ணைப் பெறுவதற்காக ஆடவன் அவளுடைய பெற்றோர் சம்மதம் பெறுவதற்கு ஏறு தழுவித் தன் வீரத்தை நிலைநிறுத்திப் பின்னர் முறைப்படி மணப்பதும்கூட நடைமுறையில் இருந்திருக்கின்றது. வீரத்தை நிலைநிறுத்தும் நிகழ்ச்சிகள் மக்களிடையே பறை அறைந்து ஒரு விழாப் போலவும் நடத்தப்பட்டன.[41] பெண் ஒரு ஆடவனை விரும்பியபோது கோபம் கொண்ட சுற்றத்தாரும், கோபித்துப் பார்த்த அண்டை அயலாரும், கோல் கொண்டு அடித்த தாயும், அந்த ஆடவன் ஏறு தழுவி வெற்றி பெற்றபோது, மகிழ்ந்து அப்பெண்ணை அவனுக்கே கொடுப்பதாக அறுதியிட்டு விடுகின்றனர்.[42] ஆயர் குல மக்களிடையே, தான் விரும்பிய பெண்ணை அடைவதற்காகவும்

ஆடவன் எருதை அடக்கித் தன் வீரத்தை நிலைநாட்டினான் என்பது தெரிய வருகின்றது.

மடலேறுதல்

தான் விரும்பிய பெண் அடைவதற்கு அரியவளாக இருந்த காலத்தில் ஆடவன் அவளை அடைவதற்குச் சமுதாயத்தின் ஒப்புதலை நாடி அவளைப் பெற விரும்புகிறான். சமுதாய மதிப்பீட்டு நிலையில் அவன் எல்லாத் தகுதிகளிலும் உயர்ந்தவனாக இருப்பினும் தான் விரும்பும் பெண்ணை ஏதோ காரணத்தால் பெறமுடியாத ஒரு நிலையில் அவன் மடலேறுதல் என்ற ஒரு மண முயற்சியைக் கடைப்பிடிப்பதும் வழக்கமாக இருந்தது.

பெண்ணிற்குத் தன்னை விரும்பும் ஆடவனிடத்து விருப்பில்லை. பல தடவை ஆடவன் தன் அன்பைக் கூறியும் அவள் மனம் கசியவில்லை. எனவே ஆடவன் தான் மடலேறுதலைக் கைக் கொள்ளப் போவதுதான் கடைசிமுயற்சி எனக் கூறும் கீழ்வரும் குறுந்தொகைப் பாடல் மடலேறும் வழக்கத்தை எடுத்துக் காட்டுகிறது.

> விழுத்தலைப் பெண்ணை விளையன் மாமடல்
> மணிஅணி பெருந்தார் மரபிற் பூட்டி
> வெள்என்பு அணிந்துபிறர் எள்ளத் தோன்றி
> ஒருநாள் மருங்கில் பெருநாண் நீக்கித்
> தெருவின் இயலவும் தருவது கொல்லோ
> கலிழ் கவின் அசைநடைப் பேதை
> மெலிந்திலள் நாம்விடற்கு அமைந்த தூதே.[43]

பனையின் நன்கு முற்றிய பெரிய மடலால் செய்யப்பட்ட பெரிய மடற் குதிரையில் ஏறிய ஆடவன் கழுத்தில் வெள்ளை எலும்புகளைக் கோர்த்து மாலையாக அணிந்திருப்பது வழக்கம். இவ்வாறு ஓர் ஆடவன் செய்வது ஊரில் பெரிய இகழ்ச்சிக்குரிய செயலாகவே கருதப்படும். சில சமயங்களில் ஆடவன் கருக்குடைய பனை மட்டைகளிலான குதிரையில் ஏறி ஊர் மன்றத்தில் வந்து, 'போரிலே வெற்றிக் குதிரையில் ஏறும் வீரனாக இருந்தும் இன்று பனை மடலினாலான குதிரை மேல் ஏறும்படியாகியுள்ளது. உலகத்தைப் பாதுகாக்கும் நான் இன்று ஒருவர்பால் இரந்து நிற்கின்றேன். கல்வியறிவில் வல்ல என்னை ஒரு கல்லாதவன் போன்ற நிலைக்குத் தள்ளியுள்ளாள்' என்று பேசுவான். இவ்வாறு மடலேறும் குதிரையில், ஆடவன் மயிற்பீலி, பூளைப்பூ, ஆவாரம்பூ, எருக்கம்பூ முதலியவற்றைக் கட்டிச் செல்வதும் உண்டு. இவ்வாறு கட்டுவது தன்னிலையை ஆடவன் கீழ்ப்படுத்திக்

காட்டுவதற்காகவேயாகும். மடலேறும் இத்தகைய சந்தர்ப்பத்தில் பெரும்பாலும் பெண்ணின் பெற்றோர்கள் தம் குடிக்குரிய கௌரவம் குறைந்து விடுமென அஞ்சி அவனுக்கே அப்பெண்ணைத் திருமணம் செய்து வைத்து விடுவதுமுண்டு.[44]

எனவே ஒரு ஆடவன் ஒரு பெண்ணை எண்ணி மடலேறினால் அது அப்பெண்ணின் குடிக்கு இழுக்காகக் கொள்ளப்பட்டமையும் புலனாகிறது.

பெண்ணின் விருப்பின்றி ஆடவன் பெண்ணைச் சேர விரும்புதல்

மடலேறுதல் போல பெண்ணின் விருப்பின்றியே ஆடவன் அவளைச் சேர முயலும் வேறுவகைப்பட்ட முயற்சிகளும் தமிழ்நாட்டில் இருந்திருக்கின்றன. இங்கு ஆடவர் மனதில் பெண் ஒரு போகப் பொருள் என்ற எண்ணமும், பெண்ணை வற்புறுத்தி அவன் விருப்பிற்கு ஒத்துக்கொள்ள வைக்கும் நிலையையும் கூடக் காண முடிகிறது.

கீழ்வரும் கலித் தொகைப் பாடல் பகுதி இதற்குச் சான்றாயமைகிறது.

.............மெல்லிணர் செல்லாக் கொடியன்னாய் நின்னையான்
புல்லினி தாகலிற் புல்லினெ னெல்லா
தமக்கினி தென்று வலிதிற் பிறர்க்கின்னா
செய்வது நன்றாமோ மற்று
சுடர்த்தொடீ, போற்றாய் களைநின் முதுக்கிறைமை
போற்றிக்கேள்.
வேட்டார்க் கினிதாயி னல்லது நீர்க்கினிதென்
றுண்பவவோ நீருண் பவர்.
செய்வ தறிகல்லேன் யாதுசெய் வேன்கொலோ
வைவா யரவி னிடைப்பட்டு நைவாரா
மையின் மதியின் விளங்கு முகத்தாரை
வெளவிக் கொளலு மறனெனக் கண்டன்று.
அறனு மதுகண்டற் றாயின் திறனின்றிக்
கூறுஞ்சொற் கேளா னலிதரும் பண்டுநாம்
வேறல்லா மென்பதொன் றுண்டா லவனொடு
மாறுண்டோ நெஞ்சே நமக்கு.[45]

ஒரு ஆடவனுக்கும் பெண்ணிற்கும் உரையாடல் போல் அமைந்துள்ள இப்பகுதி ஆடவனை விரும்பாத பெண்ணுக்கும் அவளை விரும்பி

அநுபவிக்க முயலும் ஆடவனுக்குமிடையில் எழுந்த பேச்சைப் படம் பிடித்துக் காட்டுகிறது.

'விரும்பாதவர்களைத் தழுவிக் கொள்ளும் இவன் நாணமற்றவன்' என்று கூறிய பெண்ணிற்கு ஆடவன், 'நீ தழுவுவதற்கு இனியவளாக இருந்ததால் நான் உன்னைத் தழுவினேன்' என்கிறான். அதற்குப் பெண், 'தமக்கு இனிதாயிருக்கும் என்பதற்காகப் பிறர்க்கு இன்னாததைச் செய்யலாமா?' எனக் கேட்கிறாள். அதற்கு ஆடவன் ஒரு உவமையை எடுத்துக் காட்டுகிறான். 'தண்ணீரை உண்பவர்கள் அதனுடைய இனிமையைக் கருதித்தான் உண்கிறார்கள். உண்ணப்பட்ட அந்தத் தண்ணீருக்கு அது இனிதாயிருக்கும் என்று கருதி உண்பதில்லை. அது போலத்தான உன்னை நான் தழுவியதும்' என்கிறான் அவன். அத்துடன் பெண்ணின் விருப்பமில்லாமலே பெண்ணைக் கவர்ந்து செல்வதும் அறன் என்றே கூறுகின்றான்.[46] இதைக் கேட்ட பெண், 'இத்தகைய நிலை அறனிற்கு ஏற்புடைத்தா கலாலும், உலக ஒழுக்கமும் அத்தகையவாறே இருப்பதாலும், அவனும் நாம் மறுப்பதைக் கேட்டு மனந்தளருவான் ஆகையாலும் நானும் அவனைச் சேர்வேன்' என்கிறாள். தனக்கெனத் திடமான ஒரு எண்ணத்தைப் பெண் அந்த நேரத்தில் கொண்டிருக்கவில்லை என்றுதான் கொள்ளக் கூடியதாக இருக்கிறது. அத்துடன் பெண்ணின் விருப்பு வெறுப்புகளுக்கு ஆடவரிடையே மதிப்பு இருக்கவில்லை என்பதும் மேற்கூறிய பாடலிலிருந்து தெரிகிறது.

தாம் விரும்பிய பெண்ணை அடைவதற்கு ஆடவர் பலவகை வழிமுறைகளை மேற்கொண்டாலும், மரபு வழி வந்த சமுதாய இசைவு பெற்ற முறையான திருமணமே பெரிதும் வரவேற்கப் பட்டது. பொதுவில் சங்ககால ஒழுக்கங்களையும் சமுதாய விதிகளையும் ஒழுங்குபடுத்தி நூற்பா வகுத்த தொல்காப்பியம் களவொழுக்கத்தைப் பற்றிக் கூறும் பகுதியில், இந்த ஒழுக்கம்,

> மறையோர் தேஎத்து மன்றல் எட்டனுள்
> துறையமை நல்யாழ்த் துணைமையோர் இயல்பே[47]

எனக் கூறுவதும் இப்பகுதிக்குப் பிற்கால உரையாசிரியர்கள் எழுதிய விளக்கங்களும் இங்கு நோக்கத் தக்கது. ஏனெனில், சங்க காலத்தையொட்டிய காலப் பகுதியிலும் அதன் பிற்பட்ட காலப் பகுதிகளிலும் இந்தியாவின் ஏனைய பகுதிகளிலிருந்து வந்த ஆரியர், சமணர், பௌத்தர், ஆசீவகர்கள் ஆகியோரது பழக்க வழக்கங்களும் தமிழ்நாட்டில் கலந்துவிட்டன. இவை இலக்கியங்களில் இடம் பெறுவது போலவே மக்களிடையேயும் பரந்து கலந்துவிட்டன எனலாம்.

சிலப்பதிகாரத்தில் கோவலன் கண்ணகியின் மணத்தைக் குறித்து உரை எழுதிய அடியார்க்கு நல்லார், அவர்களுடைய மணம் பிராசாபத்திய வகையைச் சார்ந்தது என்கிறார்.[48] இதிலிருந்து மறையோர் தேஎத்து மன்றல் எட்டனுள் ஒன்றான பிராசாபத்தியமும் மக்களிடையே நன்கு அறியப்பட்ட ஓர் மணமுறையாக இருந்திருக்க வேண்டும் என்பது புலனாகின்றது.

மன்றல் எட்டு

தொல்காப்பியர் களவினைக் காந்தர்வ மணத்தின் இயல்பினது எனக் கூறுகிறார். மறையோர் என்பது வேதத்தைப் பின்பற்றுபவர் களையே குறிக்கிறது. இங்கு மன்றல் எட்டு எனக் கூறும்போது எட்டு வகையாகப் பெண் ஆணினால் திருமணத்திற்காகக் கொள்ளப் படுகிறாள் என்பதேயாகும். எத்தகைய வகையில் பெண் ஆடவனால் கொள்ளப்பட்டாலும், அவள் திருமணத்திற்கான சடங்குகளில் முறைப்படி கொள்ளப்பட்டால்தான் அத்திருமணத்திற்கு சமுதாய ஏற்புக் கிட்டுகின்றது.[49]

வேதத்தைப் பின்பற்றுவோர் திருமண முறைகளைப் பிரமம், தெய்வம், ஆரிடம், பிராசாபத்தியம், ஆசுரம், இராக்கதம், பைசாசம், காந்தருவம் (Brahma, Daiva, Ārsa, Prajāpatya, Asura, Rāksasa, Paiśaca, Ghāndarva) என எட்டாகக் கொள்வர்.[50] இந்த எட்டு மணமுறை களையும் அவற்றின் சமுதாய ஏற்புக்கேற்ப ஆசிரியர்கள் ஒவ்வொரு முறைப்படி வரிசைப்படுத்துவர்.[51] அத்துடன் இந்த எட்டு வகை பற்றியே பெரும்பாலான ஆசிரியர்கள் எடுத்துக் கூறினும் வரலாற்று நோக்கில் இந்த எட்டைவிட மேற்பட்ட வகை மணமுறைகளும் இருந்திருக்கின்றன என்பது தெரிய வருகின்றது.[52]

எட்டுவகை மணமுறைகள் கூறப்படினும், பிரம்மம், தெய்வம், பிராசாபத்தியம், ஆரிடம் என்ற நான்குமே சமூக ஏற்பைப் பெற்ற மணமுறைகளாக இருந்திருக்கின்றன. ஏனைய நான்கும் சமுதாயத்தில் வழக்கிலிருந்தமையால் இந்நான்குடன் இணைத்துக் கூறப்பட்டன.[53] இந்த எட்டு வகையாகவும் பெண் கொள்ளப்படுவதை வகைப்படுத்திப் பெண்ணைக் கொடுத்தல், பெண்ணை விலைக்கு வாங்குதல், பெண்ணுக்கும் ஆணுக்குமிடையே உள்ள மன ஒப்பந்தத்தினால் இணைதல் என மூன்றாகக் கொள்ளலாம். ஆனால், இந்த மூன்று வகையும் முன்னர் குறிப்பிட்டபடி திருமணக் கிரியைகள் ஆற்றப்பட்ட பின்னர்தான் சமுதாய ஏற்பைப் பெறும். இராக்கத மணமுறை மேற்கூறிய மூன்று பிரிவுகளில் எதனுள்ளும் அடங்காது. அத்துடன் இந்த மணமுறைகளில் ஆரியர்களுடையது அல்லாத

மணமுறைகளும் கலந்துள்ளன என ஆய்வாளர்கள் கருதுவதும் நோக்கத் தக்கது.[54]

பிரமம், பிராசாபத்தியம்

மேற்கூறிய எட்டு வித மணங்களுள் பிரமமும், பிராசாபத்தியமும் பெரும்பாலும் ஒரே தன்மைத்தாகவே விளங்குகின்றன. இதனால்தான் போலும் சில ஸ்மிருதி இலக்கிய ஆசிரியர்களான வசிஷ்டர், ஆபஸ்தம்பர் போன்றோர் பிராசாபத்திய மணமுறையைப் பற்றித் தம் நூலில் குறிப்பிடவில்லை. இவற்றிடையே உள்ள வேறுபாடுகள் ஸ்மிருதி நூல்களில் தெளிவாக விளக்கப்படவில்லை. இவ்விரு வகை மணமுறைகளிலும் பெண் நன்கு அலங்கரிக்கப்பட்டு, அணிகள் அணிந்தவளாகப் பெற்றோரால் திருமணத்திற்காக அழைக்கப்பட்ட ஆடவனிடம் அளிக்கப்படுகிறாள்.

பிராசாபத்தியத்தில் முன்பு கூறியது போலவே பெண் ஆடவனிடம் ஒப்படைக்கப்பட்டாலும், மணக் கிரியைகளின் போதும் அவர்கள் சமயச் சடங்குகள் ஆற்றும் போதும், கணவன் மனைவி இருவரும் இணை பிரியாது இருக்கவேண்டுமெனக் கூறப்படுகிறது[55] இவ்வாறு விதிப்பது ஆடவன் பலதார மணம் செய்வதைத் தடுப்பதற்காகவும், வானப்பிரத்தம், துறவறம் ஆகிய இல்லற தர்மத்தை மேற்கொள்ளும் போது பெண்ணும் கூடவே இருக்கவேண்டும் என்பதற்காகவும்தான் எனச் சில அறிஞர்கள் கருதுவர்.[56] ஆனால், இன்னும் சிலர் இந்த இருவகை மணமும் ஒன்றே. பிரம முறைத் திருமணத்திலும் மேற்கூறிய கணவன், மனைவியின் இணை பிரியாத தன்மை வற்புறுத்தப்படுவதால் இங்கு வேறுபாடு எதுவும் இல்லை என்பர். இவ்விரு மணமுறைகளிலும் தந்தையால் தேர்ந்தெடுக்கப்படும் ஆடவன் அவர்கள் தகுதிக்குகந்தவனாக இருக்கவேண்டும். தெய்வீகத் தீயின் முன் பெண்ணைத் தானமாக ஆடவன் பெறுகின்றமையால் அவனும் பெண்ணின் குடும்பத்திற்கு ஏற்றவனாக இருக்க வேண்டுமென எதிர்பார்க்கப்படுகிறான். அத்துடன் பெண்ணை எக்காரணம் கொண்டும், எக்காலத்திலும் கைவிட்டுவிடக் கூடாதுஎன்பதற்காகவே பெண்ணின் தந்தை தெய்வீகத் தீ முன் அவளைத் தானம் கொடுக்கிறார். பெண்ணை விட்டு ஆண் வேறு பெண் மேல் உள்ள விருப்பத்தாலோ அன்றேல் பிறிதான காரணங்களாலோ விட்டுச் செல்லக் கூடிய சாத்தியக் கூறுகள் இருந்ததால்தான் இத்தகைய கட்டுப்பாடுகள் உண்டாக்கப் பட்டன. சங்ககாலத்தில் கூடப் பெண்ணிடமும் பெண்ணிடம் நெருங்கிய பாசமுள்ளோரிடையேயும் பெண் குறித்த இத்தகைய

மன அச்சம் நிலவியுள்ளது. உடன்போக்கில் ஒரு பெண்ணை அவள் விரும்பிய ஆடவனுடன் சேர்த்து அனுப்பும் பெண்ணினுடைய தோழியின் கூற்று இதனை நன்கு வெளிப்படுத்துகிறது.

அண்ணாந்து ஏந்திய வனமுலை தளரினும்
பொன்னேர் மேனி மணியில் தாழ்ந்த
நன்னெடுங் கூந்தல் நரையொடு முடிப்பினும்
நீத்தல் ஓம்புமதி - பூக்கேழ் ஊர
இன்கடுங் கள்ளின் இழையணி நெடுந்தேர்க்
கொற்றச் சோழர் கொங்கர்ப் பணீஇயர்
வெண்கோட்டு யானைப் போஒர் கிழவோன்
பழையன் வேல்வாய்த்து அன்னநின்
பிழையா நன்மொழி தேறிய இவட்கே.[57]

'இளமை மாறிக் கூந்தல் நரைத்து முதுமை நிலையை அடைந்தாலும், இவளைப் பாதுகாத்துக் கொள். உன் சொல்லை நம்பித்தான் உன்னுடன் வருகிறாள்' என்று ஆடவனிடம் பெண்ணின் தோழி கூறுதற்குக் காரணம் அவன் பெண்ணை ஒரு வேளை கைவிட்டு விடக் கூடுமோ என்ற மன அச்சத்தினால்தான்.

இவ்வாறு சில சந்தர்ப்பங்களில் ஆடவர்கள் பெண்களை விட்டுச் சென்றதால்தான் போலும். தொல்காப்பியரும் தனது நூலின் கற்பியல் பகுதியில்,

பொய்யும் வழுவும் தோன்றிய பின்னர்
ஐயர் யாத்தனர் கரணம் என்ப[58]

எனக் கூறவேண்டிய தேவை ஏற்பட்டது. இங்கு முறைப்படி திருமணம் திருமண வினைகளுடன் வற்புறுத்தப்பட்டுள்ளது. தொல்காப்பியர் தனது கற்பியல் பகுதி தொடக்கச் சூத்திரத்திலேயே,

கற்பெனப்படுவது கரணமொடு புணரக்
கொளற்குரி மரபிற் கிழவன் கிழத்தியைக்
கொடைக்குரி மரபினோர் கொடுப்பக் கொள்வதுவே[59]

என்று கூறிவிடுவதால் முறைப்படி நடத்தப்படும் திருமண வினைகள், பெண்ணைக் கொடுக்கும் தகுதியுடையோர், அவளைக் கொள்ளும் தகுதியுடைய ஆடவன் ஆகியோர் பற்றிக் கூறிவிடுகிறார்.

பெண்ணைக் கொடுக்கும் தகுதி உடையவர்களாகப் பெற்றோர், பெற்றோர் இல்லாதவிடத்துப் பெண்ணின் அண்ணன், அண்ணனுமில்லாத இடத்து அக்குடிக்குரியவர்கள் ஆகியோர் கொள்ளப்பட்டனர்.

இவ்வாறு முறைப்படி பெண்ணைப் பெற்றோர், அவளை ஆணுக்குக் கொடுத்தபோதும், சங்கப் பாடல்களில் எரியோம்பி, தீசாட்சியாகப் பெண்ணை ஆணிடம் ஒப்படைத்த திருமண வினை பற்றிய குறிப்புகள் கிடைக்கவில்லை. ஆனால், சிலப்பதிகாரக் காலத்தில் கோவலன் கண்ணகி திருமணம் பற்றிக் கூறும் பகுதியில் எரியோம்பித் திருமணம் செய்யும் முறை வழக்கில் வந்து விட்டது என்பதை,

............................வானத்துச்
சாலி யொருமீன் தகையாளைக் கோவலன்
மாமுது பார்ப்பான் மறைவழி காட்டிடத்
தீவலம் செய்வது காண்பார் கண் நோன்பென்னை
....

என்ற சிலப்பதிகார அடிகள் எடுத்துக் காட்டுகின்றன. இங்கு எரியோம்பித் தீவலஞ் செய்து மணஞ்செய்து கொண்டமையால்தான் அடியார்க்கு நல்லார் இம்முறையைப் பிராசாபத்திய முறை என்கிறார். பிராசாபத்திய முறையையொட்டித் தீவலம் செய்து மணப்பது இருந்தாலும் பிராசாபத்திய முறைக்கும் சிலப்பதிகாரத் திருமண முறைக்கும் இருக்கும் சில வேறுபாடுகள் இவ்வியலில் திருமணச் சடங்குகள் என்ற பகுதியில் எடுத்துக் காட்டப்பட்டுள்ளன.

தெய்வம், ஆரிடம்

எட்டு வகை மணத்துள் மறையோரால் பெரிதும் ஏற்றுக் கொள்ளப் பட்ட பிரமம், பிராசாபத்தியம், தெய்வம், ஆரிடம் என்ற நான்கும் யாகக் கிரியைகளுடன் தொடர்புபடுத்தபட்டவைகளே. பிரமமும், பிராசாபத்தியமும் பிற்காலத்தில் தமிழ்த் திருமண முறைகளுடன் கலந்துகொண்டு விட்டன. எனினும், தெய்வமும், ஆரிடமும் கலந்து கொண்டமைக்குப் போதிய அளவு சான்றுகள் இல்லை எனலாம். இவை இரண்டும் யாகம் செய்பவர்கள் தம்மிடையே திருமணம் செய்து கொள்கின்ற தன்மையை உடையனவாகும்.

தெய்வ முறைத் திருமணங்கள் பெரிதும் யாகம் நடத்தும் சூழ்நிலையில்தான் செய்யப்பட்டன. வேதங்கள் எழுந்த காலத்தில் மறையோர் யாகங்களைப் பல நாட்களுக்குத் தொடர்ந்து ஆற்றி வந்தனர். பல வாரங்களுக்கு நீட்டித்துச் செல்லும் இந்த யாகங்களில் யாகத்தைச் செய்யும் முதன்மை மறையோனுடன் பல இளம் மறையோர்களும் துணையாகப் பங்கு பெற்றனர். இவ்வாறு யாகங்கள் நடத்தப்படும் காலங்களில் யாகத்தை இயற்றும் மறையோன், இந்த இளம் மறையோர்களுள் நன்னடத்தை, பண்பு,

அறிவு போன்ற குணங்களை உடைய ஒருவனைத் தன்னுடைய பெண்ணிற்குத் திருமணம் செய்வதற்காகத் தேர்ந்தெடுப்பதுண்டு.

வேத காலத்தில் அநேகமாகப் பூப்பின் பின்னரே பெண்கள் திருமணம் செய்து கொடுக்கப்பட்டனர். யாகம் நடக்கும்போது பெண்கள் யாகத்தில் பங்கு பெறும் பல இளைஞர்களுள் தமக்குகந்த இளைஞனைத் தேர்ந்தெடுக்கப் பெற்றோர்களுக்கு உதவினர்.

இந்த மணமுறையைப் பிற்காலத்து ஸ்மிருதி ஆசிரியர்கள் வரவேற்க வில்லை. ஏனெனில், யாகத்தில் தேவர்களுக்கு ஆகுதி அளித்து அவர்களை மகிழ்விக்கும் காலத்தில், உலகியல் தேவைகளான திருமணங்கள் குறித்துச் சிந்திப்பது, யாகத்தை நடாத்தும் முதன்மை மறையோனுக்கும் அதில் பங்கேற்கும் ஏனைய இளைஞர்களுக்கும் பொருந்தாத ஒரு செய்கை என அவர்கள் கண்டித்தனர்.[61]

இந்த மணமுறை மறையோர்களிடையேயும் வேத காலத்திற்குப் பின் (கி.மு. 4ம் நூற்றாண்டு) பெரிதும் வழக்கொழிந்துவிட்டது என்றே கொள்ளக்கூடியதாக உள்ளது. எனினும் உரையாசிரியரான நச்சினார்க்கினியர் (கி.பி. 14ம் நூற்றாண்டு) இந்தத் தெய்வ மணமுறையைப் பற்றிப் பேசும்போது,

> நீளி நெடுநகர் நெய்பெய்து பாரித்த
> வேள்வி விளங்கழன் முன்நிறீஇக் - கேள்வியாற்
> வைகைத்தாம் பூணாளைக் காமுற்றாற் கீவதே
> தெய்வ மணத்தார் திறம்[62]

எனக் கூறுவதிலிருந்து இந்த மணமுறை குறித்துத் தமிழ் மக்களும் அறிந்திருந்தனர் என்பது புலனாகிறது.

இது போன்றே ஆரிட மணமுறையைக் குறித்தும் நச்சினார்க்கினியர் பின்வருமாறு கூறுகின்றார்.

> தனக்கொத்த வொண்பொரு டன்மகளைச் சேர்த்தி
> மனைக்கொத்த மாண்புடையாற்பேணி - யினக்கொத்த
> வீரிடத் தாவை நிறீஇயிடை யீவதே
> யாரிடத்தார் கண்டமண மாம்.[63]

இப்பாடலைக் கூறுவதற்கு முன் நச்சினார்க்கினியர் ஆரிட மணத்தை விளக்கும் போது, 'தக்கான் ஒருவற்கு ஆவும் ஆனேறும் பாற் கோட்டுப் பொற்குளம்பினவாகச் செய்து அவற்றிடை நிறீஇப் பொன் அணிந்து நீரும் இவைபோற் பொலிந்து வாழ்வீரென நீரிற் கொடுப்பது' என்று கூறுகிறார். அதாவது நச்சினார்க்கினியர் பொன்

கொம்பும், பொன் குளம்பும் உள்ள இரு பசுக்களைச் செய்து அவை இரண்டின் நடுவே பெண்ணையும் பொன் அணிகள் அணிவித்து நிறுத்தி, நீங்கள் இருவரும் இந்தப் பசுக்கள் போலப் பொலிந்து வாழவேண்டும் எனக் கூறிக் கொடுப்பது என்கிறார்.

மேற்கூறிய விளக்கத்தினின்றும் சற்றே வேறுபட்ட விளக்கத்தை வட நூல்கள் கூறுகின்றன. மனு ஸ்மிருதி ஆரிட மணத்தைப் பற்றிப் பேசும்போது, 'ஆரிட விவாகமாவது பெண்ணைப் பெண்ணின் தந்தை ஆடவனிடம் அளிக்கும் போது அவனிடமிருந்து ஒரு பசுவையும் எருதையுமோ, அன்றேல் இரு பசுக்களையோ சமய முறைப்படி பெற்றுக் கொண்டு பெண்ணை அளிப்பது' என வரையறுக்கிறது.[64]

இவ்வாறு பசுக்களைப் பெறுதல் பேராசையினால் அன்று; பண ஆசையால் அன்று; பெண்ணின் விலையாகவும் அன்று; எனப் பிற்கால உரையாசிரயர்கள் வற்புறுத்தியுள்ளனர். அத்துடன் ஆரிடம் என்ற சொல் 'ரிஷி' என்ற சொல்லுடன் தொடர்புடையதாகையால் அந்த மணமுறை முனிவர்களிடையே வழக்கிலிருந்திருக்க வேண்டும் என்பது தெரிகின்றது. மனுஸ்மிருதியில் உண்மையான பசுக்களைப் பெறுவது தான் கூறப்படுகிறது. ஆனால், நச்சினார்க்கினியருடைய கூற்றில் பழைய முறையைத் தெளிவுறுத்தும் வகையில் 'தங்கத்தாலான பசு உருவங் களைக் குறியீடாகக் கொள்வது' என்று கூறுவது நோக்கத் தக்கது.

இத்தகைய குறியீடாகத் தங்கப் பசுக்களிடையே பெண்ணையும் ஆணையும் நிறுத்தி மணம் செய்து வைப்பது பிற்காலத்தைய ஒரு வழக்காக இருக்கலாம். ஆரிடத் திருமணத்தின் வழிப் பிறந்த குழந்தை, மூன்று பிதிரர்களையும் அவர் வழிவந்த மூவரையும் பாவத்தில் வீழ்வதினின்றும் காப்பாற்றும் என மனுஸ்மிருதி[65] கூறுவதிலிருந்து ஆரிட மண முறையிலும் சமயம் சார்ந்த எண்ணங்கள் இருப்பது தெளிவாகின்றது.

மேற்கூறிய நான்கு வகை மணங்களும் வட நூலாரிடையே சமய ஏற்புப் பெற்ற மணங்களாக விளங்கின. ஏனைய நான்கினுள் பைசாச மணம் பல தர்ம சாத்திர அறிஞர்களால் ஏற்றுக் கொள்ளப்பட வில்லை.

பைசாசம்

நச்சினார்க்கினியர் பைசாசம் பற்றிக் கூறும் போது, 'மூத்தோர் களித்தோர், துயின்றோர் புணர்ச்சியும், இழிந்தோளை மணஞ்செய்தலும் ஆடை மாறுதலும் பிறவுமாம்' எனக் கூறி, பின்வரும் இரு பாடல்களையும் எடுத்துக் காட்டுவர்.

''எச்சார்க் கெளியரியைந்த காவலர்
பொச்சாப் பெய்திய பொழுதுகொ ளமையத்து
மெய்ச்சார் பெய்திய மிகுபுகழ் நண்பி
னுசாவார்க் குதவாக் கேண்மைப்
பிசாசர் பேணிய பெருமைசா லியல்பே''

''இடைமயக்கஞ் செய்யா வியல்பின னீங்கி
யுடைமயக்கி யுட்கறுத்த லென்ப - வுடைய
துசாவார்க் குதவாத வூனிலா யாக்கைப்
பசாசத்தார் கண்டமணப் பேறு.''[66]

பைசாசம் என்ற சொல்லிற்கு வடநூலார், பிசாசர்களுக்குரிய மணமுறை என்பர். பிசாசர்கள் இரவில் ஒளிந்து சென்று பெண்களை முறையற்றுச் சேர்வதால் பைசாச முறை எனப்பட்டது.

வடநூலார் கூற்றுப்படி[67] பெண், பைசாச மணத்தில் அவளறியாது தூக்கிச் செல்லப்படுகிறாள். அன்றேல் அவள் நினைவில்லாத போதோ, தூங்கும் போதோ, போதையில் இருக்கும்போதோ பலாத்காரம் செய்யப்படுகிறாள். சில நேரங்களில் ஆடவன் தான் விரும்பும் பெண்ணினுடைய வளர்ப்புத் தாயின் மகளுடைய உதவியுடன், அவளைப் போதைக்குள்ளாக்குகிறான். பின்னர் அப்பெண்ணின் துணையுடன் போதையுற்ற பெண்ணை ஒரு இரகசியமான இடத்திற்குத் தூக்கி வரச் செய்கிறான். அங்கு அவளை அவள் நினைவில்லாதபோது கூடிவிடுகிறான். இந்நிகழ்ச்சியை ஆடவன் பெண்ணின் உற்றார், உறவினருக்கு அறியத் தருகிறான். தம் குடும்ப மானம் இழிவுற்று விடக் கூடாதே என்று பயந்த பெண்ணின் பெற்றோர் அவளை அந்த ஆடவனுக்கே திருமணம் செய்து கொடுத்து விடுகின்றனர்.[68]

இங்கு பெண்ணைப் பெற்றோரோ, அவன் உறவினரோ, சமுதாயமோ, பெண்ணின் விருப்பு வெறுப்பிற்கு எந்தவித இடத்தையும் அளிக்கவில்லை. குடும்ப கௌரவமே பெரிதாகக் கொள்ளப்பட்டது. இத்தகைய மணத்தில் சமய ஏற்பு இல்லாதமையால் சமுதாயத்தில் இம்மணத்தை உயர்வாகக் கொள்ளவில்லையெனினும் மனுஸ்மிருதி இவ்வகை மணம் சத்திரியர்களுக்கும், வைசியர்களுக்கும், சூத்திரர்களுக்கும் ஏற்றது எனக் கூறுகிறது.[69] பைசாச முறைப்படி மணம் செய்து கொண்டவர்கள் சமுதாய ஏற்பைப் பெறுவதற்காக முறையான சமயஞ் சார்ந்த மணச் சடங்குகளையும் கடைபிடிப்பது வற்புறுத்தப்பட்டது.

ஆசுரம்

ஆசுர மணம் என்பது பெண்ணைப் பெற்றோருக்குப் பெரும் செல்வத்தைப் பெண் விலையாகக் கொடுத்து அவளைக் கொள்வது ஆகும்.[70] சமுதாயத்தில் பெண்ணைத் திருமணம் செய்து கொடுத்த பின்னர் அவள் கணவன் வீட்டிற்குரியவளாக ஆகி விடுகிறாள். இதுவரை பெற்றோர் அவளை வளர்க்க எடுத்த முயற்சிகளும் பெண்ணினது வேலை செய்யும் ஆற்றலும் அவளை மணம் செய்யும் ஆடவனுக்காகி விடுகிறது. அத்துடன் ஒரு ஆடவன் தன் இனத்தை விருத்தி செய்வதற்குப் பெண் உதவியாக இருப்பதாலும் அவளை ஆடவனுக்கு அளிக்கும் பெற்றோர் அவனிடமிருந்து பெருஞ் செல்வத்தை இந்த மணமுறைப்படி எதிர்பார்க்கின்றனர். தமிழ் மண முறைகளிலும் பெண்ணை மணம் செய்வதற்கு முலை விலை, பரிசம் போன்ற விலைகளைப் பெண்ணின் பெற்றோர் பெறுவது குறித்து முன்னர் இந்நூலில் எடுத்துக் காட்டப்பட்டுள்ளது.

இவ்வாறு பெண்ணைப் பணம் கொடுத்துப் பெறும் முறை, சமணர்களிடையே மிகப் பழங்காலத்திலிருந்தே வழக்கிலிருந்திருக் கிறது. நயதம்மககா (Nayadhammakaha) என்ற நூலில், பொற்கொல்லன் ஒருவனின் பெண்ணை மணஞ் செய்ய விரும்பிய தெயலிபுத்த (Teyaliputta) என்ற ஒரு மந்திரி, தான் அந்தப் பெண்ணைப் பெறுவதற்கு அளிக்க வேண்டிய பணத்தின் (Sulka) தொகை குறித்து வினவும் பகுதி இதற்கு நல்ல சான்றாகின்றது.[71] அது போலவே உத்தராத்யாயன (Uttarādhyāyana) என்ற சமண நூலில் காணப்படும் பொறுப்பற்ற தன் மனைவியை உதறித் தள்ளி விட்டுப் பெருஞ்செல்வம் கொடுத்து இன்னொரு பெண்ணைத் திருமணம் செய்யும் ஒரு வணிகனின் கதையும் இத்தகைய மணத்திற்கு எடுத்துக்காட்டாகும்.[72]

இந்த வகை மணத்திலும் பெண்ணின் விருப்பிற்கு எந்த விதத்திலும் மதிப்பளிக்கப்படவில்லை. பெண்ணின் தந்தை தன் விருப்பிற்கேற்ப, அவளை மணக்கும் ஆடவனிடம் பெரும் பணம் பெற்றுக்கொண்டு அவளை மணம் செய்து கொடுக்கிறான். சமண நூல்களான திரை வர்ணிகாசாரம் (Tiraivarṇikācara), நீதி வாக்கியாமிருதம் (Nitivākyāmrta) என்ற நூல்களும் மனுஸ்மிருதியும் இத்தகைய மணத்தை வலியுறுத்துகின்றன.[73]

பாளி இலக்கியங்களிலும் இத்தகைய மணம் குறித்துக் காண முடிகிறது. தேரிகாதையில்[74] குறிப்பிடப்படும் இசிதசி (Isidasi) என்ற பெண் துறவி, முன்னர் இல்லறத்திலிருந்தபோது, அதாவது அவள் திருமணம் செய்துகொண்ட போது அவள் தந்தை 'பெண் விலை'

(bride price) யாகப் பணம் பெற்றுக் கொண்டமை குறிப்பிடப் படுகிறது. இருக்கு வேதத்திலும்[75] இந்த முறை குறித்துச் செய்தி உண்டு. இங்கு பணம் கொடுத்துப் பெண் கொள்ளும் ஆடவன் உயர்ந்தவனாகக் கருதப்படவில்லை.

மகாபாரதத்திலும் கைகேயி, மாத்திரி, காந்தாரி போன்ற பெண்களை மணமுடித்தோர் பெருமளவு பணம் கொடுத்தே அவர்களை மணம் முடித்தனர் எனத் தெரிய வருகிறது. ஆனால், இத்தகைய செய்திகள் பண்டைய இந்திய இலக்கியங்களிற் காணப்பட்டாலும், அதாவது, சமுதாயத்தில் பெண்ணிற்கு விலை பேசி மணமுடிக்கும் முறை இருந்தாலும், இம்முறையை சமுதாயத்தில் ஒரு பகுதியினர் பெரிதும் கண்டித்தனர். தர்ம சாத்திரங்கள் முற்றிலுமாக இம்முறைகளை எதிர்த்தன. பௌத்தாயன தர்ம சாத்திரம் பெண்ணை விலைக்கு விற்கும் பெற்றோர் பெருநரகம் எய்துவரென்றும், பணம் கொடுத்து வாங்கப்பட்ட பெண், எக்காலத்திலும் சட்டப்படி கணவனின் முறையான மனைவியாக மாட்டாள் என்றும் கூறுகிறது. அவள் தந்தையின் கோத்திரத்தவளாகவே கொள்ளப்பட்டு அவள் வழிப் பிறந்த குழந்தை கணவனின் முன்னோர்க்குப் பிதிர்க் கடனாற்றும் தகுதியற்றவனாகக் கொள்ளப்பட்டான்.[76]

இவ்வாறு பெண் விலைக்குக் கொடுக்கப்படுவதால், பெண்ணைப் பெற்றோர், உற்றோர் அவளுக்குத் தகுந்த வரனைப் பார்ப்பதை விடுத்து உயர்ந்த செல்வம் தரும் ஆடவனையே வரனாகத் தேர்ந்தெடுத்தனர்.

நச்சினார்க்கினியர் ஆசுர முறை பற்றிக் கூறும்போது 'இம்முறை கொல்லேறுகோடல், திரிபன்றி எய்தல், வில்லேற்றுதல் முதலியன செய்து பெண்கோடல்' எனக் கூறிப் பின்வரும் பாடலையும் கூறுவர்.

முகையவிழ் கோதையை முள்ளெயிற் றரிவையைத்
தகைநலங் கருதுந் தருக்கின ருளரெனி
லிவையிவை செய்தாற் கெளியள்மற் றிவளெனத்
தொகைநிலை யுரைத்த பின்றைப் பகைவலித்
தன்னவை யாற்றிய வளவையிற் றயங்க
றொன்னிலை யசுரந் துணிந்தவாறே.[77]

நச்சினார்க்கினியர் உரைப்படி, கொல்லேறு கோடல், திரிபன்றி எய்தல், வில்லேற்றுதல் போன்ற செயல்களைச் செய்தவர்களுக்கு இப்பெண் உரியள் எனக் கூறி, ஆடவர் வீர வலிமைக்கேற்ப பெண் அளிக்கப்படுவது வழக்கம் எனத் தெரிய வருகிறது. இந்த முறைக்கும் வடநூலார் கூறும் அசுர மணமுறைக்கும் வேறுபாடு காணப்படுவதை இதுவரை காட்டிய செய்திகளால் அறிய

முடிகிறது. இங்கு நச்சினார்க்கினியர் தனது உரையில் தமிழ்நாட்டுச் சமூக வழக்குகளைச் சேர்த்து, அதன் வழி விளக்கமளிக்க முயன்றிருக்கிறாரோ என்றுதான் எண்ண வேண்டியுள்ளது.

இராக்கதம்

இராக்கத மணமுறைப்படி பெண் ஆடவனால் அவளது விருப்பிற் கெதிராகவும், அவள் பெற்றோர் விருப்பிற்கெதிராகவும் கவர்ந்து செல்லப்படுகிறாள். இத்தகைய மணமுறை, வளர்ச்சி பெறாத நிலையிலுள்ள சமுதாயங்களில்தான் அநேகமாகக் கடைப்பிடிக்கப் பட்டுள்ளது. பெண்கள் தமது கணவன் வீட்டில் தம்மைக் கொடுமைப்படுத்துவார்கள் என்ற எண்ணத்தால் மணம் செய்வதற்கு எதிர்ப்புத் தெரிவித்திருக்கலாம். அதே போல் பெற்றோர் தமது குடும்பத்திற்குப் பெண் செய்யும் வேலைகள் அவள் இல்லா விட்டால் குறைந்துவிடுமே என்ற எண்ணத்தாலும் எதிர்ப்புத் தெரிவித்திருக்கலாம். அத்துடன் போர்க்காலச் சமுதாயங்களில் வீரன் ஒருவனுக்கு, தான் மணக்கும் பெண், போரில் வென்ற பரிசுப் பொருளாக இருக்கவேண்டும் என்ற தன்முனைப்பும் இத்தகைய மணமுறைக்குக் காரணமாக இருக்கலாம். இந்த இராக்கத மணத்தை ‘க்ஷா’த்திர (Kṣātra) மணம் என்றும் கூறுவர் வடநூலார்.[78]

தமது இனமில்லாத பிற இனத்திலுள்ள பெண்ணைக் கவர்வதற்கு இராக்கத மணமுறை பெரிதும் பயன்பட்டுள்ளது. இம் மணமுறையைப் பற்றிக் கூறும் மனு தர்ம சாத்திரம் இந்த முறை மணம், பெண்ணின் பெற்றோரைக் கொன்றோ துன்பப்படுத்தியோ அவர்களை வென்ற பின்னர், பெண்ணின் அவலமான அழுகையுடன் அவளைத் தூக்கிச் செல்வது எனக் குறிப்பிடுகிறது. இத்தகைய நிகழ்ச்சிகள் பல தமிழ்ச் சமுதாயத்திலும் இருந்தமைக்கு முன்னர் இவ்வியலில் எடுத்துக் காட்டிய குறிப்புகள் சான்றாவது இங்கு குறிப்பிடத்தக்கது.[79] எப்படியிருப்பினும் பெண் இங்கும் தன் சொந்த விருப்பிற்கேற்ப நடக்கமுடியவில்லை என்பது தெளிவாகின்றது.

காந்தருவ மணம்

மறையோர் தேசத்து மன்றல் எட்டனுள் காந்தருவத்தின் இயல்புடையதாகக் களவு மணம் கொள்ளப்படுகிறது. கந்தருவர்கள் எனப்பட்டோர் காதல் வசப்பட்டு எந்தவிதச் சமயக் கிரியைகளும் இன்றி ஒருவருடன் ஒருவர் சேர்ந்து வாழ்வது போன்ற மணமுறையைக் காந்தருவ விவாகம் என்பர். இந்தக் காந்தருவ மணமுறையில் சமயக் கிரியைகள் நடத்தப்படும் முன்னரே

பெண்ணும் ஆணும் சேர்ந்து விடுவதால் சமயக் கிரியைக்குச் சிறப்புக் கொடுக்கும் மறையோர் பலர் இம்மணமுறையை ஏற்றுக் கொள்ளவில்லை. ஆனால், சில தர்ம சாத்திர நூல்கள் இம்முறையை ஏற்றுக் கொள்வதுடன்[80] அரச குலத்தவர்களான சத்திரியர்களுக்கு இம்முறை ஏற்புடைத்து என்றும் விளக்குகின்றன.

மகாபாரதத்தில், பிற்காலத்தில் உள் நுழைக்கப்பட்டதாகக் கருதப்படும் ஒரு பகுதியில், துஷ்யந்தனைச் சகுந்தலை திருமணம் செய்வதற்கு முன்னர் புரோகிதர் ஒருவரை அழைத்து சமயக் கிரியைகளை ஆற்ற வைத்தாள் எனக் கூறப்படுகிறது.[81] ஆனால், காளிதாசனின் சாகுந்தல நாடகத்தில் சமயச் சடங்குகள் ஆற்றியமை குறித்து எந்த விதச் செய்திகளுமில்லை. [82]

பெண்களைப் பூப்பின் முன்னர் மணஞ் செய்து கொடுத்த காலத்தில் இம்முறை சமுதாயத்தில் வழக்கில் இல்லையென்றாலும் பெண் பூப்பின் பின்னர் திருமணம் செய்து கொள்ளும் பிற்காலங்களில் இந்த மணமுறையை முற்றிலுமாக ஒழிக்கமுடியவில்லை. ஆனாலும், இம்முறை சமுதாய ஏற்புப் பெறுவதற்காக, மணச் சடங்குகள் ஆண் பெண் சேர்க்கைக்குப் பின்னர் ஆற்றப்பட்டன. இந்த முறையில் குறிப்பிட்ட ஆண் / பெண்ணினது உற்றார், உறவினர், முறைப்படி திருமணம் நிகழ்த்தி மகிழ்வதற்கும், அதன் வழி சமுதாய ஏற்புப் பெறுவதற்கும் வாய்ப்பாகின்றது.

எனவே, சில ஆசிரியர்கள் கூறுவது போல் காந்தருவ முறை மணத்தில் இயற்கைப் புணர்ச்சி என்பது முதலும் முடிவுமாக அமைந்துவிடவில்லை.[83] களவொழுக்கத்தின் இயல்பினை ஒட்டி இயற்கைப் புணர்ச்சி முதலில் நடந்தாலும் பின்னர் சமூக ஏற்பு வேண்டி முறைப்படி திருமணச் சடங்குகள் நிகழ்ந்தமையும் உண்டு.

பௌத்தர்கள் சமணர்களின் திருமணக் கொள்கைகள்

சங்ககாலத்தை ஒட்டிய காலத்தில் பௌத்தர்கள் சமணர்களின் தமிழக வரவு அளவில் பெருகலாயிற்று. இதனால் இவர்களது மத எண்ணங்களும் சமுதாய நம்பிக்கைகளும் பழக்க வழக்கங்களும் தமிழ் மக்களிடையே கலந்தன. பௌத்தர்களும், சமணர்களும் பெண்களைப் பற்றிய எண்ணங்களில் சில இடங்களில் இந்துக்களி லிருந்து வேறுபட்டு இருந்தனர். புதல்வனே மனிதனின் ஆன்ம ஈடேற்றத்திற்கு இன்றியமையாதவன் என்ற எண்ணம் இவ்விரண்டு மதங்களிலும் வற்புறுத்தப்படவில்லை. இந்த எண்ணத்தின் தொடர்ச்சி

யாகப் பெண்ணுக்கு இந்து மதத்தால் விதிக்கப்பட்ட சில இன்றியமை யாத விதிகளும் வலுவற்று அவற்றின் முதன்மை இழந்தன.

தர்ம சாத்திர நூல்கள் கூறுவது போலத் திருமணம் என்பது புனிதமான அறுக்கமுடியாத ஓர் உறவு என்று புத்தர் கொள்ளவில்லை. கணவன் இறந்த நிலையில் ஒரு பெண் கைம்மையால் வாடவேண்டிய கட்டாயமும் இருக்கவில்லை. எந்த விதவையும் தன் கணவனையே எண்ணிக்கொண்டு மீதி நாட்களில் தன் சுகங்களை ஒறுத்து வாழ வேண்டுமென்ற கட்டுப்பாடும் இருக்கவில்லை. அவர்கள் மறுமணம் செய்து கொள்ளலாம். அன்றேல் துறவினை மேற்கொள்ளலாம். கணவன் இறப்பில் கணவனுடன் எந்தப் புத்த மதப் பெண்ணும் எரிமூழ்கவில்லை.

குழந்தை மணம் பெரிதும் கடைப்பிடிக்கப்படவில்லை. பெண் வளர்ச்சிடைந்த நிலையிலேயே திருமணஞ் செய்து கொண்ட படியால் திருமணம் ஓர் ஒப்பந்தமாகக் கொள்ளப்பட்டதேயொழிய அறுக்க முடியாத பந்தமாகக் கொள்ளப்படவில்லை. புத்த மதப் பெண்களுக்குத் துறவு பூணும் வாய்ப்பு அதிகமாக இருந்தது. பொதுவில், திருமணம் செய்து கொண்டு இல்லறம் நடாத்தி வருபவர்கள்கூடத் தமக்குத் துறவு பூணும் தகைமை ஏற்பட்டு விட்டதென நினைத்தால் எந்த நேரத்திலும் திருமண ஒப்பந்தத்தை விட்டுத் துறவு பூணலாம். ஆனால், திருமணமாகி இல்லறத்தில் வாழ்ந்தால் அவர்கள் குடும்பத்தோடு ஒட்டி வாழ வேண்டுமென எதிர்பார்க்கப்பட்டனர். திருமண வயதிலுள்ள பெண்களுக்குப் புத்தர் கூறிய அறிவுரைகளாகப் பௌத்த நூலான அங்குத்தரநிகாயம் கூறுவது இங்கு நோக்கத் தக்கது.

'பெண்களே! எந்த ஆடவனுக்கு உங்களை உங்கள் பெற்றோர் மனைவியாக அளித்தாலும், நல்லவளாகவும் மகிழ்ச்சியுடையவளாக வும் இருக்கவேண்டும். பின் தூங்கி முன்னெழுந்து வேலைகளை விருப்புடன் ஆற்றி, இனிமையும் அன்புமுடைய சொற்களைப் பேசி வாழ உங்களைப் பயிற்றிக் கொள்ளுங்கள். உங்கள் கணவன் மரியாதை செய்யும் எல்லோரையும் - அவர்கள் தாய், தந்தையர், துறவி, பிராமணர் யாராக இருந்தாலும் அவர்கள் உங்கள் வீட்டுக்கு வரும்போது அவர்களுக்கு நீரும், இருக்கையும் கொடுத்து உபசரிக்கக் கற்றுக் கொள்ளுங்கள்.'[84]

புத்த மதத்தைக் கடைப்பிடிக்கும் பெண்களும் தமது திருமணத்திற்குப் பின் கணவனின் குடும்பத்தைப் பேணி, அவர்கள் குலத்தை ஓங்க வைக்கவேண்டும் என எதிர்பார்க்கப்பட்டனர். சமண மதத்தினரும் பௌத்த மதத்தினர் போலவே இல்லறம், திருமணம் ஆகியவற்றை விடத் துறவிற்கே முதன்மை கொடுத்தனர். சமணர்களிடையே நான்கு வகைத் திருமணங்கள் சமுதாய ஏற்புப் பெற்றிருந்தன.

1. பெற்றோர் ஒழுங்கு செய்யும் திருமணம்.
2. சுயம்வரம்.
3. காந்தருவ மணம்.
4. ஆசுர மணம்.

சமண சமயத்தில் பெண் ஆடவனுக்கு உண்மையுடையவளாகவும், கணவனுக்கு ஆற்றவேண்டிய கடமைகளில் தவறாது இருக்க வேண்டும் எனவும் எதிர்பார்க்கப்பட்டாள்.

ஆனால், துறவு பூணும் மனோநிலை எய்திய எவரும் இல்லறத்தை விட்டுத் துறவு பூணுவதற்கு எந்தத் தடையும் இருந்ததில்லை. சமணர்களில் பலர் வணிகர்களாக இருந்தமையால் பெண்ணிற்குப் பணம் கொடுத்துக் கொள்ளும் முறையே பெருமளவில் வழக்கிலிருந்தது.

பிற்காலத் தமிழ்ச் சமணக் காப்பியங்களில் பெற்றோரால் ஒழுங்கு செய்யப்பட்ட சுயம்வர மண்டபத்தில் பெண்ணே பல ஆடவர்களின் நடுவே, தனக்கு விரும்பிய ஆடவனைத் தேர்ந்தெடுத்து மணக்கும் முறை வழக்கிலிருந்ததைக் காண முடிகிறது. இது தவிர காந்தருவ முறைப்படி மணம் செய்து, பின்னர் அதுவே முறையான மண வினைகளுடன் திருமணமாகச் செய்யப்பட்ட நிகழ்வுகளும் காணக் கிடக்கின்றன.

திருமணச் சடங்குகள்

பெண்ணையும் ஆணையும் இணைத்து ஒன்றாக இல்லறத்தில் ஈடுபட வைக்கும் திருமண நிகழ்வு சமுதாயத்தில் பலரறியச் செய்யப் பட வேண்டியது எனக் கருதப்பட்டது.[85] எத்தகைய திருமணமாக இருந்தாலும் நாடறியச் செய்யும் திருமணச் சடங்கிற்கு முன்னர்க் கூறியது போல காலப்போக்கில் இன்றியமையாமை அளிக்கப் பட்டது. வரலாற்றை நோக்கின், சங்ககாலச் சமுதாயம் சமயம் சார்ந்த சமுதாயமாக இருந்ததாகத் தெரியவில்லை. பெரிதும் போர்க்காலச் சமுதாயமாகவே இருந்தது. அத்துடன் அன்றாட நிகழ்வுகளுக்கும், உலகியல் இன்பங்களுக்கும், உலகியல் தேவைகளுக்கும் மதிப்புக் கொடுத்து அவற்றை ஒட்டியே அவர்கள் வாழ்க்கை முறைகளும் அமைந்திருந்தமையால் அவர்கள் திருமணச் சடங்கு முறைகளும் உலகியலை ஒட்டியனவாகவே அமைந்திருந்தன.

சங்கப் பாடல்களில் திருமணச் சடங்கு முறைகள் பற்றித் தனிப்பட்ட பாடல்கள் காணப்படவில்லையெனினும், அகநானூற்றில் இடம் பெற்றுள்ள எண்பத்தாறாம் பாடலும், நூற்று முப்பத்தாறாம் பாடலும் தமிழக மக்களிடையே நிலவிய மணச் சடங்குகள் பற்றி

ஓரளவு செய்திகளை அளிக்கின்றன. இந்த இரு அகநானூற்றுப் பாடல்களும் திருமணச் சடங்கு முறைகளை எடுத்துக் காட்டுவதற்காக என்று எழுதப்படவில்லை. எண்பத்தாறாம் பாடலில் பரத்தையிடம் சென்று வந்த ஆடவன் ஒருவன் மீண்டும் தலைவியிடம் வரும் போது தோழி வாயில் மறுக்கிறாள். இந்த நேரத்தில் தலைவன், 'தன் திருமண நாளில் தன் மனைவி எவ்வாறு இருந்தாள்; இன்று தன்னைப் பார்க்கக் கூட விரும்பவில்லையே' எனக் கூறும் பகுதியில் திருமண நாளன்று நடந்தவற்றை அவன் வரிசையாகக் கூறுகின்றான்.

உழுந்துதலைப் பெய்த கொழுங்களி மிதவை
பெருஞ்சோற் றமலை நிற்ப நிரைகால்
தண்பெரும் பந்தர்த் தருமணல் ஞெமிரி
மனைவிளக் குறுத்து மாலை தொடரிக்
கனையிருள் அகன்ற கவின்பெறு காலைக்
கோள்கால் நீங்கிய கொடுவெண் டிங்கள்
கேடில் விழுப்புகழ் நாடலை வந்தென
உச்சிக் குடத்தர் புத்தல் மண்டையர்
பொதுசெய் கம்பலை முதுசெம் பெண்டிர்
முன்னவும் பின்னவும் முறைமுறை தரத்தரப்
புதல்வற் பயந்த திதலையவ் வயிற்று
வாலிழை மகளிர் நால்வர் கூடிக்
கற்பினின் வழாஅ நற்பல உதவிப்
பெற்றோற் பெட்கும் பிணையை யாகென
நீரொடு சொரிந்த ஈரிதழ் அலரி
பல்லிருங் கதுப்பின் நெல்லொடு தயங்க
வதுவை நன்மணம் கழிந்த பின்றைக்
கல்லென் சும்மையர் ஞெரேரெனப் புகுந்து
பேரிற் கிழத்தியா கெனத் தமர்தர
ஓரிற் கூடிய உடன்புணர் கங்குல்
கொடும்புறம் வளைஇக் கோடிக் கலிங்கத்
தொடுங்கினள் கிடந்த ஓர்புறந் தழீஇ
முயங்கல் விருப்பொடு முகம்புதை திறப்ப
அஞ்சினள் உயிர்த்த காலை யாழநின்
நெஞ்சம் படர்ந்த தெஞ்சா துரையென
இன்னகை இருக்கைப் பின்யான் வினவலின்
செஞ்சூட் டொண்குழை வண்காது துயல்வர
அகமலி உவகையள் ஆகி முகனிகுத்
தொய்யென இறைஞ்சியோளே மாவின்
மடங்கொள் மதைஇய நோக்கின்
ஒடுங்கீர் ஓதி மாஅ யோளே.[86]

மேற்கூறிய பாடலை ஒத்த இன்னொரு பாடல் ஊடியுள்ள தலைவன் கூறுவதாக அமைகிறது.

மைப்பறப் புழுக்கின் நெய்க்கனி வெண்சோறு
வரையா வண்மையொடு புரையோர்ப் பேணிப்
புள்ளுப் புணர்ந் தினிய வாகத் தெள்ளொளி
அங்கண் இரு விசும்பு விளங்கத் திங்கள்
சகடமண்டிய துகள்தீர் கூட்டத்துக்
கடிநகர் புனைந்து கடவுள் பேணிப்
படுமண முழவொடு பரூஉப்பணை இமிழ
வதுவை மண்ணிய மகளிர் விதுப்புற்றுப்
பூக்கணும் இமையார் நோக்குபு மறைய
மென்பூ வாகைப் புன்புறக் கவட்டிலை
பழங்கன்று கறித்த பயம்பமல் அறுகைத்
தழங்குகுரல் வானின் தலைப்பெயற்கு ஈன்ற
மண்ணுமணி அன்ன மாஇதழ்ப் பாவைத்
தண்நறு முகையொடு வெண்நூல் சூட்டித்
தூவுடைப் பொலிந்த மேவரத் துவன்றி
மழைபட் டன்ன மணன்மலி பந்தர்
இழையணி சிறப்பின் பெயர்வியர்ப்பு ஆற்றித்
தமர் நமக் கீத்த தலைநாள் இரவின்
உவர்நீங்கு கற்பின்எம் உயிருடம்பு அடுவி
முருங்காக் கலிங்கம் முழுவதும் வளைஇப்
பெரும்புழுக்கு உற்றநின் பிறைநுதுல் பொறிவியர்
உறுவளி ஆற்றச் சிறுவரை திறவென
ஆர்வ நெஞ்சமொடு போர்வை வவ்வலின்
உறைகழி வாளின் உருவுபெயர்ந் திமைப்ப
மறைதிறன் அறியா ளாகி ஒய்யென
நாணினள் இறைஞ்சி யோளே பேணிப்
பரூஉப்பகை ஆம்பற்குரூஉத் தொடைநீவிக்
கரும்பு இமிர் ஆய்மலர் வேய்ந்த
இரும்பல் கூந்தல் இருள்மறை ஒளித்தே.[87]

இவ்விரண்டு பாடல்களிலிருந்தும் தமிழகத்தில் நிலவிய திருமணச் சடங்குகள் குறித்து ஓரளவு அறியமுடிகிறது. ஊரறிய ஒரு பெண் ஆடவனை மணக்கிறாள் என்பதனை நன்முரசம் கொட்டி அறிவிப்பது திருமணத்தில் இன்றியமையாததாக இருந்தது. மணமுழவு, மணமுரசு இரண்டும் திருமணத்தின் போது ஒலிக்கப் பெறும். திருமணத்தில் பங்கேற்பவர்கள் அமர்வதற்காகப் பந்தர்கள் அமைக்கப் பெற்று அங்கு புது மணல் பரப்பப்படும்.

அங்கு வந்த மக்களுக்கு ஊன் கலந்த சோறும் சில வேளைகளில் உழுந்து கலந்து செய்யப்படும் களி மிதவையும் மகிழ்ச்சியுடன் அளிக்கப்படும். விருந்தாக வந்த பெரியோர்களையும் கடவுளையும் வணங்கி, உகந்த நேரமான, திங்களை உரோகிணி கூடும் நேரத்தில், புள் நிமித்தங்கள் நன்னிமித்தங்களாக அமையும் காலத்தில், திருமணத்தை நடத்துவர். அப்போது மங்கலமாக விளக்கேற்றி வைப்பர். புதிய ஆடை அணிந்த பெண்ணைப் பந்தரில் அமர்த்தி, அறுகம்புல்லின் கருமையான கிழங்கிலுள்ள முகையை வெண்மையான நூலில் கட்டிப் பெண்ணிற்கு அணிவிப்பர். இவ்வாறு அணிவிப்பது பெண்ணின் திருமணம் நிலை பேறானதாக இருக்கவேண்டும் என்பது கருதியாகலாம். இன்றும் திருமணமான தம்பதிகளை,

> ஆல்போல் தழைத்து அறுகுபோல் வேரூன்றி
> மூங்கில் போல் சுற்றம் முசியாமல் வாழ்ந்திருக்க

எனத் திருமணத்தில் வாழ்த்துவது இங்கு குறிப்பிடத்தக்கது.

முதிய மகளிர் கையில் மண்டை எனும் ஒரு வகைப் பாத்திரத்திலும் தலையில் தூக்கி வரும் குடத்திலும் நீரினை நிரப்பி வந்து மணப் பெண்ணினை நீராட்ட நீர் தருவர். இல்லறத்தில் வாழ்ந்து புதல்வரைப் பெற்ற நான்கு மகளிர் அந்நீருடன் நெல், மலர் இட்டு அப்பெண்ணை நீராட்டுவர். அவ்வாறு நீராட்டும்போது மணம் புரியும் பெண்ணைக் 'கற்பினின்றும் வழுவாது நல்ல பல பேறுகளையும் தந்து உன்னை அடைந்த கணவன் விரும்பிப் பேணும் விருப்பை அவனுக்குத் தருபவளாக அமைவாயாக' என அவர்கள் வாழ்த்துவர்.

இங்கு புதல்வரைப் பயந்த பெண்கள் நீராட்டுவது திருமணமாகும் பெண்ணும் புதல்வரைப் பெற்று நற்பேறுகளை உடையவளாக வாழவேண்டும் என்பதற்காகவும் அவள் கற்பில் தவறாது வாழவேண்டும் என்பதற்காகவும் ஆகலாம். நீராடலின் பின் தூய உடை அணிந்த பெண் அதே பந்தரில் இழையணி உடையவளாக விளங்க, அவளைப் பெண்ணின் பெற்றோர் ஆடவனிடம் கைப்பிடித்துக் கொடுக்கின்றனர். இந்தத் திருமண வினைகளை முற்றுவிக்க, அன்றிரவே பெண்ணும் ஆணும் சேர்ந்து கொள்கின்றனர். மேற்கூறிய அகநானூற்றுப் பாடலில் பெண்ணின் இழையணி என்பது எதைக் குறிக்கின்றது? பெண்ணின் இந்த அணி இழையில் சேர்க்கப் பட்டிருப்பதாலும், பிற்காலத்திலும் இக்காலத்திலும் பெண்ணின் மங்கல அணி நூலிலேயே சேர்க்கப்பட்டிருப்பதாலும், இழையணி என்று அழைக்கப்பட்டிருக்கலாம்.

இந்த அணி பெண்ணை மங்கலப்படுத்தும் அணியெனக் கொள்ளலாமா? இது குறித்து ஆசிரியர்கள் பலர் பல கருத்துக்களைத் தெரிவித்துள்ளனர். புறநானூற்றுப் பாடல் ஒன்றில் ஆய் அண்டிரனது கொடைச் சிறப்பைப் புகழ்ந்து பேசும் போது, தனது செல்வம் எல்லாவற்றையும் அவன் பிறருக்கு அளித்து அதனால் பொருட் செழிப்பு இல்லாத நிலையில் இருக்கும்போது அவனது வீட்டு மகளிர், 'ஈகை அரிய இழையணி மகளிர்' எனக் குறிப்பிடப்படுகிறார்கள். இங்கு இழையணி வேறு யாருக்கும் கொடுக்க முடியாதது. அதனால், அது மங்கலவணியைக் குறிக்கும் என்பர் புறநானூற்றிற்கு விளக்கவுரை எழுதிய ஔவை சு. துரைசாமிப் பிள்ளை.[88]

இக்கருத்துக்கு அரண் சேர்க்கும் வகையில் புறநானூற்றின் இருநூற்றிருபத்து நான்காம் பாடலில், கணவன் இறந்தபோது மகளிர் இழை களைந்தனர் என்ற கருத்தில்,

................வேங்கையின்
மெல்லியன் மகளிரு மிழை களைந்தனரே.[89]

என்ற அடிகள் உள்ளன. ஆனால், இந்த அடிகள் பொதுவில், கணவன் இறப்பில் பெண் தனது அணிகளைக் களைந்தாள் என்ற பொருளில்கூடக் கொள்ளமுடியும். அத்துடன் இந்த அணி மங்கல நாண் போல் கழுத்தில் கட்டப்படாது இடுப்பில் கட்டப்பட்டதோ என்ற ஐயமும் எழுகின்றது.

இழையணிப் பொலிந்த வேந்து கோட்டல்குல்
மடவரலுண் கண் வாணுதல்விறலி.[90]

என்ற அடிகள், அணிகளால் பொலிந்த அல்குல் என்ற பொருளிலேயே கையாளப்படுவதால், இது இடுப்பில் அணியப் பட்ட ஒரு ஆபரணமாக இருந்திருக்கலாம்.

இவை தவிர மகளிர் அணியும் தொடியையும் மங்கல அணியாகக் கொள்ளலாம் எனச் சில அறிஞர்கள் கூறுவர்.[91] கணவன் இறப்பில் கண்ணகி தொடி களைந்ததையும் புறநானூற்றில் வெளிமான் என்ற மன்னன் இறந்தபோது அவனது மகளிர் தொடியை நீக்கியதையும் சுட்டித், தொடியே மணவணியாகக் கொள்ளப்பட்டது என ஆசிரியர் சிலர் கூறும் கருத்தைத் தட்சிணாமூர்த்தி தனது 'தொடி மணவணியா?' என்ற கட்டுரையில்[92] தகுந்த ஆதாரங்களுடன் மறுக்கின்றார். அத்துடன் தொடி மணப் பெண் மட்டுமன்றிப் பொதுவாக எல்லா மகளிரும் அணிந்த ஒரு அணியெனச் சுட்டிக் காட்டுகின்றார்.

சிலப்பதிகாரத்தில் மூன்று இடங்களில் 'மங்கல அணி' என்ற சொல் இடம் பெறுகின்றது. கோவலன் கண்ணகி மணம் பற்றிக் கூறும்

பகுதியான மங்கல வாழ்த்துப் பாடலிலும், மனையறம்படுத்த காதையிலும், 'மங்கல அணி' என்ற சொல் இடம்பெற்றுள்ளது. முதலில் அவர்கள் திருமணம் குறித்து ஊருக்கு அறிவிக்கும்போது, முரசு, முரடு, சங்கு, வெண்குடைகள் முதலியன உலாவாக எடுத்துச் செல்லப்பட்டன எனக் கூறும்போது மங்கல அணியையும் ஆசிரியர் குறிக்கின்றார்.[93]

'முரசியம்பின முருடதிர்ந்தன முறையெழுந்தன பணிலம்
வெண்குடை
யரசெழுந்ததொர் படியெழுந்தன வகலுண்மங்கல வணியெழுந்தது'

மேற்கண்ட அடிகளில் மங்கல அணியும் குறிப்பிடப்படுவது நோக்கத் தக்கது. இதைத் தொடர்ந்து முறைப்படி திருமணம் ஆனதன் பின்னர் கோவலன் கண்ணகியைப் பாராட்டும்போது,

மறுவின் மங்கல வணியே யன்றியும்
பிறிதணி யணியப் பெற்றதை யெவன்கொல்[94]

எனப் பாராட்டுவது இங்கு நோக்கத்தக்கது. கோவலன் கண்ணகியின் அழகை வருணிக்கும்போது, 'உன்னை அணிகளால் அலங்கரித்த பெண்கள் குற்றமற்ற மங்கல அணியைத் தவிர வேறு அணிகளை ஏன் அணியச் செய்தனர்?' எனக் கேட்கின்றான். இங்கு குறிப்பிட்ட, 'மறுவின் மங்கல அணி' என்ற சொல்லுக்கு, 'குற்றமற்ற நினது புனையாத அழகு' எனப் பொருள் கொள்வர் வேங்கடசாமி நாட்டார்.[95]

ஆனால் கோவலன் கண்ணகியை விட்டு, மாதவியிடம் சென்று வாழ்ந்த காலத்தில், கண்ணகியின் நிலையைச் சித்தரிக்கும் இளங்கோவடிகள்,

....
அஞ்செஞ் சீறடி அணிசிலம் பொழிய
மென்துகில் அல்குல் மேகலை நீங்கக்
கொங்கை முன்றிற் குங்கும மெழுதாள்
மங்கல வணியிற் பிறிதணி மகிழாள்
கொடுங்குழை துறந்த வடிந்துவீழ் காதினள்
திங்கள் வாண்முகம் சிறுவியர் பிரியச்
செங்கயல் நெடுங்கண் அஞ்சனம் மறப்பப்
பவள வாணுதல் திலகம் இழப்ப[96]
....

என வருணிக்கிறார்.

இங்கு சிலம்பு, மேகலை முதலிய அணிகளுடன், மார்பிற் குங்குமம் எழுதுவது, கண்ணுக்கு மை தீட்டுவது, திலகம் இடுவது போன்ற

வற்றையும் கண்ணகி பிரிவுத் துயரத்தால் துறந்திருந்தாள் என்பது தெரிய வருகின்றது. அதே நேரத்தில் மங்கல அணி மட்டும் அவள் அணிந்திருந்ததிலிருந்து மங்கல அணி கணவன் பிரிந்திருந்தாலும் அணியப்பட வேண்டிய ஒன்று என்பது பெறப்படுகின்றது. மேற்காட்டிய எடுத்துக்காட்டுகளிலிருந்து மங்கல அணியென்பதைப் 'புனையாத அழகு' என்று கொள்வதைவிட ஓர் அணியாகவே கொள்வது பொருத்தமாக அமையும். இந்த மங்கல அணியே பிற்காலத்தில் திருமணத்தில் பெண்கள் அணியும் தாலியாகக் கொள்ளப்பட்டதா என்பது குறித்து ஆழ்ந்த ஆய்வு வேண்டியுள்ளது.

தமிழ் முறைப்படிப் பெண்ணை ஆணிடம் திருமணத்தில் அளிக்கும் மரபுச் சடங்குகளுடன் வடநாட்டைச் சார்ந்த பல்வேறு மத மக்களும் தமிழகத்தில் வந்து வாழத் தொடங்கிய காலம் முதல் சில புதுச் சடங்குகளும் சேர்த்துக் கொள்ளப்பட்டன. இந்த மாற்றங்களைச் சிலப்பதிகாரத்தில் கோவலன், கண்ணகி திருமணத்திலேயே காண முடிகிறது.

> மாமுது பார்ப்பான் மறைவழி காட்டிடத்
> தீவலஞ் செய்வது காண்பார்க்க ணோன்பென்னை[97]

என்ற சிலப்பதிகார அடிகளில், தீ சாட்சியாகப் பெண்ணினுடைய பெற்றோர், மறையோர் வழிகாட்டிட அவளை ஆடவனிடம் அளிக்கும் சடங்கு தமிழகத்திற்குப் புதிய திருமணச் சடங்காகும். தீ சாட்சியாகப் பெண்ணைத் திருமணம் செய்து கொடுப்பதும், மறையோர் வழி காட்டுவதும் வட நாட்டுத் திருமணங்களில் பிராசாபத்திய திருமண முறையில் நிகழும் சிறப்புச் சடங்குகளாகும். இதையே அடியார்க்கு நல்லாரும் தனது உரையில் எடுத்துக் காட்டியுள்ளார்.[98]

இருக்கு வேத காலத்தில் தீ திருமணச் சடங்குகளில் இடம் பெறாமையால் சிலப்பதிகாரத்தில் கூறப்படும் திருமணச் சடங்குகள் கிருஹ்ய சூத்திரங்களில் இடம்பெறும் சடங்குகளைப் பின்பற்றியே நிகழ்த்தப்பட்டன எனலாம். கிருஹ்ய சூத்திரங்கள் மனிதன் பிறப்பு முதல் இறப்பு வரை ஆற்ற வேண்டிய சடங்குகளையும் அவற்றின் விபரங்களையும் எடுத்துக் கூறுகின்றன. கிருஹ்ய சூத்திரங்கள் பல இருப்பினும் ஆஸ்வலாயனர், ஆபஸ்தம்பர், சாங்காயனர், பரத்வாஜர் (Ããvalãyana, Ãpastamba, Sankhãyana, Bharadvãja) ஆகிய ஆசிரியர்கள் எழுதிய கிருஹ்ய சூத்திரங்களே மக்களிடையே அதிகம் பின்பற்றப்படுகின்றன. ஆசிரியர்கள் பெயராலேயே இந்நூல்கள் மக்களிடையே வழங்கப்படுகின்றன. இந்நூல்களிலே உள்ள சிறு வேறுபாடுகள் தவிர, அவை பேசும் திருமணச் சடங்குகளைப் பொறுத்தமட்டில் அநேகமாக ஒன்றாகவே இருக்கின்றன.

சிலப்பதிகாரத்தில் மாமுது பார்ப்பான் மறைவழி காட்டிடத் தீவலஞ் செய்யும் மணவினை வட நூல்களான கிருஹ்ய சூத்திரங்களில் விரிவாகக் கூறப்பட்டுள்ளன. இந்த மண வினைகளுள் கன்னிகாதானம் (kanyadāna), கைப்பிடித்தல் (pāṇigrahaṇa), நெற்பொரி தீயிடல் (lāja homa), தீவலம் வருதல் (agnipariṇayana), அம்மி மிதித்தல் (āśmārohaṇa), ஏழடி வைத்தல் (saptapadi) ஆகியவை இன்றியமையாதனவாகக் கொள்ளப்படுகின்றன.

பெண்ணை, அவள் தந்தையோ, தந்தை இல்லாதபோது அவளை வளர்ப்பவரோ, மணமகனிடம் அவனது இல்வாழ்க்கைத் துணையாக்க, தீமுன் கொடுப்பது கன்னிகாதானம் எனப்படும். இந்த முறையே தமிழகத்தில் இன்றியமையாததாக விளங்கியுள்ளது என்பதை,

> நேரிறை முன்கை பற்றி நுமர்தர
> நாடறி நன்மணம் அயர்கம்[99]

என்ற குறிஞ்சிப்பாட்டு அடிகள் இதை எடுத்துக் காட்டுகின்றன. ஆனால், சங்ககாலத்தில் வேள்வித்தீ முன் இம்மணவினை ஆற்றப்படவில்லை. வடநாட்டு கிருஹ்ய சூத்திரங்களின் மரபுப்படி மணவினை முழுமையுமே யாகத் தீயின் முன்னர் தான் ஆற்றப்படும். யாகத் தீயின் மேற்கே ஒரு அம்மியும் வடகிழக்கே ஒரு நீர் நிறைந்த குடமும் வைக்கப்பட்டிருக்கும். மேற்கு நோக்கி நிற்கும் மணமகன் கிழக்கு நோக்கி நிற்கும் மணமகளின் கையைக் கைப்பற்றும் போது ‘இன்பத்திற்காக உன்னைக் கைப்பற்றுகிறேன்’ என்பான். இவ்வாறு கையைப் பற்றும் போதும் ஆடவன் ஆண் குழந்தைகளை விரும்பினால் பெருவிரலையும், பெண் குழந்தைகளை விரும்பினால் ஏனைய விரல்களையும், பெண் குழந்தைகளையும் ஆண் குழந்தை களையும் ஒன்றாக விரும்பினால் எல்லா விரல்களையும் சேர்த்துப் பிடிப்பான். கைத்தலம் பற்றிய போது நீரை வார்த்து மண வினையைச் சமூக, சமய, ஏற்புப் பெற்றதாக ஆக்குவர்.[100]

பெண்ணைப் பரிசாகப் பெற்ற ஆடவன் காம சூத்திரத்திலிருந்து சில பகுதிகளைக் கூறிய பின்னர், பெண்ணின் தந்தை, மணமகனிட மிருந்து, ‘தன் பெண்ணை, அறம், பொருள், இன்பம் ஆகிய மூன்றும் பெற அவன் ஆற்றும் செயல்கள் எல்லாவற்றிலும் சேர்த்துக் கொள்ள வேண்டும்’ என வாக்குப் பெற்றுக் கொள்வான். கன்னிகாதானத்தின் பின், கைத்தலம் பற்றிய ஆடவனும் பெண்ணும் தீவலம் வந்து அம்மி மிதிக்கும் மண வினையைச் செய்வர். கைத்தலம் பற்றும் செயல் மிக இன்றியமையாதது. ஆகையால், பிற்காலத்தில் திருமணத்தை பாணிக்கிரஹணம் - கைத்தலம் பற்றுதல் என்ற பெயராலேயே மக்கள் அழைத்தனர். பெண்ணின்

கைத்தலம் பற்றிய மணமகன் அவளுடன் யாகத் தீயை மும்முறை வலம் வருவான்.[101] ஒவ்வொரு முறை வலம் வரும்போதும் பெண்ணை, அவள் காலால் அம்மியை மிதிக்கும்படி ஆடவன் கூறுவான். இவ்வாறு மிதிக்கும்போது பெண்ணை நோக்கி ஆண்,

இக்கல் மேல் மிதி
இக்கல் போன்று உறுதியுடன் இரு
பகைவரை வெல்
எதிரிகளை மிதித்து விடு[102]

என்ற பாடலைக் கூறுவான். இதைத் தொடர்ந்து, பெண்ணுடன் பிறந்தோன் அல்லது அவனுடைய நிலையிலுள்ள இன்னொருவன், பெண்ணின் கூப்பிய கைகள் மேல் நெற்பொரியை இறைத்துத் தீயில் (lāja homa), சேர்ப்பான். திருமணத்தின் முன், பெண் ஆரியமான், வருணன், பூசன் ஆகிய தெய்வங்களினால் பீடிக்கப்பட்டு இருப்பதாக நம்பப்படுகிறது. நெற்பொரியை யாகத் தீயில் சொரிவதால் அவர்களிடமிருந்து திருமணப் பெண்ணை விடுவிப்பதாக மக்கள் எண்ணினர்.[103] இதையடுத்து 'ஏழடி வைத்தல்' (saptapadi) என்ற மணவினை ஆற்றப்படுகிறது.

வடகிழக்குத் திசையை நோக்கிப் பெண்ணைக் கூட்டிச் செல்லும் மணமகன், ஒவ்வொரு அடியைப் பெண் எடுத்து வைக்கும் போதும் பின்வரும் பாடலின் ஒவ்வொரு அடியையும் கூறுவான்.

உயிர்ச் சாரத்திற்கு ஒரு அடி
ஆற்றலுக்கு இரண்டடி
செல்வத்திற்கு மூன்றடி
மகிழ்ச்சிக்கு நான்கடி
குழந்தைப் பேற்றிற்கு ஐந்தடி
நீண்ட வாழ்விற்கு ஆறடி
உன்துணைக்கு ஏழடி
நீ எனக்கு உண்மையாயிரு
முதுமை வரை வாழும் வளனுள்ள
பல புதல்வரை நாம் பெறுவோமாக![104]

மேற்கூறிய பாடலின் அடிகளை மணமகன் கூற மணமகள் ஒவ்வொரு அடியாக ஏழடி எடுத்து வைப்பாள்.

இத்தகைய மணவினைகள் முடிந்த பின்னர் மணமக்களை ஏனையோர் வாழ்த்துவதும், வந்தோரை மகிழ்விப்பதும் நடைபெறும். இரவில் அருந்ததி எனும் விண்மீனையும், துருவ நட்சத்திரத்தையும், சப்தரிஷி (ஏழு முனிகள்) விண்மீன் கூட்டங்களையும் பெண்ணிற்குக்

காட்டுவர். அப்போது பெண், ‘என் கணவன் நீடு வாழ்வானாக! நான் குடும்பத்தின் வாரிசுகளைப் பெறுவேனாக’ எனக் கூறுவாள். இம் மண வினைகள் ஆற்றப்பட்ட பின்பு நான்கு நாட்கள் கழித்தே பெண் ஆணைச் சேர அனுமதிக்கப்பட்டாள். இந்த மணவினையை ‘நான்காம் நாள் மணவினை’ (caturthī karma) என்பர்.[105]

இவ்வாறு நாலு நாட்கள் காத்திருப்பது பெண்ணினதும், ஆடவனதும் மன உறுதியை வளர்ப்பதற்காக என்பர். மாமுது பார்ப்பான் மறை வழி காட்டிடத் தீவலம் செய்து கோவலனும் கண்ணகியும் மணம் செய்து கொண்டாலும் நான்கு நாட்கள் ஒருவரை ஒருவர் சேரக் காத்திருந்ததாகச் செய்திகளில்லை. அவர்களைப் பெண்கள் திருமணம் நடந்த அன்றே மங்கல நல் அமளி ஏற்றி விட்டனர்.

கிருஹ்ய சூத்திரங்களில் கூறப்பட்ட அம்மி மிதித்தல், நெற் பொரி தீயிலிடல், ஏழடி வைத்தல் போன்ற மண வினைகள் குறித்து விரிவாகச் சிலப்பதிகாரத்தில் கூறப்படவில்லையெனினும், ‘மாமுது பார்பபான் மறை வழி காட்டிட’ என்ற அடிகளால் இவையும் மண வினைகளுள் இடம் பெற்றிருக்கலாம் எனக் கொள்ளலாம். பிற்காலத் தமிழ் இலக்கியங்கள் இவற்றை விரிவாகவே எடுத்துரைக்கின்றன.[106]

சிலப்பதிகாரத்தில் கண்ணகி கோவலன் திருமணத்தின்போது கண்ணகியைக் குறிக்கும் இடங்களில் அவளை அருந்ததியன்னாள்[107] எனக் குறிப்பிடுவது இங்கு நோக்கத் தக்கது. சாலியொருமீன்ற கையாள்,[108] வடமீனின்திற மிவள் திறம்[109] என்று பெண் இங்கு குறிப்பிடப்படுவது நோக்கத் தக்கது. கற்பிற்கு எடுத்துக்காட்டாக விளங்கும் அருந்ததியை ஒப்பிடுவதால் ஆசிரியர் கண்ணகியின் கற்புத் திறனை எடுத்துக் காட்ட விரும்புகிறார் எனலாம்.

திருமணம் ஆனதும் பெண்ணிடம் அவள் கணவனும், அவள் குடும்பமும், அவள் வாழும் சமுதாயமும் பெரிதும் எதிர்பார்ப்பது அவள் கற்புடையவளாக வாழவேண்டும் என்பதே. அடுத்த இயலான இல்லறத்தில் பெண் எனும் இயலில் இது குறித்த விரிவான விளக்கத்தைக் காணலாம்.

3

இல்லறத்தில் பெண்

திருமணம் பெண்ணிற்கு புதிய மதிப்புகளையும் புதிய நிலைகளையும் சமுதாயத்தில் அளிக்கின்றது. அதே நேரத்தில் அவளிடமிருந்து குடும்பமும், சமுதாயமும் புதிய கடமைகளையும் எதிர்பார்க்கின்றன. அத்துடன் அவளுக்குச் சில குணநலன்களையும், அக்குணநலன்கள் இல்லாத நிலையில் அவளைச் சமுதாயம் இழிவுபடுத்துவதையும் சமுதாய வரலாற்று வழி நாம் காண முடிகின்றது.

திருமணமான பெண் 'இல்லாள்' என்ற பெயரால் அழைக்கப்பட்டாள். இல்லத்திற்குரியவள் என்ற பண்பைக் குறிக்கும் இச்சொல்லிற்கு நேரடியான ஆண்பால் சொல்லே தமிழில் இல்லாத நிலையிலிருந்து இல்லத்திற்குப் பொறுப்பானவள் பெண்ணே என்பது புலனாகின்றது. பெண் இல்லத்திற்குப் பொறுப்பாக அமைய, ஆண் தொழில் செய்து பொருளீட்டும் பொறுப்பை மேற்கொண்டான். இதையே,

> வினையே ஆடவர்க் குயிரே...[1]

என்ற குறுந்தொகை அடி விளக்கி நிற்கின்றது. இல்லத்திலுள்ள வேலைகளைச் செய்தல், குழந்தைகளைப் பராமரித்தல், உணவு தயாரித்தல், விருந்தினரை ஓம்புதல், இல்லத்தில் நோயுற்றோரைக் கவனித்தல், அண்டி வந்தோரை ஆதரித்தல் போன்ற அனைத்தையும் பெண்ணே செய்ய வேண்டுமென்ற எதிர்பார்ப்பு சமூகத்தில் இருந்தது. இவை குறித்துச் சங்கப் பாடல்களும் அவற்றையடுத்து

வந்த பதினெண் கீழ்க்கணக்கு நூல்களும், சிலப்பதிகாரம், மணிமேகலை போன்ற காப்பியங்களும் மிக விரிவாக எடுத்துரைக்கின்றன.

இத்தகைய கடமைகளை ஆற்றுவதற்கும், கணவனுக்கேற்ப நடப்பதற்கும், சமூகத்தில் மதிப்பைப் பெறுவதற்கும் பெண்ணிடம் சில குணநலன்கள் எதிர்பார்க்கப்பட்டன. இந்தப் பண்புகள், பெண்ணை இல்லற வாழ்வில் எடைபோடவும் தரப்படுத்தவும் காரணிகளாக இருந்தன. அதனால், இப்பண்புகள் பெண்ணுடன் இல்லற வாழ்வில் எவ்வாறு இணைக்கப்பட்டன என்பதை மனதிற் கொண்டே இவ்வியல் பெரிதும் அமைந்துள்ளது. இவற்றில் மிக இன்றியமையாத பண்பாகக் கற்பு விளங்கியது. இதனால்தான் திருமணத்திற்குப் பிற்பட்ட வாழ்க்கையைக் கூறும் பகுதியைக் கற்பியல் எனத் தொல்காப்பியர் கூறுகிறார். கற்பெனும் பண்பு ஒரு பெண்ணிடம் இல்லாதபோது அவள் மதிப்புடையவளாகக் கொள்ளப்படவில்லை. அத்தகைய பெண்கள் பொது மகளிர் எனவும் கற்புடைய பெண்கள், குல மகளிர் எனவும் அழைக்கப்பட்டனர்.

கற்பு

கற்பெனும் பண்பை ஆங்கிலத்திலுள்ள 'Chastity' என்ற சொல்லின் மொழிபெயர்ப்பாகக் கூறுவர் சில ஆய்வாளர்கள். ஆனால், 'Chastity' என்ற ஆங்கிலச் சொல் கூறும், 'கணவனுக்கு உண்மை யுடைத்தாயிருத்தல்' என்ற பொருள் மட்டுமன்றி, அதற்கு மேலும் சில பண்புகள் தமிழில் கற்பெனும் சொல்லிற்கு அளிக்கப் பட்டிருப்பதை நாம் காணலாம். பொதுவில், கற்பெனும் பண்பு ஒன்றே பெண்ணின் எல்லாவிதச் செயல்களையும், வாழ்க்கை முறைகளையும் நிர்ணயிக்கின்றது என்று கூடக் கூறலாம்.

உலக நாடுகள் பலவற்றிலும் கணவனுக்கு உண்மையாயிருக்கும் தன்மை பெண்ணிற்கு வலியுறுத்தப்பட்டிருக்கின்றது. கற்பிழந்த பெண்ணிடம் வேறு எது இருந்தாலும் அது மதிக்கப்படவில்லை.[2] அது மட்டுமின்றிப் பெண்ணின் நடத்தையைக் கட்டுப்படுத்த ஆண் பயன்படுத்திய ஓர் அளவு கோலாகவும் இது இருந்திருக்கின்றது.

இந்தக் கற்பெனும் பண்பு திருமணத்திற்கு முன்பும், திருமணமாகி இல்லற வாழ்விலும், கணவனை இழந்த நிலையிலும், பெண்ணையும் அவள் வாழ்க்கை முறைகளையும் பெரிதும் கட்டுப்படுத்துகிறது. இத்தகைய இந்தக் கோட்பாடு, பெண்களை எவ்வாறு சமுதாயத்தில், இல்லறத்தில், தனிப்பட்ட வாழ்வில், கட்டுப்படுத்துகின்றது என்பதை விரிவாக ஆய்வு செய்வது இங்கு வேண்டியதாகின்றது.

சங்க இலக்கியங்களிலும், பிற்கால இலக்கியங்களிலும் கற்பெனும் சொல் முல்லை, கல்வி, கற்பனை, மதில், மகளிர், நிறை, பயிற்சி போன்ற பல பொருள்களில் வழங்கப்பட்டாலும், பெருமளவில் பெண்களுடன் தொடர்புபடுத்தியே பேசப்படுகிறது. அதுவும் குறிப்பாக இல்வாழ்வில் ஈடுபட்ட பெண்களுடன் தொடர்புபடுத்தி, சிறப்பாக அவர்கள் ஒரே ஆடவனுக்கு உள்ளத்தாலும் உடலாலும் உண்மை உடையவர்களாக வாழ்வதைக் குறிக்கிறது. அண்மைக் காலம் வரை, பெண் ஒரு ஆடவனுக்கு உடலால் உண்மையுடையவளாக வாழ முடியாத ஒரு நிலைக்குத் தள்ளப்படும்போது — அதாவது ஒரு கட்டாயத்தால் வேறு ஒரு ஆடவனால் தன் கணவனுக்கு உடலால் உண்மையாக இருக்கும் தன்மை அழிக்கப் பட்டு விட்ட போது — அவள் கற்பிழந்துவிட்டாள் என்ற பழிக்கு உள்ளாக்கப்படுகிறாள். இன்று பெண்களுக்கு, அவர்கள் உரிமைக்கு, அவர்கள் உணர்வுகளுக்கு, மதிப்புக் கொடுக்கும் வகையில் போராடுவதற்காக எழுந்த அமைப்புகள் பல 'கற்பழிப்பு' என்ற சொல்லாட்சியை மாற்றிப் பலாத்காரம் செய்தல் என்ற சொல்லாட்சியை நடைமுறைப்படுத்தியுள்ளமை இங்கு குறிப்பிடத்தக்கது.

தொடக்க காலப் பாடல்களான சங்கப் பாடல்களில் கற்பு என்ற சொல் பெரும்பாலும் குலப் பெண்களாக விளங்கும் இல்லறப் பெண்களுடன் தொடர்புபடுத்தியே கையாளப்பட்டுள்ளது. இந்தச் சொல் 'கல்' என்ற வினையடிப் பிறந்து 'பு' என்ற வினைப் பெயர்ப் பின்னடையைக் கொண்டு அமைகிறது. இச்சொல் ஆண்பால், பெண்பாற் சொற்களுடன் மட்டுமன்றி இரண்டுமல்லாத பால் குறிக்காத சொற்களுடனும் தொடர்புபடுத்தப்பட்டுள்ளது. குறுந்தொகைப் பாடலான பின்வரும் பாடலில்,

....
.................பார்ப்பன மகனே
எழுதாக் கற்பின் நின்சொ லுள்ளும்
பிரிந்தோர்ப் புணர்க்கும் பண்பின்
மருந்தும் உண்டோ மயலோ இதுவே.[3]

என்ற பகுதியில், 'எழுதாக் கற்பின் நின் சொலுள்ளும்' என்ற அடி இங்கு நோக்கத் தக்கது. தலைவியைப் பிரிந்த தலைவன் அவன் பாங்கனாகிய பார்ப்பன மகனைப் பார்த்து, 'எழுதாமல் கேள்விவழிக் கற்கப்பட்டு வரும் வேதமாகிய நின்னுடைய மறைகளில் அகத்தே, பிரிந்தோராகிய தலைவன் தலைவியரைச் சேரச் செய்யும் தன்மையுடைய வசிய மருந்து உண்டோ' எனக் கேட்கிறான். இங்கு கேள்வி வழி வேதம் கற்கப்படுவதை 'எழுதாக் கற்பின்' எனக்

கூறுவதில் கற்பு என்பது கற்பது என்ற பொருளில் கையாளப் பட்டுள்ளது.

இது போலவே பதிற்றுப்பத்தில் சேர மன்னனைப் போற்றிப் பாடும் போது,

....
இரவன் மாக்கள் சிறுகுடி பெருக
உலகந் தாங்கிய மேம்படு கற்பின்
வில்லோர் மெய்ம்மறை வீற்றிருங்கொற்றத்துச்
செல்வர் செல்ல...............[4]

எனப் புலவர் போற்றுகிறார். இங்கு மன்னனை, 'உலகுயிர்களை இனிது பாதுகாப்பதால் குடக்குச் சேரர் குடியில் மேம்பட்ட கல்வியறிவுடைய வில் வீரர்களுக்கு மெய்புகு கருவி போன்றவனே' என விழிக்கும்போது கல்வியறிவினைச் சுட்டுவதாய்க் கற்பு என்ற சொல் எடுத்தாளப்பட்டுள்ளது.

கல்வியறிவைச் சுட்டுவதாகப் பயன்படுத்தப்பட்ட கற்பு எனும் சொல் பயிற்சி என்ற பொருளிலும் சங்கப் பாடல்களில் கையாளப்பட்டுள்ளது.

ஒளிறுவாள் தானை கொற்றச் செழியன்
வெளிறில் கற்பின் மண்டமர் அடு தொறும்[5]

என்ற அகநானூற்று அடிகள், வெற்றி பொருந்திய பாண்டிய மன்னன் ஒருவன், விளங்கும் வாட்படையுடன், குற்றமில்லாத பயிற்சியுடன் போரில் சமர் புரிவதைக் கூறுகின்றன. இங்கு கற்பின் என்ற சொல் பயிற்சியைச் சுட்டுவதைக் காண முடிகிறது.

இது போன்றே பின்வரும் அகநானூற்று அடிகளிலும் கற்பு என்ற சொல் பயிற்சி என்ற பொருளில் பயன்படுத்தப்பட்டுள்ளது.

பொலம் பூண் நன்னன் புன்னாடு கடிந்தென
யாழிசை மறுகிற் பாழிஆங்கண்
அஞ்சல் என்ற ஆஅய் எயினன்
இகல் அடுகற்பின் மிஞிலியொடு தாக்கி
தன்னுயிர் கொடுத்தனன்[6]

இங்கு இகல்அடு கற்பின் என்ற சொற்றொடர், மிஞிலி என்ற மன்னனின் போர்ப் பயிற்சிமிக்க தன்மையைச் சுட்டுகின்றது.

இவ்வாறு கல்வி, பயிற்சி போன்ற பொருள்களைக் குறிக்கும் கற்பு என்ற சொல் பெண்ணுடன் தொடர்புபடுத்தப்படும்போது

எத்தகைய பொருள்களில் பயன்படுத்தப்பட்டுள்ளது? ஆண்களுடன் தொடர்புடையதாகக் கற்பு என்ற சொல் பயன்படுத்தப்படும்போது உரையாசிரியர்கள் கொடுக்கும் விளக்கத்தைப் பெண்களுடன் தொடர்புபடுத்தப்படும்போது காண முடியவில்லை. சங்கப் பாடல்களில் கிட்டத்தட்ட ஐம்பது இடங்களில் இடம் பெறும் கற்பெனும் சொல் மேற்கூறிய நான்கு இடங்களைத் தவிர, ஏனைய இடங்களில் பெண்களுடன் தொடர்புபடுத்தியே கையாளப் பட்டுள்ளது.

இவ்வாறு பெண்களுடன் தொடர்புபடுத்திக் கூறப்படும் போது பலவித அடைகளுடனும் இச்சொல் இணைத்துக் கூறப்படுகிறது. **நாணலதில்லாக் கற்பு, பொறையொடுமலிந்த கற்பு, செயிர்தீர் கற்பு, வடமீன்புரையுங் கற்பு, பன்மாண் கற்பு, மறங்கடிந்த கற்பு, கடவுட் கற்பு, அணங்குறு கற்பு, இறந்த கற்பு, நிலையிய கற்பு, வான் தருங் கற்பு, அடங்கிய கற்பு, ஆறிய கற்பு, வயங்கிய கற்பு, அறஞ்சால் கற்பு, மறக் கற்பு, நாணொடு மிடைந்த கற்பு, மலைமாண் கற்பு, உவர் நீங்கு கற்பு, ஆன்ற கற்பு, அருங்கற்பு, முல்லைசான்ற கற்பு** போன்ற பல்வேறு வகை அடைகளுடன் சங்கப் பாடல்களில் கற்பு என்ற சொல் வழங்கி வந்துள்ளது. இவ்வாறு பாடல்களில் வரும் கற்பெனும் இச்சொல்லிற்குத் தெளிவான விளக்கத்தை எங்கும் காண முடியவில்லை. சங்கப் பாடல்களுக்கு இலக்கணம் வகுத்த தொல்காப்பியர் தனது கற்பியலில் கற்பு என்ற சொல்லைக் குறித்துப் பேசும்போது,

> கற்பெனப்படுவது கரணமொடு புணரக்
> கொளற்குரிய மரபிற் கிழவன் கிழத்தியைக்
> கொடைக்குரி மரபினோர் கொடுப்பக் கொள்வதுவே[7]

எனக் கூறுகிறார்.

இச்சூத்திரத்திற்கு உரை எழுதிய உரையாசிரியர்களுள் இளம்பூரணர், 'கற்பென்று சொல்லப்படுவது கரணத்தொடு பொருந்திக் கொள்ளுதற்குரிய மரபினையுடைய கிழவன், கொள்ளுதற்குரிய மரபினையுடைய கிழத்தியைக் கொடுத்தற்குரிய மரபினையுடையார் கொடுப்பக் கொள்வது என்றவாறு'[8] என்று கூறி, கரணமென்பது வதுவைச் சடங்கு என்கிறார். இதே சூத்திரத்திற்கு உரை எழுதிய நச்சினார்க்கினியர் கரணம் என்ற சொல்லிற்கு வேள்விச் சடங்கெனப் பொருள் கொள்வர். இங்கு 'கரணம்' என்ற சொல் சங்கப் பாடல்களில் எந்த இடத்திலும் இடம் பெறவில்லை என்பதை மனதில் கொள்ள வேண்டும். இளம்பூரணர் கூறுவது போல்

‘வதுவை’ என்ற பொருளில் கரணம் என்ற சொல் இடம் பெற்றிருந்தால் சங்க இலக்கியத்தில் வதுவை என்ற சொல் இடம்பெறும் முப்பத்தாறு இடங்களில் ஓரிடத்திலாவது வதுவைக்குப் பதிலாகக் கரணம் என்ற சொல் இடம் பெற்றிருக்கும். கரணம் என்ற வடசொல் ‘கிரு’ (kr) என்ற ‘செய்தலைக்’ குறிக்கும் சமஸ்கிருதச் சொல்லின் அடிப் பிறந்தது. வடமொழி நூல்கள் கரணம் (Karanam) என்ற சொல்லை வேள்விச் சடங்கைக் குறிப்பதாகவோ, திருமணத்தைக் குறிப்பதாகவோ எந்த இடத்திலும் கையாளவில்லை. அதற்குப் பதிலாக, நடனத்தின் சில நிலைகளைக் குறிக்கவும், கோள்களின்[9] நிலையைச் சுட்டவுமே இச்சொல் பயன்படுத்தப்பட்டுள்ளது.

எனவே, கரணம் என்ற சொல் தமிழில் எதைக் குறிக்கிறது? தொல்காப்பியர் கூற்றுப்படி, கற்பு என்பது கரணத்தோடு கூடிய நிலையில், கொள்வதற்கு ஏற்ற தகுதிகளையுடைய ஆடவன் ஒருவனுக்குக் கொடுக்கக் கூடிய தகுதிகளையுடைய மக்கள், பெண்ணைக் கொடுப்பது ஆகும். எனவே, முன்னரே ஆடவனும் பெண்ணும் ஒருவரை ஒருவர் அறிந்திருந்தாலும், அறியாதிருந்தாலும் இல்லறத்தில் அவர்கள் முறைப்படி ஈடுபட, ஒரு சடங்கு வேண்டியிருந்தது. கரணம் என்ற சொல்லிற்கு விளக்கம் காண்பதில் தொல்காப்பியரது கற்பியல் மூன்றாம் நான்காம் சூததிரங்கள் ஓரளவு துணை புரிகின்றன.

> மேலோர் மூவர்க்கும் புணர்ந்த கரணங்
> கீழோர்க்காகிய காலமும் உண்டே
> பொய்யும் வழுவுந் தோன்றய பின்ன
> ரையர் யாத்தனர் கரணம் என்ப[10]

மேற்கூறப்பட்ட நூற்பாக்களிலிருந்து இரு நிலைகளைக் கொள்ள முடிகிறது. ஒன்று மேலோர், கீழோர் என்ற பாகுபாட்டை அக்காலச் சமுதாயம் ஏற்றிருந்தது. இரண்டாவது நம்பிக்கை அடிப்படையில் வாழ்ந்த ஒரு சமுதாயத்தில் ஒருவரை ஒருவர் ஏமாற்றும் நிலை வந்ததும் அதைத் தடுப்பதற்குச் சமுதாயத்தில் சில கட்டுப்பாடுகள் விதிக்கப்பட்டன. அத்தகைய ஒரு நிலையில், சமுதாயத்தில் பொய்யும் குற்றங்களும் மலிந்தபோது அவற்றைத் தடுத்து சமுதாயத்தில் ஒரு நெறிப்படுத்தப்பட்ட வாழ்வினை ஏற்படுத்த வகுக்கப்பட்ட விதிகள் எனக் கரணம் என்ற சொல்லிற்குப் பொருள் கொண்டால், அது பொருத்தமாக இருக்கும். எனவே, எல்லாவற்றையும் ஒருசேர நோக்கின் தொல்காப்பியர் கற்பு என்ற சொல்லால் சில சமுதாய ஒழுக்க விதிகளுடன் கூடிய திருமணத்தையே குறிக்கிறார் எனலாம்.

இவ்வாறு திருமணம் என்ற ஒழுக்க விதிகளுடன் கூடிய ஒரு ஒப்பந்தத்தை ஏற்படுத்தியதும்கூட சமூகத்தில் பெண்களின் பாதுகாப்பிற்காகவேதான் எனலாம். ஏனெனில், காதல் கொண்ட ஆடவர் சில சமயங்களில் பெண்களை மறந்து சென்றதும் உண்டு. இது குறித்து பெண்ணும் திருமணமும் என்ற இயலில் விரிவாக எடுத்துரைக்கப்பட்டுள்ளது.

விதிகளுடன் கூடிய திருமணத்தைக் குறிக்கத் தொல்காப்பியர் கூறும் கற்பு, ஏனைய சங்கப் பாடல்களில் பெண்ணிற்குரிய ஒரு பண்பாகவே குறிப்பிடப்படுகிறது. பெண்ணிற்குக் கற்பு பெருமளவில் திருமணத்தின் பின்னரே வற்புறுத்தப்பட்டாலும் திருமணத்திற்கு முன்புகூட இது பெண்ணுடன் தொடர்புபடுத்தப்பட்டுள்ளமையைப் பின்வரும் பாடலில் காண முடிகிறது.

கூறுவம் கொல்லோ, கூறலம் கொல்லெனக்
கரந்த காமம் கைந்நிறுக் கல்லாது
நயந்துநாம் விட்ட நன்மொழி நம்பி
அரைநாள் யாமத்து விடுமழை கரந்து
கார்விரை கமழும் கூந்தல் தூவினை
நுண்நூல் ஆகம் பொருந்தினள் வெற்பின்
இளமழை சூழ்ந்த மடமயில் போல
வண்டுவழிப் படரத் தண்மலர் வேய்ந்து
வில்வகுப் புற்ற நல்வாங்கு குடச்சூல்
அஞ்சிலம் பொடுங்கி அஞ்சினள் வந்து
துஞ்சூர் யாமத்து முயங்கினள் பெயர்வோள்
ஆன்ற கற்பில் சான்ற பெரிய
அம்மா அரிவையோ அல்லள் தெனாஅது
ஆஅய் நன்நாட்டு அணங்குடைச் சிலம்பில்
கவிரம் பெயரிய உருகெழு கவாஅன்
நேர்மலர் நிறைசுனை உறையுஞ்
சூர்மகள் மாதோ என்னும் நெஞ்சே[11]

மேற்கூறிய அகநானூற்றுப் பாடல், களவில் ஓர் ஆணும் பெண்ணும் உடலால் ஒன்று சேர்ந்தமையைக் கூறுகிறது. சொல்லவா, விடவா என எண்ணிய ஆடவன் காமம் பொறாது பெண்ணிடம் நள்ளிரவில் வரும்படி கூறுகிறான். அவளும் அவன் கேட்டதற்கிணங்க வருகிறாள். அவள் வரும்போது காலிலுள்ள சிலம்பு ஒலித்து விடுமோ என அச்சமுற்றுச் சிலம்பின் ஒலி கேட்காதபடி பெண் மெதுவாக அடி எடுத்து வைத்து வருகின்றாள். வந்து கூடிய பின்னர் மீண்டும் தனது இல்லத்திற்குச் செல்கிறாள். அவ்வாறு

சென்றவளை, 'அவள் ஆன்ற கற்பில் சான்ற பெரிய' என ஆடவன் பாராட்டுவதுடன், 'இவள் பெண்ணா அன்றேல் சூர்மகளா' என வியந்தும் நிற்கின்றான். திருமணத்தில்தான் கற்பு வலியுறுத்தப் பட்டதாயின் இந்த அகநானூற்றுப் பாடல் எதை உணர்த்துகிறது? அத்துடன் பிற்காலத்தில் கற்புக்குக் கொடுக்கப்பட்ட பொருள் இங்கு பொருந்துவதாக அமையவில்லையே!

'கற்பனெப்படுவது சொற்றிறம்பாமை'[12] என்ற ஔவையாரின் சொற்றொடர்ப்படி இங்கு தலைமகள் தலைமகனின் சொல் தவறாது வந்து அவனைச் சேர்ந்து சென்றதையே கற்பு என்ற சொல் குறிக்கிறது எனலாம்.

சங்கப் பாடல்கள் அனைத்திலும் மேற்கூறிய பாடல் ஒன்றில் மட்டுமே கற்பு என்ற சொல் திருமணத்திற்கு முன்னர் ஆணும் பெண்ணும் சேர்ந்த நிலையைக் குறித்துக் கையாளப்பட்டிருப்பது நோக்கத் தக்கது.

சங்கப் பாடல்களில் கற்புடன் அடையாகக் கூறப்பட்ட ஏனைய சொற்றொடர்களை ஆராயும்போது பல அடைகள் சூழ்நிலைக்குத் தக்கவாறு பெண்ணை மதிப்பீடு செய்வனவாகவே அமைகின்றன. கற்பு என்ற கோட்பாட்டின் தோற்றம், வளர்ச்சியை அறிய இவற்றை விரிவாக நோக்குவது இங்கு வேண்டியதாகின்றது.

பன்மாண் கற்பு

வறுமையில் இருந்த புலவர் பெருஞ்சித்திரனார் குமணன் என்ற அரசனிடம் சென்று அவன் புகழ் பாடுகிறார். அவனும் புலவர்க்குக் கை நிறைந்த பரிசளிக்கிறான். பரிசு பெற்று மகிழ்ந்த புலவர் மனைவியைப் பார்த்துப் பின்வருமாறு பாடுகிறார்.

> நின்னயந் துறைநர்க்கும் நீநயந் துறைநர்க்கும்
> பன்மாண் கற்பினின் கிளைமுத லோர்க்கும்
> கடும்பின் கடும்பசி தீர யாழநின்
> நெடுங்குறி யெதிர்ப்பை நல்கியோர்க்கும்
> இன்னோர்க் கென்னா தென்னோடுஞ் சூழாது
> வல்லாங்கு வாழ்து மென்னாது நீயும்
> எல்லோர்க்குங் கொடுமதி மனைகிழவோயே
> ....[13]

இங்கு புலவருடைய மனைவியின் உறவுப் பெண்கள் பன்மாண் கற்புடையோராக — அதாவது பலவித மாட்சிமைப்பட்ட

கற்புடையோராகக் கூறப்படுகின்றனர். 'பலவித மாட்சிமை' என்பதற்கு ஔவை சு. துரைசாமிப் பிள்ளை[14] 'பல குணங்களும் மாட்சிமைப்பட்ட கற்பினையுமுடைய நினது சுற்றத்து மூத்த மகளிர்க்கும்' என உரை கூறுகிறார்.

இதிலிருந்து கற்பென்ற கோட்பாட்டால் கணவனுக்கு உடலாலும் உள்ளத்தாலும் பெண் உண்மையுடையவளாக இருப்பது மட்டுமன்றி பல்வேறு விரும்பத்தக்க குணங்களையும் கொண்டிருத்தல் வேண்டும் என்றும் எதிர்பார்க்கப்படுவது புலனாகிறது.

மனை மாண் கற்பு

தலைவன் ஒருவன் வினைவயிற் பிரிய எண்ணுகின்றான். ஆனால், அவனுக்கோ தன் மனையாளைப் பிரிந்து செல்ல முடியவில்லை. தனது மனைவியைப் பிரிந்து செல்ல வேண்டுமென முடிவெடுத்துத் தன் நெஞ்சத்தையே கடிந்து பேசுகின்றான். 'எனது இல்லத்திற்கு மாட்சிமையை அளிக்கும் தகைமை வாய்ந்த கற்புடைய மனைவியை விட்டுப் போக நினைத்தாயே' என நெஞ்சிடம்,

> வினை நன்றாதல் வெறுப்பக் காட்டி
> மனைமாண் கற்பின் வாணுதல் ஒழிய[15]

என்று பேசுகிறான். இங்கு பெண்ணின் கற்பு மனைக்கு மாட்சிமையை அளிக்க வல்லது என்பதுடன், கணவன் பிரிந்து சென்ற போதும், அவனுக்கு உண்மையுடையவளாக வீட்டிலேயே அவள் காத்திருக்கவேண்டும் என்பதும் இதனால் பெறப்படுகிறது.

செயிர்தீர் கற்பு, மாசில் கற்பு

செயிர்தீர் கற்பு என்பதனால் குற்றமற்ற கற்பு நிலை எதிர்பார்க்கப் படுகிறது. இதுவே மாசில் கற்பு என்றும் கூறப்படுகிறது.

பாண்டியன் கருங்கையொள்வாட் பெரும் போர் வழுதியை இரும்பிடர்த் தலையார் என்ற புலவர் பாடும்போது அரசனுக்கு இருக்கவேண்டிய பல்வகைக் குணங்களையும் கூறிப் போற்றுகிறார்.

வெண்கொற்றக்குடை, வீரமுரசம், ஈரமுடைய நெஞ்சம், ஒள்ளிய வாள், தறுகண்மை, தேவையறிந்து இரப்போர்க்கீதல் ஆகிய ஒழியாத வண்மைப் பண்புடைய பாண்டியனை வாழ்த்தும் போது செயிர்தீர் கற்பிற் சேயிழை கணவ'[16] எனவும் கூறுவதால் எல்லாப் பண்புகளுடன் மனைவி குற்றமற்ற கற்புடையவளாக இருக்க

வேண்டுவதும் இன்றியமையாதது என்பது உணர்த்தப்படுகிறது. இதையே பிற்காலத்தில் திருவள்ளுவரும்,

புகழ் புரிந்த இல்லிலோர்க்கு இல்லை இகழ்வார் முன்
ஏறுபோல் பீடு நடை[17]

என்று கூறினார்.

செயிர்தீர் கற்பு என்பதும், மாசில் கற்பு என்பதும் பொருளவில் ஒன்றாகவே கொள்ளக் கிடக்கின்றன. வினைவயிற் பிரிந்து சென்ற தலைவன் தன் மனைவியைக் காணும் ஆவலுடன் வரும்போது,

அருங்கடிக்காப்பின் அஞ்சுவரு மூதூர்த்
திருநகர் அடங்கிய மாசில் கற்பின்
அரிமதர் மழைக்கண் அமைபுரை பணைத்தோள்
அணங்குசால் அரிவையைக் காண்குவம்[18]

என்கிறான். இங்கு அவன் இல்லாத காலத்தும் அவள் தன்னுடைய கற்பிற்கு ஊறு விளையாது வாழ்வதை அவள் கணவன் எதிர்பார்ப்பதுடன் அது குறித்துப் பெருமையும் கொள்வது புலனாகிறது. தன்னை நினைந்தே அவள் வாழ்வதால் பின்னர் வரும் அடிகளில் அணங்குசால் அரிவை என்கிறான் ஆடவன். இங்கு அணங்கு என்பது தெய்வம் எனக் கொண்டு அருந்ததி போன்ற கற்புடையவள் என்பதையும் வெளிப்படுத்துகிறார்.

பெண்ணிடம் மட்டுமே எதிர்பார்க்கப்படும் இப்பண்பு குறித்து, பரத்தையிடம் சென்றுவந்த தலைவன் ஒருவனை அவன் மனைவி கடிந்துகொள்ளும் நேரத்தில், அவள் பேசுவதிலிருந்தும் அறிய முடிகிறது. பரத்தையிடம் போய் வந்த கணவன் மனைவியை நோக்கி, 'மாசில் கற்பின் புதல்வன் தாயே'[19] என விளிக்கிறான். அவளோ நீ இவ்வாறு பொய்மொழி பேசி, 'எனது முதுமையைக் குறித்து ஏளனம் செய்யாதே' என்கிறாள். பெண்ணிற்குக் கொடுக்கக் கூடிய உயர்ந்த அடைமொழியான 'குற்றமற்ற கற்பினையுடைய என் புதல்வனின் தாயே' என்பது, தன் மனைவியை மதியாது பரத்தையிடம் சென்று வந்த கணவனின் கூற்றாக அமைவது அக்காலத்தில் பெண்ணிடம் எதிர்பார்க்கப்பட்ட பொறையைத்தான் எடுத்துக் காட்டுகிறது போலும். பெண்ணிடம் குற்றமற்ற கற்பை எதிர்பார்க்கிறான் ஆடவன். அதே நேரத்தில் அத்தகைய பண்பு ஆடவனுக்கும் இருக்கவேண்டும் என்ற ஒரு எதிர்பார்ப்பு அக்காலச் சமுதாயத்தில் இருக்கவில்லை என்பது தெளிவாகப் புலனாகிறது. ஆடவர்களின் இத்தகைய செயல்களைப் பொறுத்து, பெண்கள் குடும்பங்களை நேர்கொண்டு செல்வதால்தான் போலும்

பெண்களைப் பொறையொடு மலிந்த கற்பினள்[20] எனப் புலவர்கள் கூறுகின்றனர்.

மறங்கடிந்த கற்பு

பூஞ்சாற்றூர்ப் பார்ப்பான் கௌணியன் விண்ணந்தாயன் யாகம் பல ஆற்றுபவன். பார்ப்பனர்க்கு ஒன்றிற்கு மேற்பட்ட மனைவியரை மணக்க மனுஸ்மிருதி போன்ற நூல்கள் உரிமை அளித்துள்ளன. இம்மனைவியர் யாகங்களில் கணவருக்கு உதவி செய்பவர்கள். இவர்களைப் பற்றி ஆவூர்கிழார் எனும் புலவர் கூறும்போது,

....
மறங்கடிந்த அருங் கற்பின்
அறம் புகழ்ந்த வலைசூடிச்
சிறுநுதல் பேர்அகல் அல்குல்
சில சொல்லிற் பல கூந்தல்நின்
நிலைக் கொத்த நின் துணைத்துணைவியர்
தமக்கமைந்த தொழில் கேட்ப
..........................[21]

எனக் கூறுகிறார்.

இங்கு பார்ப்பனீயப் பெண்களைக் குறிக்கும்போது மறங்கடிந்த அருங்கற்பு எனக் கூறப்படுவது எண்ணிப் பார்க்கத் தக்கது. தமிழகப் பெண்கள் வீரம் மிக்கவர்கள். மறப் பண்பு உடையவர்கள். அவர்கள் வேண்டியபோது மறத் தன்மை மிக்க கற்பை வெளிக்காட்ட வல்லவர்கள். போர் மூளும் சமயத்தில்கூட, 'ஆவும் ஆனியர்பார்ப்பன மக்களும்'[22] வெளியேறச் சங்ககால சமுதாயத்தில் விதி இருந்தது. இதனாற்றான் இங்கும் கௌணியன் விண்ணாந்தாயனது மனைவிகள் மறங்கடித்த அருங்கற்புடையவர்கள் எனக் கூறப்படுகிறார்கள். அதாவது கொடுமையை நீக்கிய பெறுதற்கரிய கற்பினை உடையவர்கள் என விளிக்கப்படுகிறார்கள். இத்தகைய ஒரு நிலை திருமுருகாற்றுப் படையிலும் முருகன்,

மறுஇல் கற்பின் வாள் நுதல் கணவன்

என விளிக்கப்படும் இடத்தில் இருப்பதாக உ.வே. சாமிநாதையர் தனது உரையில் குறிப்பிடுகிறார்.[23] இங்கு மறக்கற்பல்லாத அறக் கற்பினையும் ஒளி பொருந்திய நுததலினையுமுடையவளாக இந்திரன் மகள் தெய்வ யானை வர்ணிக்கப்படுகிறாள். இந்தப் பாடலடிக்கு உரை எழுதிய உ.வே. சாமிநாதையர் மறக் கற்பு, அறக்

கற்பு என்ற இரண்டு வகைக் கற்பினைக் குறிப்பிட்டு, மறக் கற்பு சீறிய கற்பென்றும், அறக் கற்பு ஆறிய கற்பென்றும், அருட் கற்பென்றும் வழங்கப்படும் எனக் குறிப்பிடுகின்றார். இங்கு அவர் 'ஆறிய கற்பிற்றேறிய நல்லிசை வண்டார் கூந்தலொண்டொடி கணவ' என்ற பதிற்றுப்பத்து அடிகளையும்[24] தனது கருத்துக்குத் துணை கொள்கிறார்.

அடங்கிய கற்பு, ஆறிய கற்பு, அறக் கற்பு

பதிற்றுப் பத்தில், இன்னொரு இடத்தில் கணவனின் நடத்தையால் மனம் நொந்த பெண் ஒருத்தி அவனுடன் ஊடியுள்ளாள். எனினும் அதை வெளியில் காட்டாது முகத்தில் இன்னகை காட்டி நிற்கிறாள்.

ஆறிய கற்பின் அடங்கிய சாயல்
ஊடினுமி னிய கூறுமி ன்னகை[25]

என்ற இந்த அடிகள் பெண்ணின் அடங்கிய நிலையைச் சுட்டுவதாக அமைந்துள்ளன. அதாவது சீறுவதற்குக் காரணம் இருந்தும், சினந்தெழாது தணிந்தொழுகுவது இங்கு ஆறிய கற்பெனப்படுகிறது.

அடங்கிய கற்புடைய பெண் கணவன் அவளைப் பிரிந்து வினைவயிற் சென்றபோது தனது வீட்டிலேயே அவன் வரவை நோக்கி 'அடங்கிய கற்புடையவளாக' வாழ்கிறாள். தனிமையால் வாடும் அவள் நிலை கண்ட தோழி தலைவியிடம், 'இதோ பிணையொடு இரலையாகிய தலைமையுடைய நல்ல ஆண் மான் வந்துவிட்டது' என்கிறாள். இது தலைவனும் உன்னிடம் வருவார் என்பதைக் குறிப்பதற்கான வாய்ச் சொல்லாகும். இந்தச் சூழலில் பிரிந்துசென்ற ஆடவனுக்காகக் காத்து, அவனையே நினைந்து வாழும் தன்மையுடையவளாக இருப்பதால் பெண் அடங்கிய கற்பு உடையவள் எனக் கூறப்படுகிறது. இதைப் பின்வரும் குறுந்தொகைப் பாடலிலும் காண முடிகிறது.

திரிமருப்பு இரலை அண்ணல் நல்ஏறு
அரிமடப் பிணையொடு அல்குநிழல் அசைஇ
வீததை வியல்அரில் துஞ்சிப் பொழுதுசெலச்
செழும்பயறு கறிக்கும் புன்கண் மாலைப்
பின்பனிக் கடைநாள் தன்பனி அச்சிரம்
வந்தன்று பெருவிறல் தேரே பணைத்தோள்
விளங்குநகர் அடங்கிய கற்பின்
நலம்கேழ் அரிவை புலம்பு அசாவிடவே[26]

இதே அடங்கிய கற்புநிலை விதவையாக இருக்கும் ஒரு பெண்ணைப் பற்றிக் கூறும்போதும் எடுத்துக் காட்டப்படுகிறது.

அகனாட் டண்ணல் புகாவே நெருநைப்
பகலிடங் கண்ணிப் பலரொடுங்கூடி
ஒருவழிப் பட்டன்று மன்னே யின்றே
அடங்கிய கற்பி னாய்நுதன் மடந்தை
உயர்நிலை யுலக மவன்புக வார
நீநாடு சுளகிற் சீறிட நீக்கி
அழுத லானாக் கண்ணள்
மெழுகு மாப்பிகண் கலுழ்நீரானே[27]

மேற்கூறிய புறநானூற்றுப் பாடல் நாடன் ஒருவனுடைய விதவைப் பெண்ணின் நிலையை எடுத்துக் காட்டுகிறது. கணவனிருந்த காலத்தில் செல்வச் செழிப்புடன் பலரும் வந்து உண்டு சென்ற வீட்டில் மகிழ்வுடன் இருந்தாள். அவ்வாறு மகிழ்வுடனும் செழிப்புடனும் வாழ்ந்த பெண் அவன் இறந்த பின்னர் அடங்கிய கற்புடையவளாக, ஒரு சுளகளவு இடத்தைக் கண்ணினின்றும் சொரியும் கண்ணீருடன் சாணத்தைக் கலந்து மெழுகுகிறாள். அவ்வாறு மெழுகிய இடத்தில் விண்ணுலகம் சென்ற கணவனுக்கு உணவு படைக்கின்றாள். இச்செயலை மேற்கொண்ட இந்தப் பெண் எதைக் கருதி அடங்கிய கற்புடையாள் எனக் கூறப்படுகிறாள்? கற்பு என்பது பெண் கணவனுடன் கூடிய நிலையில், அவன் இன்பம், துன்பம் இரண்டிற்காகவும் தன்னை ஆக்கிக்கொள்ளும் ஓர் நிலையா? அதனால்தான் கணவனில்லாத நிலையில் அவள் அடங்கிய கற்பினள் ஆகிவிடுகிறாளா?

இறந்த கற்பு

கற்பெனும் பண்பு அளவறிந்து காணப்படுவதாக எண்ணும் ஓர் நிலையில் பெண் இறந்த கற்புடையவளாக எண்ணப்படுகிறாள். ஒரு இளம்பெண் தன் காதலனுடன் உடன் போய் விடுகிறாள். அவளைத் தேடித் தாய் செல்கிறாள். வழியில் அந்தணர் ஒருவர் வருகிறார். அவரிடம் தனது பெண்ணைப் பார்த்தீர்களா எனத் தாய் வினவுகிறாள். அவர் அத்தாய்க்குச் சந்தனம், முத்து, யாழிசை போன்றவை பிறந்த இடத்திற்கு உதவாதன, அவை புகுந்த இடத்திற்குத்தான் பயன்படுவன எனக் கூறி,

இறந்த கற்பினாட் கெவ்வம் படரன்மின்
சிறந்தானை வழிபடீஇச் சென்றனள்
அறந்தலை பிரியா வாறு மற்றதுவே[28]

என அறிவுரை பகர்கிறார். 'துன்பப்படாதீர்கள். அளவிறந்த கற்பினையுடைய அப்பெண் கணவனுடன் போனதே சிறப்பு' என்கிறார். இங்கு காதலனுடன் கூடச் சென்றதுவே சரியானதெனக் கொண்டு அவள் அளவிறந்த கற்புடையவள் என்று எடுத்துக் காட்டப்படுகிறாள்.

நாணலதில்லாக் கற்பு, நாணொடுமிடைந்த கற்பு

நாணலதில்லாக் கற்பு என்ற சொற்றொடரால் பெண்ணின் கற்பில் நாண் என்ற குணத்தைத் தவிர வேறொன்றும் இல்லை என்பது கூறப்படுகிறது. இதிலிருந்து கற்பு என்பது பலவிதப் பண்புகளுடன் கூடிய ஒன்று என்பதும் புலனாகிறது. அரசன் பாண்டியன் இலவந்திகைப் பள்ளித் துஞ்சிய நன்மாறனை அணுகிப் பரிசில் வேண்டி நிற்கிறார் ஆலூர்மூலங்கிழார் என்ற புலவர். அரசனோ புலவர்க்குப் பரிசில் கொடுக்கவில்லை. இந்நிலையில் புலவர் மனம் நொந்து பின்வருமாறு பாடுகிறார்.

..............................யானும்
வெயிலென முனியேன் பனியென மடியேன்
கல்குயின் றன்னவென் னல்கூர் வளிமறை
நாணலதில்லாக் கற்பின் வாணுதல்
மெல்லியற் குறுமக ளுள்ளிச்
செல்வ லத்தை சிறக்கநின் னாளே.[29]

புலவரின் பண்பாடு உயர்ந்தது. அரசன் பரிசில் கொடாதபோதும் அவனை, 'நின் நாள் சிறக்க, நின் புதல்வர் நோயிலராகுக' என வாழ்த்துகிறார். 'நான் பனியென்றும் வெயில் என்றும் பாரேன். நாணத்தைத் தவிர வேறெதுவும் இல்லாத கற்புடைய என் மனைவியை நினைந்து நான் திரும்பிச் செல்கின்றேன்' என்று கூறிப் புலவர் செல்கிறார். இங்கு புலவர் மனைவியின் கற்புக்கு நாணத்தைத் தவிர வேறு எதுவும் இல்லை என்று கூறுவது மிகவும் வறுமையுற்ற அப்பெண்ணின் நிலையைச் சுட்டுவதற்காகப் போலும்.

தொல்காப்பியர் தனது களவியல் இருபத்திரண்டாவது நூற்பாவில்,

உயிரினும் சிறந்தன்று நாணே நாணினும்
செயிர்தீர் காட்சிக் கற்புச் சிறந்தன்று[30]

எனக் கூறுவதும் இங்கு எண்ணிப் பார்க்கத் தக்கது. நாணமும் கற்பும் ஒன்றுடன் ஒன்று இணைந்த அடிப்படைப் பண்புகள். பிற்காலத்து

நூல்கள் சில இவற்றை ஓரளவு தெளிவுபடுத்துகின்றன. ஐயனாரிதனார் இயற்றிய புறப்பொருள் வெண்பா மாலையில் நாண்முல்லை என்ற ஒரு துறையே உண்டு. இத்துறையை விளக்க வரும் நூற்பா,

செறுநர் நாணச் சேயிழை யரிவை
வறுமனை வைகித் தற்காத் தன்று[31]

எனக் கூறுகிறது. கணவனைப் பிரிந்த ஒரு பெண் தனது நாணமே காவலாக வறுமை மிக்க இல்லத்திலிருந்து, தன்னைப் பாதுகாக்கும் ஒரு நிலையை இது சுட்டுகிறது. இந்த நிலைக்கு எடுத்துக்காட்டாகப் பின்வரும் செய்யுளைப் புறப்பொருள் வெண்பா மாலையில் காணமுடிகிறது.

கொய்தார மார்பிற் கொழுநன் தணந்த பின்
பெய்வளை யாட்குப் பிறிதில்லை - வெய்ய
வளிமறையு மின்றி வழக்கொழியா வாயில்
நளிமனைக்கு நற்றுணை நாண்[32]

இப்பாடலும் கணவனைப் பிரிந்திருக்கும் ஒரு பெண்ணின் நிலையையே கூறுகிறது. கணவன் போன பின் வீட்டில் காற்றை மறைக்கும் கதவுகூட இல்லை. அவளுக்கு நல்ல துணையாக இருப்பது அவளது நாணம் மட்டுமே எனக் கூறுவதால் நாணம் கற்பிற்கு ஓர் அடிப்படைத் துணைப் பண்பு என்பது தெரிகிறது.

இது போன்றே கற்பு முல்லை என்ற பகுதி பெண், தனது கணவனது நன்மையைப் பெருகச் சொல்வதாக அமைகின்றது.[33]

இவற்றையொத்த ஒரு சொல்லாட்சியாக நாணொடு மிடைந்த கற்பு என பிறிதோரிடத்தில் கையாளப்பட்டிருப்பதும் சங்கப் பாடல்களில் நோக்குதற்குரியது. வினையிற் பிரிந்த தலைவன் தலைவியைச் சேரத் திரும்பி வருகிறான். தலைவியோ அவன் வரவை எதிர்நோக்கி வாழ்கிறாள். சுவரிலுள்ள பல்லி நல்ல பக்கத்தில் ஒலித்ததால் கணவன் வரப்போகிறான் என எண்ணி அதை வாழ்த்துகிறாள். இத்தகைய பெண்ணை அடையத் தலைவனின் நெஞ்சம் அவனது தேரை விட விரைந்து செல்கிறது. தனது நிலையை அவன் தனது தேர்ப் பாகனிடம் எடுத்துக் கூறுகிறான். ‘நாணொடு செறிந்த கற்பினையும், ஒள்ளிய நெற்றியினையும், அழகிய இனிய சொல்லினையும் கொண்ட இளையவளுடைய மெல்லிய தோளினை அடைய விரும்பி என் நெஞ்சம் மிக விரைந்து சென்று அவளைத் தழுவிக் கொண்டது’ என்கின்றான். இங்கு தலைவன்

அவனைச் சேரும் போது அவள் கற்புத் தவறாது அவனை நாணத்துடன் நோக்குவாள் என்ற பொருள் கருதி,

நாணொடு மிடைந்த கற்பின் வாள்நுதல்
அந்தீங் கிளவிக் குறுமகள்[34]

எனக் கூறுகிறான்.

நிலையஇய கற்பு, வயங்கிய கற்பு

மேற்கூறிய அடைமொழிகள் தவிர நிலைஇய, வயங்கிய என்ற அடைமொழிகளுடனும் கற்பு என்ற சொல் வழங்கப்படுகிறது. தலைவன் பொருள் தேடச் செல்ல எண்ணிப் பெண்ணிடம், 'சென்று வருகிறேன்' எனக் கூறுகிறான். இதை அறிந்த தோழி,

நிலைஇய கற்பினாள் நீநீப்பின் வாழாதாள்[35]

என்று கூறுகிறாள். நிலைஇய கற்பு என்பது நிலைபெற்ற கற்பு என்ற பொருளில் இப்பாடலில் கூறப்பட்டுள்ளது. இந்தச் சொற்றொடருக்கு விளக்கமளிக்கும் உரையாசிரியர் பொ.வே. சோமசுந்தரனார்[36] நிலைஇய என்பது கணவன் பணித்தபடி நிலைபெற்றமையைக் குறிக்கிறது என்கிறார்.

வடமீன்போற் றொழுதேத்த வயங்கிய கற்பினா
டடமென்றோள் பிரியாமை பொருளாயினல்லதை[37]

என்ற கலித்தொகை அடிகளில் பெண்ணிடம் விளங்கிய கற்பு மிகுந்து காணப்படுவது குறிக்கப்படுகிறது. இதையே வயங்கிய கற்பினாள் என்ற தொடர் குறிக்கிறதெனலாம்.

உவர் நீங்கு கற்பு

தமிழ் மரபுப்படி திருமணத்தைத் தெளிவுடன் விரிவாகக் கூறும் ஒரு பாடல் அகநானூற்றில் உள்ள நூற்றி முப்பத்தாறாவது பாடல். திருமண நிகழ்ச்சிகள் எல்லாம் முறைப்படி முடிந்த பின்னர் தலை நாள் இரவு வருகின்றது. அந்த இரவில் புதிதாகத் திருமணமான பெண் உடல் முழுவதும் புத்தாடையால் மூடிய வண்ணம் படுத்திருக்கின்றாள். அவளை அணுகிய ஆடவன் அவளிடம், 'காற்றுப் போவதற்காகப் புத்தாடையைக் கொஞ்சம் திறவாய்' எனக் கூறி அவளது ஆடையை எடுத்துவிடுகிறான். இதனால் நாணமுற்ற பெண் தனது மறைத்தற்குரிய உறுப்புக்களை விரைந்து தலை மயிரைக் கொண்டு மறைத்துக் கொண்டு தன் கணவனிடம் இறைஞ்சி நிற்கிறாள். இந்த நிகழ்ச்சியைக் கூறும் ஆடவன்,

தமர் நமக்கீத்த தலைநாள் இரவின்
உவர் நீங்கு கற்பின்எம் உயிருடம்படுவி[38]

எனக் கூறித் தலைவி வெறுப்பு நீங்கிய கற்பினையுடையவள் என்கிறாள். அத்துடன் தனது உயிருக்கு அவளே உடம்பாகத் தன்னை அடுத்துள்ளாள் என்றும் கூறுகிறான். இங்கு உவர்நீங்கு கற்பு என்பதன் பொருள் தெளிவாக இல்லை. எனினும் பெண் வெறுப்பில்லாது தான் பெற்ற நல்ல பயிற்சியினால் தலைவனை நெருங்கினாள் என்று கொள்ளலாம்.

முல்லை சான்ற கற்பு

கற்பின் பல்வேறு நிலைகள் மேலே எடுத்துக்காட்டப்பட்டன. அதே போல் கற்பு என்பது முல்லையுடன் நெருங்கிய தொடர்புடைத்தாக விளங்குவதையும் சங்கப் பாடல்களில் காண முடிகிறது.

முல்லையின் தூய்மையான வெண்மை நிறத்தையொத்த பண்பாகக் கற்பு பெண்ணிற்கு விளங்குவதால் இத்தொடர்பு உண்டாகியிருக் கலாம். இன்றும் கேரள மாநிலத்தில் நாயர் இன மக்களிடையே தாலி கட்டுக் கல்யாணத்தன்று பெற்றோர் தாலியை ஒரு கோவில் படியிலோ, ஒரு விக்கிரகம் முன்னரோ, அன்றேல் வாள் முன்னரோ, அன்றேல் ஒரு முல்லைச் செடியின் முன்னரோ[39] வைத்து பின்னர் அத்தாலியைக் கட்டுவர். இத்தாலி கட்டுக் கல்யாணம் பெண் பூப்பெய்துவதன் முன்னர் நடைபெறும்.

ஆனால் இக்கல்யாணத்தை உண்மையான திருமணமாகக் கொள்வதில்லை. தாய் வழி சமுதாயத்தில் எல்லா இன மக்களும் இத்தகைய ஒரு தாலி கட்டுக் கல்யாணத்தைச் செய்வது வழக்கம் எனத் தெரிகிறது. இங்கு முல்லைக்குக் கொடுக்கப்பட்ட சிறப்புத் தன்மை நோக்குதற்குரியது. வேறெந்த மலருக்கும் இல்லாத சிறப்பு முல்லைக்குக் கற்பைப் பொறுத்தமட்டில் கொடுக்கப்பட்டள்ளது. இதனால்தான் பெண் ஒருத்தியை வருணிக்கும்போது சிறு பாணாற்றுப்படையில்,

முல்லை சான்ற கற்பின் மெல்லியள்[40]

எனக் கூறப்படுகிறது.

இதே போல நற்றிணையிலும்,

அல்லில் ஆயினும் விருந்துவரின் உவக்கும்
முல்லை சார்ந்த கற்பின்
மெல்லியற் குறுமகள்.......[41]

எனப் பெண் போற்றப்படுகிறாள். இந்த அடிகளுக்கு உரை எழுதிய பின்னத்தூர் அ. நாராயணசாமிஐயர் அவர்கள் 'இராப் பொழுதா யிருப்பினும் வந்த விருந்தைக் கண்டு மகிழா நிற்கும் யான் கூறிய சொற் பிழையாதபடி இல்லிலிருந்து நல்லறஞ் செய்யும் கற்பினையும்' எனக் கூறுகிறார்.

இவ்வாறு வெவ்வேறு சந்தர்ப்பங்களில் வெவ்வேறு அடைகளுடன் பயன்படுத்தப்பட்ட கற்பு எனும் கோட்பாடு அடைகளின்றியும் கையாளப்பட்டுள்ளமை நோக்கத்தக்கது.

திருமண நிகழ்ச்சியில் நடைபெறும் ஒவ்வொரு செயலையும் எடுத்துக்காட்டி திருமண விழாவைக் கண் முன் நிறுத்துகிறது அகநானூற்றின் மருதத் திணைப் பாடலான எண்பத்தாறாவது பாடல். நல்லாவூர்க்கிழார் என்ற புலவர் செல்வச் செழிப்புள்ள ஒரு திருமணத்தைப் பாடுகிறார். பந்தலில் வெண்மணல் பரப்பப் பட்டுள்ளது. வந்த விருந்தினருக்கு உணவு படைக்கப்படுகிறது. திருமணப் பெண்ணை உரோகிணி திங்களைக் கூடிய நாளில் நீராட்டுகின்றனர். மங்கல மகளிர் முன்னும் பின்னுமாகக் கலங்களில் நீர் கொடுக்கின்றனர். அந்நீரைப் புதல்வனைப் பெற்ற நான்கு மகளிர் வாங்கி மணப் பெண்ணைச் சூழ்ந்து நின்று நீராட்டுகின்றனர். நீரில் நெல்லும் அலரியும் போடப்பட்டுள்ளன. இவ்வாறு நீராட்டும்போது அவர்கள் நால்வரும்,

> கற்பினின் வழாஅ நற்பல உதவிப்
> பெற்றோற் பெட்கும் பிணையை யாகெனப்[42]

பெண்ணை வாழ்த்துகின்றனர். திருமணமான பின்னர் ஒரு பெண்ணிடம் சமூகம் எதிர்பார்ப்பதை இவர்கள் வாழ்த்து வாயிலாக வெளிப்படுத்துகின்றனர்.

கற்பினின்றும் வழுவாது, கணவனுக்குப் பல நல்ல உதவிகளைச் செய்து, அவன் உன்னை விரும்பிப் பேணும் விருப்பத்தை அவன் மனத்தில் ஏற்படுத்தக்கூடியவளாக இருக்கவேண்டும் எனப் பாராட்டுவதில் கற்பு என்ற பண்பு திருமணத்தில் இன்றியமையாத் தன்மை பெறுவதைக் காண முடிகிறது.

இவ்வாறு புறநானூற்றுப் பாடல் ஒன்றிலும் தலைவன் தலைவியை,

> கற்புடை மடந்தை தற்புறம் புல்ல[43]

எனக் கூறுகிறான். இங்கும் கற்புடைய மனைவி கணவனின் புறத்தே அணைத்துக் கிடக்கிறாள் என்பதில், கணவனுக்கு உண்மை யுடையவளாக இருத்தல் என்ற பொருளில் கற்பு என்ற சொல் எடுத்தாளப்பட்டுள்ளது.

இந்தக் கற்பெனும் பண்பு எதை நேரடியாகச் சுட்டுகிறது எனத் தெளிவாக எந்த இடத்திலும் கூறப்படாவிடினும் கணவனுக்கு உண்மையானவளாக உடலாலும் உள்ளத்தாலும் இறுதிவரை இருத்தல், கணவன் சொல்வதைக் கேட்டு நடத்தல், ஏனைய நற்குணங்களையுடயவளாய் வாழ்தல் போன்றவை இச்சொல்லினால் உணர்த்தப்படுகின்றன எனலாம்.

இந்தப் பண்பு பெண்ணிடம் எதிர்பார்க்கப்பட்டது போல் ஆணிடம் எக்காலத்தும் எதிர்பார்க்கப்படவில்லை. அதனால்தான் இருபதாம் நூற்றாண்டுக் கவிஞரான சுப்பிரமணிய பாரதியார்[44] பெண்ணுக்குக் கற்பு வற்புறுத்தப்படுவதுபோல் ஆணுக்கும் வற்புறுத்தப்பட வேண்டும் எனக் கூறுகிறார். அன்றும் இன்றும் கற்பு குலமகளிருக்கே வற்புறுத்தப்பட்டது. ஒருவனுக்கு ஒருத்தி என்ற பண்பும் பெண்களிடம் மட்டுமே எதிர்பார்க்கப்பட்டது. பெண்கள் தம் கணவனிடம் மட்டுமே உடலுறவு கொள்ளவேண்டும் என்ற எண்ணம் பழம் சமுதாயங்கள் பலவற்றில் வற்புறுத்தப்பட்டுள்ள மையைச் சமூகவியல் நூல்களும் வரலாற்று நூல்களும் எடுத்தியம்பு கின்றன. உண்மையில் இத்தகைய எதிர்பார்ப்பு சமூகத்தில் ஒரு குடும்பக் கட்டுப்பாட்டு முறையாக வற்புறுத்தப்பட்டிருந்தது என இன்றைய சமூகவியலாளர் கருதுகின்றனர்.[45]

நிலைபெற்ற சமுதாயங்கள் எவற்றிலும் கட்டுப்பாடற்ற பாலியல் ஒழுக்கமுறைகள் இருக்கவில்லை. பாலியல் ஒழுக்கங்களும், இனப் பெருக்கமும் ஒன்றுடன் ஒன்று தொடர்புடையன. ஆகையால், இனப் பெருக்கியான பெண்ணே பலத்த பாலியல் கட்டுப்பாடு களுக்கு உள்ளாகின்றாள். அதனால்தான் திருமணம் இனப் பெருக்கத்திற்கு ஒரு சமூக உடன்பாடளிக்கும் சம்பிரதாயமாக அன்று முதல் இன்று வரை அமைந்துள்ளது. கற்பு என்ற கோட்பாடும் பெண்ணுக்குப் பாலியற் கட்டுப்பாட்டினை வற்புறுத்தப் பெரிதும் உதவியது. கற்பு பெண்ணிற்கு வலியுறுத்தப்பட்டதுடன் அதற்கு ஏற்றம் கொடுத்து தெய்வீகப்படுத்தும் முயற்சிகளும் மேற்கொள்ளப் பட்டன. பெண் தனது நிலை தவறாது வாழ, அவள் கற்பைக் கடைப்பிடிப்பதால், அவள் தெய்வீகப் பண்பாடு கொண்டவளாக ஆகிவிடுகின்றாள் என்ற புனைவு அவள் மேல் திணிக்கப் பட்டதுடன் அதைச் சுற்றிப் புனை கதைகளும் (myths) புனையப்பட்டன. வட நாட்டிலும் இத்தகைய புனைவுகள்

அளவிற்கு மீறிப் பெண் மீது திணிக்கப்பட்டதற்கு இலக்கியங்கள், மனுதர்ம சாத்திரம் போன்ற ஒழுக்கக் கோட்பாட்டு நூல்கள் சான்று பகர்கின்றன.

மனுதர்ம சாத்திரம் (கி.பி. முதலாம் நூற்றாண்டு) இந்து மதத்தினரிடையே சட்ட நூலாக நீண்டகாலமாகக் கொள்ளப்பட்டு வந்துள்ளது. இது அரசியலிலும் (political), அரசாண்மையிலும் வல்லமை மிக்க ஒரு குழுவினரால் (Decree of Sovereign) ஆக்கப்பட்டது என்பதைவிடப் புனித மத நூல்களில் நம்பிக்கை கொண்ட ஒருவரால் தெய்கவீகத் தன்மையுடையது, மாற்றமுடியாதது என்ற எண்ணத்துடன் எழுதப் பட்டது என்றே கூறலாம். மனுதர்ம சாத்திரத்தை ஒட்டுமொத்தமாக நோக்கின் இது சாதீயப் பாகுபாடு என்ற அமைப்பு முறையை வலியுறுத்தவும், அந்த அமைப்பு முறையுள் பிராமணர்களுக்கு முதன்மை கொடுப்பதற்காகவும் எழுதப்பட்ட நூல் என்பர்.[46]

மனுதர்ம சாத்திரம் பெண்களுக்கு விதித்த கட்டுப்பாடுகள் பல ஆணின் கட்டுப்பாட்டுக்குள் பெண் வாழும் நிலையையே நிலை நிறுத்தின. இத்தகைய கட்டுப்பாடுகள் பிற்காலத்தில் தமிழ் நாட்டிலும் உட்புகுந்தன.

கற்புடைய பெண்ணிற்கு ஏற்றம் அளிக்கும் ஒரு கதையே அருந்ததியின் கதை. மகாபாரதத்தில் ஆதிபர்வம், வனபர்வம், சல்லியபர்வம், அனுசாசன பர்வம் போன்ற பர்வங்களில் அருந்ததியைப் பற்றிய செய்திகள் காணக் கிடைக்கின்றன. வசிட்ட முனிவரின் மனைவியாகக் கூறப்படும் அருந்ததி கணவனுக்கு உண்மையுடையவளாக விளங்குவதில் ஏனைய கற்புடைய மாதரைவிட உயர்ந்து விளங்கினாள்.[47]

கற்பு வலிமையை மட்டுமன்றி அவள் தவ வலிமையையும் கொண்டிருந்தாள். ஏழு முனிவர்களும் (saptarṣi) இமய மலையில் தவஞ் செய்து கொண்டிருந்தபோது பன்னிரண்டு ஆண்டுகள் மழை பெய்யவில்லை. இது கண்ட அருந்ததி கடுந்தவம் மேற்கொண்டாள். உண்பதற்கு எவ்வித உணவுப் பொருட்களுமே இல்லாத அந்நிலையில் சிவன் அவள் முன்னர் விருந்தினராகச் சென்றார். இந்நிலையில் அருந்ததி கிடைத்த கிழங்குகளைச் சமைத்துக் கொடுத்ததால் மகிழ்ந்த சிவன் எங்கும் மழை பெய்வித்ததுடன் தன் உண்மை உருவை அருந்ததிக்குக் காட்டி அவளுக்கு அவள் வேண்டிய வரத்தை அருளினார்.[48] இதனால் அவள் தவம் செய்த இடம் புனிதமானதாகக் கருதப்பட்டது. இன்றும் அருந்ததி விண்மீன் வடிவில் வானத்தில் அவள் கணவரான வசிட்டருடன் இருப்பதாக மக்களால் நம்பப்படுகிறது. அருந்ததி ஒரே கணவனையுடைய

வளாகவும், அவருக்கு உண்மையுடையவளாகவும் விளங்கியதால், இந்துத் திருமணங்களில் அருந்ததியை மணப் பெண்ணிற்குக் காட்டுகிறார்கள். இவ்வாறு காட்டப்படுவதால் மணஞ் செய்து கொள்ளும் பெண்ணும் கற்புடையவளாக அருந்ததியின் மனத் திடத்தையும் மனப் பக்குவத்தையும் அடைவாள் என மக்கள் நம்பினர்.[49]

அருந்ததி கற்பில் மேம்பட்டவள் என்ற நம்பிக்கை சங்க காலத்தில் இருந்தே தமிழக மக்களிடையே இருந்திருக்கின்றது என்பதற்குச் சங்கப் பாடல்களில் வரும் குறிப்புகள் சான்று பகர்கின்றன. பெண்ணின் கற்பைச் சிறப்பித்துக் கூறி, அவளுக்குத் தெய்வத் தன்மையை ஒத்த தன்மை கொடுக்கும்போது கடவுள் கற்பு, தெய்வக் கற்பு, வடமீன் போன்ற கற்பு, அருந்ததி யனைய கற்பு என அவளுடைய கற்பிற்கு அடை கொடுக்கப்படுகிறது. இத்தகைய கடவுட் கற்புடன், அவளுடைய குடும்பத்தின் வாரிசை உருவாக்கும் நலனும் ஒரு பெண்ணிடம் எதிர்பார்க்கப்படுகிறது. இவை இரண்டும் இணைந்தே பெண்ணுடன் தொடர்புபடுத்தப்படுவதைச் சங்கப் பாடல்களில் காண்கிறோம்.

தலைவன் வினைவயிற் பிரிந்து விட்டான். திரும்பி வர நாட்கள் பலவாகி விட்டன. பெண் அவனை எண்ணித் துன்புற்றிருக்கும் வேளையில் அவன் திரும்பி வந்ததைக் கண்ட தோழி அவனின் வருகை தலைவிக்கும் தனக்கும் நன்மை பயந்தது என்கிறாள். இங்கு தலைவியின் கற்பு, கடவுட்கற்பாகக் கொள்ளப்படுகிறது. அத்துடன் அவள் புதல்வன் பயந்த புகழ் மிக்கவள் என்றும் கூறப்படுகிறாள்.

> கடவுட் கற்பொடு குடிக்குவிளக் காகிய
> புதல்வன் பயந்த புகழ்மிகு சிறப்பின்
> நன்னராட்டிக் கன்றியும் எனக்கும்
> இனிதா கின்றால்...................[50]

என்ற அடிகள் இதை விளக்குகின்றன.

கடவுட் கற்பென்றது அருந்ததியனைய கற்பையே இங்கு சுட்டும். இதே போல் பின்வரும் ஐங்குறுநூற்றுப் பாடலிலும் அருந்ததியனைய கற்பும் புதல்வர் பேறும் சேர்த்துக் கூறப்படுவதைக் காணலாம்.

> அருந்ததியனைய கற்பிற்
> குரும்பை மணிப்பூட் புதல்வன் றாயே[51]

மேலும் அருந்ததி விண்ணில் விண்மீனாக நிலை பெற்றிருப்பதால், அவள் வடமீனவள், வடமீன், வடக்குமீன், உத்தரமீன், கடவுண்மீன், சிறுமீன், அந்திமீன், செம்மீன் போன்ற சொற்களாலும் குறிப்பிடப் படுவதை இலக்கியங்களில் காண முடிகிறது. இத்தகைய அருந்ததியுடன் பெண்ணும் தொடர்புபடுத்தப்பட்டு அவளும் அத்தகைய கற்புடையவள் எனப் போற்றப்படுகிறா. இது தவிர அருந்ததி, அணங்கு, தெய்வம், கடவுள், சாலினி, சாலி போன்ற பெயர்களாலும் குறிப்பிடப்படுகிறாள்.[52] ஒரு பெண்ணின் உயர்ந்த நிலை அருந்ததியனைய கற்புடையவளாகக் கொள்ளப்படும் போது தான் சிறக்கின்றது என நம்பப்பட்டது.

வடமீன் போற் றொழுதேத்த வயங்கிய கற்பினாள்[53]
சிறுமீன் புரையுங் கற்பி னறுநுதல்[54]

போன்ற சொற்றொடர்கள் இதை வலியுறுத்துகின்றன.

சங்க காலத்தை அடுத்த பதினெண் கீழ்க்கணக்குப் நூல்களில் இப்பண்பு மேலும் வலியுறுத்தப்பட்டுள்ளது. பெண்ணுக்கு மனத் திடமும், பிற ஆடவரை விழையாத மனமும், குடும்பத்தில் பற்றும், கணவனுக்கு எல்லா வகையிலும் உண்மையுடையவளாக இருக்கும் பண்பும் வலியுறுத்தப்பட்டன. இப்பண்புகளைப் பெண் தன்னிடம் வளர்த்துக்கொண்டால் அவள் தெய்வீகத் தன்மை பெறுவாள் என அவளுக்கு உறுதியளிக்க, ஆடவர் சமூகம் இத்தகைய புனை கதைகளை மீண்டும் மீண்டும் வற்புறுத்தியது. காலப்போக்கில் பெண்களே இத்தகைய தெய்வீகத் தன்மையை முற்றிலுமாக நம்பினர். சமுதாயத்தில் பெண்களின் கற்பு ஏனைய பண்புகள் எல்லாவற்றையும்விட முதன்மை பெற்றது. இந்த நிலையை,

அருந்ததிக் கற்பினார் தோளும் திருந்திய
தொல் குடியில் மாண்டார் தொடர்ச்சியும் சொல்லின்
அரில் அகற்றும் கேள்வியார் நட்பும் இம்மூன்றும்
திரிகடுகம் போலும் மருந்து.[55]

என்ற திரிகடுகப் பாடல் நன்கு விளக்குகிறது.

அருந்ததியனைய கற்புடைய பெண்டிரும், பழம் பெரும் குடியில் மாட்சிமைப்பட்டவர்களுடைய தொடர்ச்சியும், ஆன்றகன்ற கல்வி கேள்விகளில் வல்லவர்களுடைய நட்பும், ஒருவருக்கு மருந்து போன்றது எனக் கூறப்படுவதிலிருந்து கற்பின் பெருமையும் வலியுறுத்தப்படுகிறது. பதினெண்கீழ்க்கணக்கு நூல்களுள் ஒன்றாகிய திருக்குறளும் இப்பண்பைப் புகழ்ந்தே பேசுகிறது.

ஒருவனுக்குக் கற்புடைய பெண் மனைவியாக அமைந்துவிட்டால் அதைத் தவிர வேறு மேம்பட்ட பொருளே இல்லையென்ற பொருளில் பின்வரும் குறளை அமைக்கிறார் திருவள்ளுவர்.

பெண்ணின் பெருந்தக்க யாவுள கற்பெனும்
திண்மைஉண் டாகப் பெறின்[56]

அத்துடன் பெண்ணுடைய கற்பின் ஒரு பண்பாக, ஆண் கற்பு தவறிய போதும் அது குறித்துப் பெண் கோபங் கொள்ளாதிருத்தல் எதிர்பார்க்கப்பட்டது. இது அவளுக்குள்ள கடவுட் கற்பின் சிறப்பாகும் என்ற எண்ணமும் சமுதாயத்தில் நன்கு வலியுறுத்தப் பட்டிருந்தது. இதற்கு நல்ல சான்றாகக் கீழ்வரும் குறுந்தொகைப் பாடல் அமைகின்றது.

நெடிய திரண்ட தோள்வளை ஞெகிழ்த்த
கொடியன் ஆகிய குன்றுகெழு நாடன்
வருவதோர் காலை இன்முகம் திரியாது
கடவுட் கற்பின் அவனெதிர் பேணி
மடவை மன்ற நீ எனக் கடவுபு
துனியல் வாழி தோழி சான்றோர்
புகழும் முன்னர் நாணுப
பழியாங்கு ஒல்பவோ காணும் காலே.[57]

கிடங்கில் குலபதி நக்கண்ணன் என்ற புலவரால் பாடப்பட்ட இப்பாடல் தன்னை வினாவிய தோழிக்குத் தலைவி பதிலளிப்பதாக அமைந்துள்ளது. 'எனது தோள்களில் உள்ள வளைகள் நெகிழ்ந்து விழும் வகையில், கொடிய குன்றுகளை உடைய நாட்டை உடையவன் பரத்தையரிடம் சென்று காலையில் திரும்பி வரும் போது தெய்வத் தன்மையுள்ள கற்பின் திண்மையால் அவனை இனிய முகத்துடன் வரவேற்பதை எண்ணி நீ என்னை அறிவில்லாதவள் என்று எண்ணாதே. சான்றோனான (என் கணவன்) தன்னைப் பிறர் புகழ்வதற்கு முன்னரே நாணுவான். அத்தகைய அவன் தன்னைக் குறித்த பழிச் சொல்லை எவ்வாறு தாங்குவான்?' இவ்வாறு தலைவி தோழியைக் கேட்கிறாள்.

பரத்தையிடம் போய் வந்த தலைவனைக் கூடச் சான்றோன் எனத் தலைவி வாயிலாகப் புலவர் புகழ்வது, அன்றைய சமுதாயத்தில் ஆணுக்கும் பெண்ணிற்கும் இருந்த பாலியல் ஒழுக்க விதிகளின் இரு வேறு தரத்தை நன்கு விளக்கி நிற்கிறது எனலாம். பரத்தையிடம் சென்று தவறு செய்த தலைவனைத் தலைவி பொறுத்துக் கொள்வதால் அவள் கடவுட் கற்புடையவள் எனப் போற்றப் படுகிறாள்.

மனைவி கடவுட் கற்புடையவளாக இருப்பது ஆடவனுக்குப் பெருமையாகக் கொள்ளப்பட்டது. இதனால்தான் அடிக்கடி மன்னர்களும் ஆடவர்களும் தம் மனைவியரின் பண்பு கொண்டு போற்றப்படுகின்றனர்.

காமர் கடவுளு மாளுங் கற்பிற்
சேணாறு நறுநுதற் சேயிழை கணவ[58]

என்ற பதிற்றுப்பத்து அடிகள் இதற்கு ஒரு நல்ல சான்று. கற்பிற்கு அருந்ததியைக் காட்டுவதற்கு இன்னொரு காரணமும் உண்டு. திருமண நாளன்று பெண்ணுக்கு அருந்ததியைக் காட்டுவது வழக்கம். அதே போல் அந்தப் பெண் இறக்கும் நாளில், அருந்ததி தன்னைக் காட்டிக் கொள்ளாத பண்புடன் விளங்குவாள் எனவும் கூறப்படுகிறாள். பதிற்றுப்பத்தில் மன்னன் இரும்பொறையைப் போற்றிப் புகழும் பகுதியில்,

வதுவை மகளிர் நோக்கினர் பெயர்ந்து
வாழ்நா ளறியும் வயங்குசுடர் நோக்கத்து
மீனொடு புரையும் கற்பின்
வாணுத வரிவையொடு காண்வரப் பொலிந்தே[59]

எனக் கூறப்படும் அடிகள் இங்கு நோக்கத் தக்கன. இங்கு இரும்பொறையின் மனைவி அருந்ததியனைய கற்புடையவள். அந்த அருந்ததி, வதுவைக் காலத்தில் பெண்களால் தாம் கணவனைப் பிரியாமல் கற்பு வழி நடக்க வேண்டும் என்பதற்காக மட்டுமன்றி, அவர்கள் வாழ்நாள் எல்லையை அறிவதற்கும் அருந்ததியே துணையாகின்றாள் என்று கூறப்படுகின்றது. அதாவது, பெண் இறக்கும் நாள் அன்று அவளுக்கு அருந்ததி தோற்றம் அளிக்கமாட்டாள். இந்தக் கருத்து சீவகசிந்தாமணியின் பாடல் ஒன்றிலும் வெளிப்படுத்தப்பட்டுள்ளமை[60] இங்கு குறிப்பிடத்தக்கது. கற்பு எனும் பண்பு அவள் கணவனைத் தவிர வேறெவரையும் எத்தெய்வத்தையும் வணங்காதிருக்க வேண்டும் என்ற சமூக எதிர்பார்ப்பையும் கொண்டிருந்தது. அது மட்டுமன்றி அவ்வாறு கணவனைத் தவிர வேறெவரையும் வணங்காது வாழும் பெண்கள் வானின்றும் மழையைக்கூடக் கொண்டு வர வல்லவர்கள் என்ற நம்பிக்கையும் சமுதாயத்தில் நன்கு வலுப் பெற்றிருந்தது.

உண்மையான கற்புடைய பெண்ணிற்குப் பிற தெய்வம் தொழுதல் ஏற்றதல்ல என்ற எண்ணத்தைப் பின்வரும் கலித்தொகைப் பாடல் செய்திகள் எடுத்துக் காட்டுகின்றன.

தொன்னலந் தொலைபீங்கியாந் துயருழப்பத் துறந்துள்ளார்
துன்னிநங் காதலர் துறந்தேகு மாரிடைக்
கன்மிசை யுருப்பறக் கனைதுளி சிதறென
வின்னிசை யெழிலியை யிரப்பவு மியைவதோ
புனையிழா யீங்குநாம் புலம்பறப் பொருள் வெஃகி
முனையென்னார் காதலர் முன்னிய வாற்றிடைச்
சினைவாடச் சிறக்குநின் சினந்தணித் தீகெனக்
கனைகதிர் கனலியைக் காமுற வியைவதோ
ஒளியிழா யீங்குநாந் துயர்கூரப் பொருள்வயி
னளியொரீஇக் காதல ரகன்றேகு மாரிடை
முளிமுதன் மூழ்கிய வெம்மைதீர்ந் துறுகென
வளிதருஞ் செல்வனை வாழ்த்தவு மியைவதோ எனவாங்கு
செய்பொருட் சிறப்பெண்ணிச் செல்வார்மாட்டினையன
தெய்வத்துத் திறனோக்கித் தெருமர றேமொழி
வறனோடின் வையகத்து வான்றருங் கற்பினாள்
நிறனோடிப் பசப்பூர்த லுண்டெனௗ
வறனோடி விலங்கின்றவ ராள்வினைத் திறத்தே[61]

இப்பாடலில் தலைவன் பிரிந்து சென்றுவிடுகிறான். தலைவி அவன் வரவை எதிர்பார்த்துக்கொண்டு இல்லத்தில் இருக்கின்றாள். அவள் இருக்குமிடமோ பாலைநிலம். மிகுந்த வெப்பம் மிக்க ஊர். அவள் தோழியிடம், 'நம்மைப் பிரிந்து பொருள்மேல் அன்பு கொண்டு நம் தலைவன் போன வழியில் உள்ள கற்கள் வெம்மை மிக்கவை. இந்த வெம்மையை ஆற்றுவதற்காக மழை சில துளிகளைத் தெளிக்கிறது. இவ்வாறு தெளிக்க வைத்த மேகத்திற்குரிய ஞாயிற்றை நாம் இரந்து வேண்டினால் அது நமது கற்புக்கு ஒவ்வாத காரியமாகலாம் அல்லவா?' எனக் கேட்கிறாள். அதே போன்று, 'நமது தலைவர் செல்லும் வழியிலுள்ள மரம், அவற்றின் கிளைகள் வாடும்படி உனது கோபத்தைக் காட்டாதே என நாம் ஞாயிற்றை வேண்டினால் அதுவும் நமது கற்புக்கு ஒவ்வாததல்லவா?' என்றும், 'தலைவன் வரும்போது அவன் மீது காற்றை வீசி வெம்மையை ஆற்றும் அந்த ஞாயிற்றை வேண்டினால் அதுவும் நமது கற்புக்கு உகந்ததல்ல அல்லவா?' என்றும் கேட்கிறாள். இவ்வாறு வினவுவது கணவனைத் தவிர கற்புடைய மகளிர் வேறு எவரையும் வணங்கக்கூடாது என்ற சமுதாயக் கட்டுப்பாட்டையும் நம்பிக்கையையும் வெளிப் படுத்துவதாக அமைகிறது.

இத்தகைய கற்புடைய பெண்கள் முன்கூறியது போல் வானினின்றும் வேண்டிய நேரத்தில் மழையையும் தருவிக்க வல்லவர்கள் என்ற எண்ணமும் நன்கு நிலைபெற்றிருந்ததால் மேற்கூறிய கலித்தொகைப் பாடலில் தலைவியை மழையில்லாது உலகம் வறண்ட காலத்தில்

தனது கற்பின் திறனால் மழையைத் தருவிக்கத் தக்க கற்புடையவள் எனத்தோழி கூறுகிறாள்.

இது போன்றே கலித் தொகையில் இன்னோரிடத்தில் குறிஞ்சி நிலப் பெண்ணொருத்தி நீரில் அடித்துச் செல்லப்பட்டு விடுகிறாள். அப்போது ஓர் ஆடவன் அவளைக் காப்பாற்றுகிறான். நீரிலிருந்து வெளியே அவளைக் கொண்டு வரும்போது தன் மார்புடன் அவளை அணைத்துக் கொண்டு வருகிறான். இச் சம்பவத்தைக் குறித்து ஊரார் பேசுகிறார்கள். இதைக் கேட்ட தோழி, அரிய மழையைப் பெய்விக்க விரும்பில் அதைத் தர வல்ல கற்புடையவளான பெருமையை உடையவளாகி விட்டாள் தலைவி, எனக் கூறி மகிழ்கிறாள். நீரிலிருந்து காப்பாற்றியதனால் அவனையே அவள் மணந்து கொண்டாள் என்பது இங்கு புலனாகின்றது.

அத்துடன் அவள் தனது கற்பினால் அருமழை தரல் வேண்டிற்றரு விக்கும் பெருமையுடையவள்[62] என்பதும் இங்கு தெளிவாக்கப்பட்டு விட்டது. இவ்வாறு பெண் தனது கற்பினால் மழையைத் தருவிக்க வல்லவள் என்ற எண்ணம் தமிழ் மக்களிடையே ஆழமாக வேரூன்றி இருந்தமையைச் சங்ககாலத்திற்குப் பிற்பட்ட காலத்து நூல்களிலும் காண முடிகின்றது. இதனால்தான் திருக்குறள்,

> தெய்வந் தொழாஅள் கொழுநற் றொழுதெழுவாள்
> பெய்யெனப் பெய்யு மழை[63]

எனவும், திரிகடுகம்

> பெண்பால் கொழுநன் வழிச்செலவு மிம்மூன்றும்
> திங்கண்மும் மாரிக்கும்வித்து[64]

எனவும் கூறுகின்றன.

பதினெண் கீழ்க்கணக்கு நூல்களிற்குப் பின்னர் வந்த காப்பியங் களான சிலப்பதிகாரம், மணிமேகலை என்ற நூல்களிலும் இக்கருத்து பெரிதும் வலியுறுத்தப்படுகிறது.

சிலப்பதிகாரத்தில் கோவலனுடன் மதுரை மாநகரம் சென்ற கண்ணகியை மாதரியிடம் கவுந்தியடிகள் அடைக்கலம் கொடுத்த போது கண்ணகியை,

> ....
> இன்றுணை மகளிர்க் கின்றியமையாக்
> கற்புக்கடம் பூண்ட வித்தெய்வ மல்லது
> பொற்புடைத் தெய்வம் யாங்கண் டிலமால்[65]

எனக் கூறுகிறாள். தொடர்ந்து கவுந்தியடிகள் கால மழை பொய்யாதிருப்பதும், நாட்டில் வளம் குன்றாதிருப்பதும், வேந்தர் கொற்றம் சிதையாதிருப்பதுமான நாடு பத்தினிப் பெண்டிர் வாழும் நாடு எனத் தரும நூல் உரைப்பதை நீ அறியாயோ எனக் கேட்கிறாள். இங்கு பத்தினிப் பெண்டிர் என்பது கற்புடைய மாதரையே குறிப்பது நோக்கத் தக்கது. கற்புடைய மாதரைப் பத்தினி எனக் கூறும் வழக்கம் சங்ககாலத்திற்குப் பின்னரே வழக்காற்றிற்கு வந்தது. சங்க நூல்கள் எவற்றிலும் இந்தச் சொல் பயன்படுத்தப்படவில்லை.

சிலப்பதிகாரத்தில் கண்ணகியை வான்தரும் கற்பினளாகக் கொண்டது போல் மணிமேகலையில் ஆதிரை வான்தரும்கற்பினளாகக் கொள்ளப்படுகிறாள். மணிமேகலை அமுதசுரபியைக் கொண்டு அறவண அடிகளின் கட்டளைப்படி மன்னுயிர்க்கெல்லாம் உணவூட்டச் செல்கிறாள். அப்போது காயசண்டிகை மணிமேகலையிடம் மழை வளந்தரும் கற்புடைய மாதர்களுள் மிக மேம்பட்டவளான ஆதிரையிடம் முதலில் பிச்சை ஏற்பதுதான் சிறந்தது எனக் கூறுவதைப் பின்வரும் அடிகளில் காணலாம்.

....
பத்தினிப் பெண்டிர் பண்புடனி இடூஉம்
பிச்சையேற்றல் பெருந்தக வுடைத்தெனக்
குளனணி தாமரைக் கொழுமலர் நாப்பண்
ஒரு தனி யோங்கிய திருமலர் போன்று
வான்றரு கற்பின் மனையுறை மகளிரிற்
றான்தனி யோங்கிய தகைமைய அன்றோ
ஆதிரை நல்லா ளவண்மனை யிம்மனை
நீபுகல் வேண்டும் நேரிழை யென்றனள்.[66]

பிச்சை இடுவதற்குக்கூட வான்தரு கற்பின் மனையுறை மகளிர்தான் சமூகத்தில் உயர்ந்தவர்களாகக் கொள்ளப்பட்டனர் என்பதைத் தெளிவாக மேற்கூறப்பட்ட அடிகள் விளக்குகின்றன. இவ்வாறு கற்புடைப் பெண்டிர் சமூகத்தில் உயர்ந்தவர்களாகக் கொள்ளப்பட்ட அதே நேரத்தில் கற்புத் தவறியவளாகப் பெண் ஆகிவிட்டால் அவள் சமூகத்தின் தண்டனையைப் பெறவும் தவறவில்லை. உடலாலோ, மனதாலோ பெண் தவறிவிட்டால் அவளுக்கு தண்டனை அளிப்பது மட்டுமின்றி, அவளை இன்னொரு ஆடவன் மனதால் நினைத்து விட்டால்கூட அவளைக் கற்பு தவறியவளாகச் சமூகம் கொண்டது. ஆணாதிக்கச் சமுதாயம் பெண்ணுக்கு அளித்த தண்டனைகளின் உயர்நிலை இது எனலாம்.

மணிமேகலையின் கதை மாந்தரில் ஒருத்தியான மருதி என்பவள் ஒரு பார்ப்பனப் பெண். அவள் தனியாகக் காவிரியில் நீராடி வருகின்றாள். அவள் பக்கத்தில் யாரும் இல்லை. ஆகையால், அவளை மன உறுதியற்ற பெண் என எண்ணி, ககந்தன் என்ற மன்னனின் மகன் தன்பால் அழைக்கின்றான். இது கண்ட மருதி கலங்கித் தவிக்கிறாள். 'நான் மழையினைப் பெய்விக்கும் திறனுடைய கற்புடைப் பெண்ணாக இருந்தால் பிற ஆடவனுடைய மனதில் இடம் பெற்றிருக்க மாட்டேனே! இப்போது யாரோ அயலான் நெஞ்சிற் புகுந்து விட்டேனே! இதனால் நான் முப்புரி நூலணிந்த பார்ப்பனரான என் கணவனக்கு முத்தீப் பேணுவதில் உதவி செய்யும் தகைமையை இழந்து விட்டேனே!' எனத் துன்புறுகின்றாள்.

இத்தகைய நிலை தனக்கு ஏன் ஏற்பட்டது என அறிய அவள் அவ்வூர் பூத சதுக்கத்தை அணுகுகின்றாள். அங்கு அவள் நானோ, 'வான்தரு கற்பின் மனையறம் பட்டேன். ஏனோ பிறர் நெஞ்சம் புகுந்து விட்டேனே!' எனப் பூத சதுக்கத்துக் கடவுளிடம் புலம்புகிறாள். பூத சதுக்கத்துக் கடவுளும் மருதிக்கு அந்நிலை ஏற்பட்டமைக்குக் காரணம் கூறுகின்றது. 'தெய்வம் தொழாது தன் கணவனையே தொழுது நிற்கும் பெண்கள் வானத்திலிருந்து மழையைத் தருவிக்க வல்லவர்கள் என்ற பொய்யிற் புலவனின் கூற்றை மதிக்காது விழாக் காணச் சென்று வேறு கடவுளை மருதி வணங்கியமையால் அவளுக்குப் பிறருடைய உள்ளத்தைச் சுடும் ஆற்றல் இல்லாது போய்விட்டது' என்கிறது பூத சதுக்கக் கடவுள். அத்துடன் இவ்வாறு பிற கடவுளை வணங்காது விட்டால் அவள் வானத்தினின்றும் மழையைத் தருவிக்கும் திறனுடையவளாவாள் எனவும் அக்கடவுள் கூறுகிறது.[67]

இக்கதையின் வாயிலாக மணிமேகலை ஆசிரியர் கணவனைத் தவிர பெண்கள் எந்தக் கடவுளையும் வணங்குவது சமுதாய விதிகட்கு ஏற்புடைத்தல்ல என்பதையும், அவ்வாறு கணவனை மட்டுமே வணங்கும் பெண்கள் வானிலிருந்து மழையைத் தருவிக்கத் தக்கவர்கள் என்பதையும் வலியுறுத்துகின்றார்.

இந்தக் கற்பெனும் பண்பைப் பெண்களுக்கு மேலும் வலியுறுத்து வதற்காகப் பெண்ணின் கற்பிற்கு இடையூறு விளைவிப்பவர்கள், பெண்ணாக இருப்பினும் ஆணாக இருப்பினும் தண்டிக்கப்படுவர் என்ற கொள்கையும் நாட்டில் இருந்தது. எடுத்துக்காட்டாக மருதியை விரும்பிய ககந்தன் மகனே பின்னர் அவன் செய்த செயலுக்காகத் தந்தையினால் வாளால் வெட்டப்படுகிறான். பெண்ணின் கற்பு சமுதாயத்தில் பாதுகாக்கப்படுவதற்கு மன்னனுடைய குறையற்ற காவலும் அக்காலத்தில் பெரிதும் வேண்டப்பட்டது. அதனால்தான் சிலப்பதிகாரத்தில்,

....

அருந்திற லரசர் முறைசெயி னல்லது
பெரும்பெயர்ப் பெண்டிர்குக் கற்புச்சிறவாதென[68]

எனவும், மணிமேகலையில்,

....

மாதவர் நோன்புமம மடவார் கற்பும்
காவலன் காவல் வின்றெனி னின்றால்[69]

என்றும் கூறப்பட்டுள்ளது.

இவ்வாறு பெண்ணுக்கு இருக்க வேண்டிய கற்புப் பிறர் நெஞ்சம் புகாத கற்பாக இருக்க வேண்டுமெனவும் எதிர்பார்க்கப்பட்டது. இப்பண்பை ஆடவர் பெண்களுக்கு மட்டும் வலியுறுத்தியதாலும், சமுதாயம் ஆணாதிக்கச் சமுதாயமாக இருந்ததாலும் இக் கோட்பாட்டிலிருந்து பெண் வெளியேற முயலவில்லை. வெளியேறவும் முடியவில்லை. அத்துடன் பெண் தவறிழைக்காது ஆடவன் வற்புறுத்தலால் ஏற்பட்ட தவறாக இருந்தாலும் பெண்ணே தண்டிக்கப்பட்டாள் என்பது குறிப்பிடத்தக்கது. மணிமேகலையில் இடம்பெறும் சுதமதி,[70] என்ற கதை மாந்தரின் கதை இத்தகைய நிலைக்குச் சிறந்த எடுத்துக்காட்டாகும். சுதமதி கௌசிகனென்னும் அந்தணனுடைய மகள். மாருதவேகன் என்ற விஞ்சையன் இந்திர விழாக் காண வந்தபோது அவளைத் தூக்கிச்சென்று விட்டான். விண்ணில் அவளைத் தன்வயப்படுத்தி மீண்டும் நிலவுலகில் விட்டுச் சென்றான். சுதமதியை அன்று முதல் மக்கள் 'விஞ்சையன் இட்ட விளங்கிழை' எனவே அழைத்தனர். அவளும் தன் நிலையை உணர்கிறாள். புத்த சமயக் கோட்பாடுகளைச் சங்கதருமன் என்ற முனிவரிடம் கேட்டு புத்த மதத்தைத் தழுவித் துறவு பூணுகின்றாள். பௌத்தப் பெண்களுக்குத் துறவு உலகில் துன்பங்களின்றும் விடுபட்டு வாழப் பெரிதும் உதவியது.

கணவனுக்கு உண்மையாக விளங்கும் பண்பாகிய கற்பு அவன் இறப்பிலும் அதன் பின்னரும் சமுதாயத்தால் பெண்ணிற்கு வலியுறுத்தப்பட்டது. இவ்வாறு வலியுறுத்தப்படுவது மட்டு மின்றிப் பெண்ணிற்குள்ள கற்பை நிர்ணயிப்பதாக அவள் கணவன் இறந்த பின்னர் அவள் நடந்துகொள்ள வேண்டிய முறைகளையும் கட்டுப்பாடுகளையும்கூடச் சமுதாயம் உருவாக்கியது.

இத்தகைய சமுதாய எதிர்பார்ப்புகளை மணிமேகலையின் பின்வரும் அடிகள் தெளிவாக விளக்குகின்றன.

....

காதல ரிறப்பிற் கனையெரி பொத்தி
ஊதுலைக் குருகி னுயிர்த்தகத் தடங்கா
தின்னுயி ரீவ ரீயா ராயின்
நன்னீர்ப் பொய்கையி னளியெரி புகுவர்
நளியெரி புகாஅ ராயி னன்பரோ
டுடனுறை வாழ்க்கைக்கு நோற்றுடம் படுவர்
பத்தினிப் பெண்டிர்........................[71]

பத்தினிப் பெண்டிர்கள், கணவர் இறப்பைக் கேட்டதும் உடனே உயிர் துறப்பவர்கள், கணவருடன் கூடவே சிதையில் தம் உயிரை மாய்ப்பவர்கள், அவருடன் மறு பிறவியிலாவது ஒன்று சேரும் நோக்கத்துடன் கைம்மை நோன்பு நோற்று வாழ்பவர்கள் என மூவகையாகப் பகுக்கப்பட்டனர்.

இத்தகைய பாகுபாட்டை அடிப்படையாகக் கொண்டே பிற்காலத்தில் தலைக் கற்பு, இடைக் கற்பு, கடைக் கற்பு என்று பெண்ணுக்குரிய கற்பும் கொள்ளப்பட்டது. கணவன் இறப்பு கேட்டதும் உடன் இறப்பவர்கள் தலைக் கற்புடையோராகக் கொள்ளப்பட்டனர். இடைக் கற்புடைய பெண்கள் கணவன் இறந்தபின் அவன் சிதையில் தம்மை மாய்த்துக் கொள்வர். கடைக் கற்புடையோர் கைம்மை நோன்பு கொண்டு கணவனை மீண்டும் மறு பிறப்பில் எய்த எண்ணி வாழ்வார்கள்.[72]

இவ்வாறு கணவன் இறப்பில் பெண்ணிடம் எதிர்பார்த்த கற்புக் குறித்து இந்நூலில் பெண்ணும் எரிமூழ்குதலும், கைம்மை ஆகிய இரு இயல்களிலும் விரிவாக எடுத்துக் காட்டப்பட்டுள்ளது.

தமிழில் கற்பு என்ற கோட்பாட்டை ஒத்ததே, வடமொழி நூல்களில் கூறப்படும் ‘பதிவிரதா தர்மம்’ என்ற கோட்பாடாகும். பதிவிரதையாக இருக்கும் பெண்ணும் கற்புடைய பெண்ணைப் போல் கணவனுக்கு உடலாலும் உள்ளத்தாலும் உண்மை உடையவளாக விளங்குவதுடன் வீட்டின் பொறுப்புகளெல்லாவற்றையும் நிர்வகித்து விருந்தோம்பி, தானும் இன்புற்றுப் பிறரையும் இன்புற வைத்து வாழ்வாள். இத்தகைய பதிவிரதையும் கணவன் இறப்பில் மணிமேகலையில் முன்னர் கூறப்பட்ட மூன்று வழிகளில் ஒன்றையே கடைப்பிடிப்பது சமுதாயத்தில் வழக்கமாக இருந்தது.

4

பெண்ணும் எரிமூழ்குதலும்

மனித இனத்தின் ஒவ்வொரு குழுவினரும், ஒவ்வொரு இனத்தினரும், ஒவ்வொரு நாட்டினரும், தத்தமக்கென்று நிலைநிறுத்தப்பட்ட கொள்கைகளையும், எண்ணங்களையும், அவற்றின் வழிப்பட்ட செயற்பாடுகளையும் கொண்டுள்ளனர். இத்தகைய செயல்களுள் இவ்வுலகில் பெறக்கூடிய பயன்களைக் கருதிச் செய்யப்படுவன சில. சில, மறு உலகின் மேலுள்ள நம்பிக்கையால் அந்த மறு உலகில் அடையும் பேறுகள் கருதிச் செய்யப்படுகின்றன. சில, இவ்வுலகிலும் மறு உலகிலும் அடையத் தக்க பேறுகள் கருதிச் செய்யப்படுகின்றன.

இத்தகைய செயல்களுள் கணவன் இறப்பில் அவனுடைய சிதையிலேயே மனைவியும் வீழ்ந்து இறக்கும் செயலான எரிமூழ்குதல் எந்த வகையைச் சார்ந்தது? இத்தகைய வழக்கம் இந்தியாவில் - குறிப்பாக தமிழ்நாட்டில் - எப்பொழுது நடைமுறைக்கு வந்தது? இந்த வழக்கத்தைப் பற்றி அறிய இன்று நமக்கு எத்தகைய ஆதாரங்கள் கிட்டுகின்றன? இத்தகைய வழக்கம் எதற்காக மேற்கொள்ளப்பட்டது? எத்தகைய மக்களிடையே இது வழக்கிலிருந்தது? ஒரு பெண் இறந்த கணவனின் சிதையில் தன்னை மாய்த்துக் கொள்வதற்குத் தூண்டிய காரணிகள் என்ன? பெண் தன்னிச்சையாக இதை மேற்கொண்டாளா? அல்லது பிறரின் வற்புறுத்தலின் பிடியிலிருந்து விடுபட முடியாது எரியில் மூழ்கினாளா? அன்றேல். இது ஒரு சமயச் சடங்காகக் கருதப்பட்டதா?

இவ்வாறு கணவனிறப்பில் எரிமூழ்குவதை விரும்பாத பெண்கள் தொடர்ந்து உலகில் வாழ்வதற்கு சமுதாயம் அனுமதி அளித்ததா?

இத்தகைய வினாக்கள் பல பெண்ணின் எரிமூழ்குதல் பற்றி எண்ணும்போது மனதில் தோன்றுவது தவிர்க்க முடியாதது. இந்த எரிமூழ்கும் செயலைத் தமிழ் இலக்கியங்களிலும் கல்வெட்டு களிலும் எரிபுகுதல், தீப்பாய்தல், உடன்கட்டை ஏறுதல், சதி என்ற சொற்கள் குறிக்கின்றன. எரிமூழ்குதல் என்ற சொல்லும் முற்கூறப் பட்ட சொற்களில் முதல் மூன்றும், பெண், கணவன் சிதையில் பாய்ந்து உயிர் விடுவதைச் சுட்டுகின்றன. நான்காவது சொல்லான 'சதி' என்பது வடமொழிச் சொல். இச்சொல்லிற்கு நேரடியாக எரிமூழ்குதல் என்பது பொருளல்ல. இருத்தல் என்ற பொருளைக் குறித்த 'அஸ்' (sat) என்ற பெயரிடைப் பிறந்த பெண்பாற் சொல்லாகவும், வினையிடைப் பிறந்த நிகழ்காலப் பெயரெச்சச் சொல்லாகவும், விளங்குகிறது. அத்துடன் 'சத்' (sat) என்ற பெயரிடைப் பிறந்த பெண்பாற் சொல்லாகவும் வடமொழியில் 'சதி' என்ற சொல் வழங்கப்பட்டு வருகின்றது. ஒரு முழுமையான பெண், நல்ல பெண் என்ற பொருளைச் சிறப்பாக உணர்த்தும் வகையில் வடமொழியில் இச்சொல் பயன்பாட்டில் இருந்து வந்துள்ளது. அதாவது கணவனின் இறந்த உடலுடன் கூடவே எரிமூழ்கி அவள் சமுதாயத்தில் முழுமையான நல்ல பெண் ஆகி விடுகிறாள். தமிழிலும் 'நல்லோள்' என்ற சொல் கணவனுடன் எரிபுகும் பெண்ணைக் குறிக்கக் கையாளப்பட்டிருப்பதைத் தொல்காப்பியத்தில் காணமுடிகிறது.

> நல்லோள் கணவனொடு நனியழல் புகீஇச்
> சொல்லிடை இட்ட பாலை நிலையும்[1]
> என்ற தொல்காப்பிய அடிகள் இதற்குச் சான்றாகின்றன.

இதற்கு முந்திய இயலில், பெண்ணின் கற்புப் பற்றிய ஆய்வில் மூவகைப் பெண்கள் பற்றி எடுத்துக் காட்டப்பட்டது. அவர்களில் கணவன் இறப்பைக் கேட்டதும் உடனே இறந்து வீழ்ந்து இறப்பவளை தலைக் கற்புடையவளெனவும், கணவன் சிதையில் தன்னை மாய்த்துக் கொள்பவளை இடைக்கற்புடையவள் எனவும் கைம்மை நோன்பு நோற்றிருந்து இறப்பவளைக் கடைக் கற்புடையவளென்றும் பிற்காலத்தில் பாகுபடுத்தித் தரப்படுத்தினர்.

சிலப்பதிகாரத்தில் பொற்கொல்லன் கோவலனை ஏமாற்றி பாண்டிய மன்னிடம் அழைத்து வந்தபோது, மன்னன் உண்மையைத் தேர்ந்து அறியாது கோவலனைக் கள்வனெனக் கொண்டு அவனுக்குக் கொலைத் தண்டனை விதிக்கிறான். கொலையுண்ட

கோவலன் மனைவி கண்ணகி தன் காற்சிலம்பை உடைத்துக் கோவலன் திருடன் அல்ல என்பதை நிரூபித்தபோது, பாண்டிய மன்னன், 'பொன்செய் கொல்லன் சொற் கேட்ட யானோ அரசன் யானே கள்வன்'[2] எனக் கூறித் தனது உயிரை அந்த இடத்திலேயே துறந்துவிடுகிறான். இதைக் கண்டு நடுங்கிய அவன் மனைவியான அரசி கோப்பெருந்தேவி,

கணவனை யிழந்தோர்க்குக் காட்டுவ தில்லென்[3]

என்று கூறித் தானும் இறந்து வீழ்கின்றாள். அவளும் கணவன் இறந்த அந்த நேரத்திலேயே இறந்ததால் அவள் தலைக் கற்புடையவள் எனப் பிற்காலத்தில் கொள்ளப்பட்டாள். இதை வடமொழி நூலார் சதிசிரோமணி என்பர்[4] இங்கு 'கணவனையிழந் தோர்க்குக் காட்டுவதில்' எனச் சிலப்பதிகார ஆசிரியர் கூறுவது நோக்கத் தக்கது. கணவனைத் தவிர ஏனைய உறவினர்களான தந்தை, தாய் முதலியோர் இறந்தால், அந்த முறையைச் சொல்லி அவ்வாறு அன்புடைய பிறரைக் காட்டலாம். ஆனால், கணவன் இறந்துவிட்டால், பேச்சிற்குக்கூட அவ்வாறு செய்ய முடியாது என்பனால்தான் 'கணவனை இழந்தோர்க்குக் காட்டுவதில்' என ஆசிரியர் கூறியுள்ளார்.[5] இங்கு ஒருதார மணமும், கணவன் இறப்பில் பெண்ணிற்கு வேறு எதுவும் உலகில் இல்லை என்பதும் வலியுறுத்தப்படுவது குறிப்பிடத்தக்கது.

கணவன் இறந்ததும் அவனுடைய சிதையில் வீழ்ந்து மாயும் பெண்கள் இடைக் கற்புடையோர் எனக் கொள்ளப்பட்டனர். அத்தகைய இடைக் கற்புடையோராகக் கொள்ளப்பட்ட பெண்களின் நிலையைச் சுட்டுவதாக இந்த இயல் அமைகிறது.

கணவனிறப்பில் அவன் கூடவே பெண்கள் எரிமூழ்கும் வழக்கம் இந்தியாவிலும், குறிப்பாகத் தமிழ்நாட்டிலும் எப்போது வந்தது?

இந்தியாவில் மிகப் பழங்காலத்திலேயே பல சமூக மக்களிடையே இவ்வுலக வாழ்வு போல் இறப்பின் பின் மறு உலகிலும் ஒரு வாழ்வு உண்டு என்ற நம்பிக்கை நிலவிவந்தது. இதன் விளைவாக இறந்த ஒருவன் இவ்வுலக வாழ்விற் பயன்படுத்திய பொருட்கள் எல்லாவற்றையும் மறு உலகிலும் அவன் பெறுவதன் பொருட்டு அவற்றையும் அவனது இறந்த சடலத்துடன் கூடவே எரிப்பதும் வழக்கமாக இருந்தது. அதுவும் குறிப்பாக ஒரு மன்னன், ஒரு உயர்ந்தோன், ஒரு போர் வீரன் போன்றோர் இறந்தால் அவனுடைய போகப் பொருட்களெல்லாம் அவன் கூடவே எரிக்கப்பட்டன. அன்றேல் புதைக்கப்பட்டன. அவனது குதிரைகள், பணியாட்கள்,

மனைவியர் போன்றோரையும் கொன்று அவனுடன் வைத்து எரித்தனர். அல்லது புதைத்தனர். இத்தகைய எண்ணமே மனைவியர் கணவனுடன் அவன் இறப்பில் எரிமூழ்கும் வழக்கத்திற்கு வழிவகுத்தது எனலாம்.[6]

இந்த வழக்கம் இந்தியாவில் மட்டுமன்றி, உலக நாடுகள் பலவற்றிலும் கடைப்பிடிக்கப்பட்டிருக்கின்றது. நார்வேயிலுள்ள கோத்துக்கள் (Goths, the Norwegians), கெல்துக்கள் (Celts), கோல்சுக்கள் (Gauls), திரேசியர்கள் (Thracians), சுகைத்தியர்கள் (Scythians) போன்றோரிடையே இவ்வழக்கம் நடைமுறையில் இருந்துள்ளது.[7] சீனாவில்கூட ஒரு பெண் தன் கணவன் இறந்தபோது தன்னை மாய்த்துக் கொண்டு விட்டால், அவளுடைய பிண ஊர்வலம் மிகச் சிறப்பான முறையில் நடைபெறுவதுண்டு.

இவ்வாறு பல நாட்டு மக்களிடையேயும் இந்த வழக்கம் கடைபிடிக்கப்பட்டமைக்கு அடிப்படைக் காரணங்கள் பலவாக இருந்திருக்கலாம். பொதுவாக இன்று கிடைக்கும் வரலாற்றுச் சான்றுகளை நோக்கின், போர் வீரர்களிடையேயும், அரசர்களிடயேயும் முதலில் இவ்வழக்கம் நடைமுறையில் இருந்திருக்கலாம் என எண்ணத் தோன்றுகிறது. தனது இறப்பில், தனது மனைவியை இன்னொருவர் அடைந்துவிடக்கூடாது என்ற நினைப்பினால், தான் இறக்கும்போது தன் மனைவியும் எரிமூழ்க வேண்டும் என்ற வழக்கத்தைப் போர் வீரர்கள் நடைமுறைப்படுத்தியிருக்கலாம். அத்துடன் மன்னர்கள், தம் மனைவியர் தம்மைக் கொன்று அரச பட்டத்தைக் கைப்பற்றி விடுவார்களோ என்ற பயத்தாலும் இவ்வாறான ஒரு வழக்கத்தை ஏற்படுத்தியிருக்கலாம். இந்த வழக்கத்தால், மன்னரின் அரசிகளுக்கு மன்னரைக் கொன்று அரச பீடத்தைக் கைப்பற்றும் வாய்ப்பிற்கு முற்றிலுமாக வாயில் அடைக்கப்பட்டு விடுகிறது. அத்துடன் முன்னர் கூறியது போல ஒரு போர் வீரன் அவன் இவ்வுலகில் துய்த்த பொருட்களை மறு உலகில் துய்க்க வேண்டும் என்ற ஆசையினால் மனைவியும் தன் இறப்பில் தன்னுடன் தன் உயிரை மாய்த்துக் கொள்ள வேண்டும் என்று விரும்பி இவ்வழக்கத்தை உருவாக்கியிருக்கலாம். துணி, அம்பு, வில், குதிரை முதலியவற்றுடன் மனைவியையும் மறு உலகிற்கு இட்டுச் செல்வதாகப் போர் வீரர்கள் நம்பினர். அதனால், மனைவியர் உடன்கட்டை ஏற வற்புறுத்தப்பட்டனர்.

எது எப்படியிருப்பினும் இவ்வழக்கம் இந்தியாவில் முதலில் எங்கு வழக்கிலிருந்தது என்பதை நோக்கின், தமிழில் புறநானூற்றுப் பாடல்களில் இவ்வழக்கம் பற்றிய குறிப்புகள் காணப்படுகின்றன.

இருக்கு வேதத்திலோ, அவெஸ்தாவிலோ சதி பற்றிய குறிப்புகள் இல்லையென அறிஞர்களால் கொள்ளப்பட்டாலும்,[8] சட்டப்படி இந்தியாவில் வில்லியம் பெண்டிங் பிரபு சதியை ஒழிக்க முயன்ற போது, அதை எதிர்த்தோர் வேதம் இவ்வழக்கை ஏற்றுள்ளது என வாதாடினர். இருக்கு வேதத்திலுள்ள இறப்புச் சடங்குகள் குறித்த சூக்தத்தில் (sūkta) வரும் பின்வரும் பாடலை வேதத்தில் எரிமூழ்குவது பற்றிக் குறிப்பிடப்பட்டுள்ளது என்பதற்குச் சான்றாக அவர்கள் கொண்டனர்.

imāh nāriravidhavāh sapatnirāmjanenā sarpisā samviśantu
anaśravonamivāḥ suratnā arohantu janāyo yonimagre[9]

இப்பாடலில் இறுதியிலுள்ள சொல்லான 'அக்ரே' (agre) என்ற சொல்லை அவர்கள் 'அக்னே' (agneh) என்று மாற்றிக் கொண்டனர். ஆனால், agre என்ற சொல்லே சரியானது என்றும் எரிமூழ்குதலுக்கு சான்றாதாரமாக அச்சொல்லை 'agneh' எனக் கொள்வது தவறெனவும் அறிஞர்கள் கருதுவர்.[10] இப்பாடல் இறந்த கணவனை மனைவியர் எரியூட்டுவதற்கு முன்னர் வாசனையூட்டுவதாக அமைகிறது என அல்ரேகார் (Altekar), கானே (Kane) போன்றோர் கூறுவர். ஆனால், இராதாகாந்த தேப் (Radhakanta Deb) என்பவர் மேல் குறிப்பிட்ட இருக்கு வேதப் பாடலில் இறுதியில் உள்ள சொல்லை 'அக்னே' எனக் கொண்டு, மனைவியர் கணவனுடன் தீயுள் சென்றனர்[11] எனப் பொருள் கொண்டு எரிமூழ்கும் வழக்கம் இருக்கு வேதத்தில் குறிக்கப்பட்டு இருக்கிறது என்பர். தனது கருத்திற்கு அரண் சேர்க்குமுகமாக இவர்கள் நாராயணீய உபநிடத்திலுள்ள எண்பத்தி நான்காவது அனுவாகத்தில் (Anuvāka) குறிப்பிட்ட தைத்திரீய சங்கிதையின் ஔக்கிய சாகையிலுள்ள (Aukhya ṣakhā of the Taitriya Samhita) இரு பாடல்களைக் குறிப்பிடுவர்.[12] இராதாகண்ட தேப்பினுடைய இக்கருத்துக்களை மறுத்த எச்.எச். வில்சன் (H.H.Wilson) என்பார் இருக்கு வேத்திற்கு உரையெழுதிய சாயனரையும், அஸ்வலாயனரையும் மேற்கோள் காட்டி, இவ்வுரைகளில் எரிமூழ்குதல் பற்றிய செய்திகள் எதுவும் இல்லை என்பர்.[13]

இவ்வாறு எரிமூழ்குதல் குறித்த செய்திகள் இருக்கு வேதத்தில் இல்லையெனக் கொண்டாலும், இருக்கு வேத காலத்திற்கு முற்பட்ட இந்தியாவில் இவ்வழக்கம் இருந்திருக்கலாம் எனப் பாசாம் (A.L.Basham) என்ற அறிஞர் கருதுகிறார். இவர் தனது கருத்தை விளக்க இருக்கு வேதத்திலுள்ள ஒரு பாடலை எடுத்துக் காட்டுகிறார். இப்பாடலில் பின்வருமாறு கூறப்பட்டிருப்பதாக பாசாம் கூறுவர். 'இறந்த கணவனின் சடலத்துடன் பெண் படுப்பாள். அவனது கையில் வில் வைக்கப்பட்டிருக்கும். பின்னர் வில்லை

அவன் கையிலிருந்து அகற்றுவதுடன் உடன் படுத்திருக்கும் பெண்ணை யும் சிதையிலிருந்து இறங்கி இவ்வுலகிற்கு வரும்படி அழைப்பர்.'

இத்தகைய பாடல் பல ஆண்டுகள் முன்னர் சிதையிலே ஆண் சடலத்துடன் கூட அவன் மனைவியையும் எரித்ததற்கு சான்றாகலாம் என பாசாம் கருதுகிறார்.[14] அல்ரேகார், அதர்வ வேதத்திலுள்ள பின்வரும் பாடலை எடுத்துக்காட்டி வேத காலத்தில் ஒரு விதவை கணவனுடன் எரிமூழ்குவதைச் சமுதாயம் எதிர்பார்க்கவில்லை. அதற்குப் பதிலாக மீண்டும் அவள் மணம் செய்து வாழ்வதையே எதிர்பார்த்தது என்பர்.[15]

Iyam nāri patilokam vrnānā nipatyate upa tvā martya pretam
dharmam purāṇamanupālayanti tasya prajām draviṇam caha dhatta

பாசாம் மேற்கோள் காட்டும் இந்தப் பாடல் கணவனை இழந்த பெண் அவனுடைய சிதையில் படுக்க வைக்கப்படுவதாகவும், அதன் பின்னர் அவளைக் கீழே இறங்கும்படி கட்டளையிடப் படுவதாகவும், பின்னர் அவள் குழந்தைகளுடன் வளமிக்க வாழ்வு வாழ ஒரு துதிப் பாடல் பாடப்படுவதாகவும் கூறுகிறது.

மேலும் அல்ரேகார், வேத காலத்தில் மட்டுமின்றி (கி.மு. 700-1100) அதைத் தொடார்ந்து வந்த பிராமண இலக்கியங்கள் எழுந்த காலத்திலும் (கி.மு. 900), பின்னர் கிருஹ்ய சூத்திரங்கள் எழுந்த காலத்திலும்கூடப் (கி.மு. 500 - கி.மு. 300) பெண்கள் கணவனுடன் எரிமூழ்கும் வழக்கம் இருந்ததாகத் தெரியவில்லை என்கிறார்.[16] இந்நூல்களிலுள்ள செய்திகளின்படி கணவனின் சிதையிலிருந்து அவனது மனைவி அவள் கணவனின் உடன் பிறந்தவனாலோ, கணவனின் சீடனாலோ, அன்றேல் நம்பகமான ஒரு வேலைக் காரனாலோ கீழே இறக்கிக் கொண்டு வரப்படுவாள்[17] எனத் தெரிகிறது. தைத்திரீய ஆரண்யகத்தில் இவ்வாறு சிதையிலிருந்து கீழே இறக்கிக் கொண்டு வரப்படும் பெண் தனது கணவனது உடலில் வைக்கப்பட்டிருந்த வில், தங்கம், நகைகள் முதலியவற்றையும் திரும்ப எடுத்துக் கொண்டு வருவாள் எனக் கூறப்படுகிறது. முன்னர் காலங்களில் இவை இறந்த கணவனுடன் கூடவே எரிக்கப்பட்டன.[18]

பௌத்த இலக்கியங்கள், எரிமூழ்கும் வழக்கம் பற்றி எதுவும் கூறவில்லை. அதே போல் தர்ம சூத்திரங்களோ (கி.மு. 400 - கி.பி.100) மனு, யாக்ஞவல்கியர் போன்ற ஸ்மிருதி (Smrti) இலக்கியங்களை எழுதியவர்களோ (கி.பி. 100 - கி.பி. 300) எரிமூழ்குவது பற்றி எதுவும் பேசவில்லை.[19] ஆனால், மகாபாரதத்தில் மாத்திரி, வசுதேவரின் மனைவியர்களான தேவகி, பத்திரை, ரோகிணி, மதிரை என்ற நால்வரும் எரிமூழ்கிய செய்தி

கிட்டுகின்றது.[20] கிருஷ்ணரின் மனைவியர்களுள் ருக்மணி, காந்தாரி, சஹ்யை, ஹைமவதி, ஜாம்பவதி என்ற ஐவரும் கிருஷ்ணன் இறந்த போது தீ மூட்டி அத்தீயில் மாய்ந்தனர். ஆனால், இங்கு கிருஷ்ணரின் உடல் இல்லாமலேயே அவர்களாவே தீ மூட்டித் தம்மை மாய்த்தனர் என்பது குறிப்பிடத்தக்கது. இராமாயணத்தின் பிற்சேர்க்கையெனக் கொள்ளப்படும் உத்தர காண்டத்தில் கூறப்படுகின்ற வேதவதியின் தாயார் எரிமூழ்கிய செய்தி தவிர முதல் நூற் பகுதிகளில் சதி பற்றிய குறிப்புகள் எதுவுமில்லை. இன்று கிடைக்கும் சான்றுகளின்படி எரிமூழ்குதல் குறித்து முதல் வடநாட்டுச் சான்றாக கி.மு. 316ல் இந்து மதத்தைச் சார்ந்த சேனாதிபதி கெயிட்டஸ் (Keteus) என்பவன் போரில் அன்ரிகோணஸ் (Antigonus) என்பவனை எதிர்த்து இறந்த போது அவன் இரு மனைவியரில் இளைய மனைவி எரிமூழ்கிய நிகழ்ச்சியையே கொள்ள முடிகிறது. இந்நிகழ்ச்சி குறித்த கிரேக்க ஆசிரியர்களின் குறிப்புகள் நமக்குக் கிட்டுகின்றன.[21] இக்குறிப்புகளின் படி கெயிட்டஸ்ஸிற்கு இருந்த இரு மனைவியரில் மூத்தவள் கர்ப்பமாக இருந்தபடியால் இளையவள் எரிமூழ்கியதாகத் தெரிய வருகிறது. இவ்வாறு கணவனிறப்பில் எரிமூழ்கும் வழக்கம் படிப்படியாக அதிகரித்து வாத்சாயனர், பாசர், காளிதாசர், சூத்திரகர் போன்ற இலக்கிய ஆசிரியர்கள் காலத்தில் பெருமளவில் மக்களிடையே வழக்கில் வந்துவிட்டது, வரலாற்றிலும் இவ்வழக்கத்திற்குச் சான்றுகள் உண்டு. ஹூணர்களுடன் கி.பி. 510ல் போரிட்டு மாய்ந்த கோபராஜன் என்ற சேனாதிபதியின் மனைவி தனது கணவனது சிதையில் கூடவே எரிமூழ்கினாள்.[22] ஹர்ச மன்னின் தாயார் யசோமதி தன் கணவன் உயிர் பிழைக்க வாய்ப்பில்லை எனத் தெரிந்த பின்னர் அவன் உயிர் போவதற்கு முன்னரே எரி புகுந்ததாகக் கூறப்படுகின்றது.[23]

இவ்வழக்கம் முற்கூறியது போல் பெருமளவில் போர் வீரர்களின் குடும்பங்களிடையேதான் வழக்கிலிருந்தது. எரிமூழ்கும் பெண்கள் அவர்களுடைய கணவனின் பாவத்தைத் தீர்ப்பதுடன் அவர்கள் இருவரும் விண்ணுலகில் என்றும் பிரியாது வாழ்வதற்கும் துணையாகிறார்கள் என நம்பப்பட்டது. இந்த நம்பிக்கை, பிற்காலங் களில் எரிமூழ்குதல் என்ற இவ்வழக்கம் சமூகத்தில் ஆணித்தரமாக எல்லா மக்களிடையேயும் நிலை நாட்டப்படுவதற்குக் காரணமாகி விட்டது. இதில் வியப்புக்குரியது என்னவெனில் தொடக்க காலங்களில் பார்ப்பனப் பெண்களுக்கு எரிமூழ்கும் வழக்கம் வற்புறுத்தப்பட வில்லை. அது மட்டுமின்றி எரிமூழ்க விரும்பிய எந்தப் பார்ப்பனப் பெண்ணுக்காவது அவள் கணவனுடன் எரிமூழ்க யாராவது உதவி செய்தால் அவர்கள் பார்ப்பனனைக் கொன்ற (brahmahatya) பாவத்தை ஒத்த பாவத்தை அடைவார்கள் என்றும் நம்பப்பட்டது.[24]

ஆனால், பிற்காலத்தில் இவ்வழக்கம் பார்ப்பனச் சமூகத்திலும் வழக்கிற்கு வந்துவிட்டது என்பதை 12ம், 14ம் நூற்றாண்டுகளில் தென்னிந்தியாவில் நூல்களுக்கு எழுதப்பட்ட உரைகளிலிருந்து அறிய முடிகிறது. அத்துடன் பிற்காலத்தில் இவ்வழக்கம் இந்து மதத்தில் நிலைபெற்ற வழக்கமாகவும் மாறிவிட்டது.

தமிழகத்தைப் பொறுத்த மட்டில் கணவன் இறப்பில் பெண்கள் தீப்பாயும் வழக்கம் சங்கப் பாடல்களிலேயே காணப்படுகின்றது. சங்கப் பாடல்களுக்கு விளக்கமாக அமையும் தொல்காப்பியமும் எரிமூழ்குதல் பற்றிப் பேசுகின்றது. புறத் திணையியலில் காஞ்சித் திணையின் துறைகளை விரித்துரைக்கும் தொல்காப்பியம் கணவன் இறந்த நிலையில் பெண்கள் மேற்கொள்ளும் சில செயல்கள் குறித்து விளக்கமளிக்கின்றது.[25] இங்கு கூறப்படுகின்ற தொடா அக்காஞ்சி, ஆஞ்சிக்காஞ்சி, கொண்டோன் தலையொடு முலையும் முகனும் சேர்த்தி, முடிந்தநிலை, மூதானந்தக்காஞ்சி, முதுபாலை, தாபதநிலைக் காஞ்சி, பாலைக் காஞ்சி ஆகியவை கணவன் இறப்பில் பெண்கள் நிலையைக் குறிப்பிடுகின்றன. இந்த எட்டு நிலைகளிலும், தொடாஅக்காஞ்சி கணவன் போரில் வீழ்ந்திறந்த போது அவன் விழுப்புண்களைப் பேய் தீண்டி வருத்தாது கவலையுடன் மனைவி காத்திருப்பதைக் குறிக்கும்.[26]

ஆஞ்சிக்காஞ்சி[27] தனது கணவன் போரில் எந்த வேலினால் உயிர் துறந்தானோ அந்த வேலைக் கொண்டே மனைவி தன்னுயிரையும் மாய்த்துக் கொள்வதைச் சுட்டும். போர்க் களத்தில் கொல்லப்பட்ட தனது கணவனது தலையை மனைவி தனது மார்பகங்களோடும் முகத்தோடும் அணைத்து அக்கணமே தன் உயிரையும் விட்டு விடுவதை தலையொடு முலையும் முகனும் சேர்த்தி முடிந்த நிலை என்பர். கணவனுடன் சென்ற மனைவி அவன் இறந்தபோதே தானும் இறந்துவிடுவதைப் பார்த்த ஏனையோர் செய்வதறியாது புலம்பி நிற்கும் நிலை மூதானந்தக் காஞ்சி ஆகும்.[28] மிக வெம்மை யான பாலை நிலத்தின் கண்ணே இருவருமாகச் செல்லும்போது கணவன் மட்டும் இறந்துவிட்ட நிலையில் தன்னந்தனியளாய் மனைவி நின்று புலம்பும் பிரிவுத் துயர் முதுபாலை ஆகும்.

கணவன் இறந்த நிலையில் மனைவி தனித்து நிற்கும் நிலையைத் தாபத நிலை என்பர்.[29] சிறந்த கற்புடைய ஒரு பெண் தன் கணவனின் இறப்பில், அவனை எரியூட்டும் சிதையிலேயே பாய்ந்து தன்னுயிரை மாய்க்க முயலும்போது அவளைத் தடுக்க முயலும் பெரியோரை நோக்கி அவள் கூறும் கூற்றுகளைப் பாலை நிலை என்பர்.[30] மேற்கூறப்பட்ட எட்டு நிலைகளில் ஆஞ்சிக் காஞ்சி, கணவன் தலையொட முலையும் முகனும் சேர்த்தி முடிந்த நிலை, மூதானந்தக்

காஞ்சி, பாலை நிலை ஆகிய நான்கும் கணவனிறப்பில் மனைவியும் இறந்துவிடுவதைக் குறிக்கின்றன. இந்நான்கனுள் பாலை நிலை மட்டுமே கணவனுடன் மனைவி அவன் சிதைக்கு மூட்டிய நெருப்பிலேயே வீழ்ந்து மாயும் எரிமூழ்கு நிலையைச் சுட்டுகிறது.

மேலே காட்டிய செய்திகளிலிருந்து கணவன் இறந்தபின் பெண்கள் வாழ விரும்பாத ஒரு நிலை உணர்த்தப்படுகிறதா? மனைவியர் கணவன் இறந்த பின்னும் தனித்துப் புலம்பி நிற்கும் நிலைமையும், கைம்மை நோன்பு நோற்று நின்ற நிலையையும், பல சங்கப் பாடல்களில் காணமுடிகிறது. ஆனால், அவர்களுடைய கணவர்கள் இறந்தபோது அவர்களுடைய உயிரை மாய்த்துக் கொள்ளவேண்டும் என்ற தவிர்க்க முடியாத ஒரு நிலை முற்றிலுமாக இருக்கவில்லை என்றுதான் கூற வேண்டும். எனினும் போர் வீரர்களின் மனைவிகள் கணவன் இறந்தபின் மாற்று மன்னர் கையிலகப்பட்டுத் துன்பறு வதைவிடக் கணவனுடனேயே இறந்து விடுவது மேல் என எண்ணி எரிமூழ்குவதை விரும்பியிருக்கலாம்.

பெண்ணிற்கு ஏற்படும் கைம்மை நிலையின் வெம்மையும் கசப்பும் கூட அவள் கணவனுடன் இறப்பதற்குக் காரணமாயிருந்திருக்கலாம். அத்துடன் சமுதாயத்தில் நிலவிய இத்தகைய எரிமூழ்கும் வழக்கம் பெண்ணிற்கு உயர்வைக் கொடுக்கும் என்ற ஓர் ஆழ்ந்த நம்பிக்கை யும் பெண்ணை இத்தகைய செயலில் ஈடுபடுத்தியிருக்கலாம். இத்தகைய நம்பிக்கையை புறநானூற்றின் இருநூற்று நாற்பத்தி ஆறாவது பாடலான பின்வரும் பாடலில் காணமுடிகிறது. பெருங்கோப்பெண்டு தன் கணவனான பூதப்பாண்டியன் இறப்பில், தானும் தீப்பாய எண்ணுகிறாள். தன்னைத் தடுத்தோரைப் பார்த்து அவள் கீழ்வருமாறு கூறுகின்றாள்.

பல்சான்றீரே பல்சான்றீரே
செல்கெனச் செல்லா தொழிகென விலக்கும்
பொல்லாச் சூழ்ச்சிப் பல்சான் றீரே
அணில்வரிக் கொடுங்காய் வாள்போழ்ந் திட்ட
காழ்போ னல்விளர் நறுநெய் தீண்டா
தடையிடைக் கிடந்த கைபிழி பிண்டம்
வெள்ளெட் சாந்தொடு புளிப்பெய் தட்ட
வேளை வெந்தை வல்சி யாகப்
பாற்பெய் பள்ளிப் பாயின்று வதியும்
உயர்வற் பெண்டிரே மல்லே மாதோ
பெருங்காட்டுப் பண்ணிய கருங்கோட் டீமம்
நுமக்கரி தாகுக தில்ல வெமக்கெம்
பெருந்தோட் கணவன் மாய்ந்தென வரும்பற

வள்ளித ழவிழ்ந்த தாமரை
நள்ளிரும் பொய்கையுந் தீயுமோ ரற்றே[31]

இங்கு பெருங்கோப்பெண்டு தன் கணவனுடைய சிதையில் அவளும் தீப்பாய முயன்றபோது அவளைப் பெரியோர் தடுக்கிறார்கள். அவர்களை நோக்கி அவள், ‘நான் உயவற் பெண்ணல்ல, கைம்மை நோன்பினைக் கடைப்பிடித்து நெய்யில்லா உணவில் வெள்ளை எள்ளின் சாந்தையும், புளி கலந்து சமைத்த வேளைக் கீரையையும் மட்டும் உணவாகக் கொண்டு, பாயில்லாத நிலத்தில் படுத்துக் கைம்மை வாழ்வு வாழ்வதை நான் விரும்பமாட்டேன். உங்களைப் போன்றவர்களுக்குச் சுடுகாட்டிலுள்ள ஈமத் தீ அணுக முடியாததாக இருக்கலாம். ஆனால், எனக்கு அந்த ஈமத் தீயும், குளிர்ந்த நீருடைய குளமும் ஒன்றுதான்’ எனக் கூறுகிறாள்.

இந்தப் பாடலுடைய ஆசிரியர் எவர் என இன்று கிடைக்கும் புறநானூற்றுப் பதிப்புகளிலிருந்து தெரியவில்லை. ஆனால், இதை ஒரு பெண்ணாசிரியர் எழுதியிருப்பாரோ என்பது சந்தேகத்திற் குரியதே. இதே போன்ற இன்னொரு புறநானூற்றுப் பாடலும் கணவனுடன் பெண்ணும் தன் உயிரைத் துறக்க முயல்கின்ற முயற்சியை எடுத்துக் கூறுகின்றது. கீழ்வரும் இப்பாடலில் பெண் எரியில் மூழ்குவதற்குப் பதிலாகத் தாழியுள் தன்னையும் தன் இறந்த கணவனையும் புதைப்பதற்காகப் பெரிய தாழியாகச் செய்யும்படி பானை செய்யும் குயவனை வேண்டுகின்றாள்.

கலஞ்செய் கோவே கலஞ்செய் கோவே
அச்சுடைச் சாகாட் டாரம் பொருந்திய
சிறுவெண் பல்லிபோலத் தன்னொடு
சுரம்பல வந்த வெமக்கு மருளி
வியன்மல ரகன்பொழி லீமத் தாழி
அகலி தாக வனைமோ
நனந்தலை மூதூர்க் கலஞ் செய்கோவே[32]

இப்பாடலைப் பாடிய ஆசிரியர் பெயரும் தெரியவில்லை. இத்தகைய பாடல்கள் உண்மையில் நடந்த செய்திகளை மட்டும் கூறுவதாக எழுதப்பட்டனவா? அன்றேல் இவ்வாறு எழுதி மேலும் இத்தகைய எரிமூழ்கும் செயலுக்கு உயர்வளித்துப் பெண்கள் எரிமூழ்க மன உறுதி அளிப்பதற்காக எழுதினார்களா? ஏனெனில், பிற்காலத்தில் இந்திய வரலாற்றில் எரிமூழ்குதலுக்குக் கொடுக்கப் பட்ட இந்து சமயச் சாயம் இப்பாடல்களில் காணப்படவில்லை. இங்கு, மன்னன் மனைவியோ அன்றேல், போர் வீரன் மனைவியோ தான் கணவனுடன் உடன் மாய்வதாகக் குறிப்பிடப்படுகிறது.

அத்துடன் முன்னர் கூறியது போல் பெண்ணின் கற்புதான் இச்செயலுடன் பெரிதும் தொடர்புபடுத்தப்படுவது நோக்கத் தக்கது. ஆய் ஆண்டிரன் என்ற மன்னன் இறந்தபோது அவனது பட்டத்து அரசி மட்டுமன்றி அவனது உரிமை மகளிரும் கூடவே தீப்பாய்ந்து மாய்ந்தனர் எனும் செய்தி கீழ்வரும் பாடலிலிருந்து தெரிய வருகிறது.

பாடுநர்க் கருகா வாஅ யண்டிரன்
கோடேந் தல்குற் குறுந்தொடி மகளிரொடு
கால னென்னுங் கண்ணிலி யுய்ப்ப
மேலோ ருலக மெய்தின னெனாஅ
......................[33]

இங்கு மன்னனுடன் தொடர்புடைய பெண்களான உரிமைகளில் அத்தனை பேரும் எரிமூழ்குவது குறிப்பிடத் தக்கது. உண்மையில் அத்தனை மகளிரும் மன்னன் மேல் உள்ள அன்பாலும் ஆதரவாலும் தம்மை மாய்த்துக் கொண்டனரா? அன்றேல் அன்றைய சமுதாயத்தில் அத்தகைய கட்டாயம் இருந்ததா? அல்லது கைம்மை வாழ்வின் நீண்ட துன்பத்திற்கு விடிவு காண வேண்டித் தம்மை மாய்த்துக் கொண்டனரா?

சங்கப் பாடல்களில் காணப்பட்ட இவ்வழக்கம், மணிமேகலை காலத்திலும் (ஏறத்தாழ கி.பி. ஆறாம் நூற்றாண்டு) நடைமுறையில் இருந்திருக்கின்றது. கோவலனுடைய இறப்பின் பின்னர் இந்திர விழாவில் நடன மாதர்களான மாதவியும், அவள் மகள் மணிமேகலை யும் நடனமாட வரவில்லை. மாதவி தனது காதலனான கோவலன் கொலையுண்ட ஆற்றாத் துன்பத்தால் பௌத்தத் துறவிகள் பள்ளியைச் சேர்ந்துவிட்டாள். அவளது மகளான மணிமேகலை யும், அவள் தோழியான சுதமதியும்கூட மாதவியுடன் கூடவே சென்றனர். இச்செய்தியைக் கேட்ட மாதவியின் தாயார் சித்திராபதி தன் குல ஒழுக்கத்திற்கு ஊறு வந்ததேயென எண்ணி மாதவியின் தோழியான வயந்த மாலையை ஊர் கூறும் பழிச் சொல்லை மாதவிக்கு எடுத்துரையெனக் கூறி அனுப்புகிறாள். வயந்தமாலை மாதவியிடம் சென்று ஊர்ப் பழிச் சொல் பற்றிக் கூறுகிறாள். அதற்கு மாதவி தன் காதலனான கோவலன் கொலையுண்டபோதே தான் இறவாது நின்று, நாணத்தைத் துறந்து விட்டேன் என்று கூறுவதுடன் கணவன் இறப்பில் உண்மையான பத்தினிப் பெண்டிர் எப்படி நடந்துகொள்வார்கள் என்பது பற்றியும் கீழ்வருமாறு கூறுகிறாள்.

....
காதல னுற்ற கடுந்துயர் கேட்டுப்
போதல் செய்யா வுயிரொடு நின்றே

பொற்கொடி மூதூர்ப் பொருளுரை யிழந்து
நற்றொடி நங்காய் நாணுத் துறந்தேன்
காதல ரிறப்பிற் கனையெரி பொத்தி
ஊதுலைக் குருகி னுயிர்த்தகத் தடங்கா
தின்னுயி ரீவ ரீயாராயின்
நன்னீர்ப் பொய்கையி னளியெரி புகுவர்
நளியெரி புகாஅ ராயி னன்பரோ
டுடனுறை வாழ்க்கைக்கு நோற்றுடம் படுவர்
................................34

காதலன் இறந்ததும் தன்னுயிரையும் விட்டுவிடுவார்கள் பத்தினிப் பெண்கள். அவ்வாறு செய்யாவிடின் நல்ல குளிர்ந்த நீர் நிறைந்த பொய்கையுள் நடப்பது போல் ஈம நெருப்பில் வீழ்ந்து மாய்ந்து விடுவார்கள். அதுவும் செய்யாவிடின் தமது கணவனுடன் மீண்டும் வாழ்வதற்காக இவ்வுலகில் (கைம்மை) நோன்பு நோற்று நிற்பார்கள் கற்புடைய பெண்கள் என்கிறாள் மாதவி.

இதே கருத்தைப் பின்னர் சித்திராபதி தன்னைச் சார்ந்த ஏனைய நாடகக் கணிகையரிடம், புத்த பிக்குணிக் கோலத்தை மேற்கொண்ட 'மணிமேகலையை மீட்டு உதய குமரனுடைய தேரில் ஏற்றி வருவேன்' என்று வஞ்சினம் கூறியபோதும் கூறுகிறாள். மேலும், அவளே குலமகளிர் பண்பையும் விலைமகளிர் பண்பையும் எடுத்துக் கூறி எரிமூழ்குவது குல மகளிர்க்குரியது என்கிறாள்.

காதலன் வீயக் கடுந்துய ரெய்திப்
போதல் செய்யா வுயிரொடு புலந்து
நளியிரும் பொய்கை யாடுநர் போல
முளியெரிப் புகூஉ. முதுகுடிப் பிறந்த
பத்தினிப் பெண்டி ரல்லேம்..................
................................35

மேல் வரும் அடிகளில், நாடகக் கணிகையரான தாம் பத்தினிப் பெண்டிர் போலக் கணவன் இறந்தபோது எரிமூழ்குதல் வழக்கன்று எனக் கூறுகிறாள். இதிலிருந்து நாடகக் கணிகையர் தமது காதலர் இறந்தபோது எரிமூழ்குவதில்லை என்பது புலப்படுகிறது. பௌத்த காப்பியமான மணிமேகலை குலமகளிருக்கு எரிமூழ்குதலைச் சிறந்த செயலாகக் கூறுவது வியப்பை அளிக்கிறது. ஏனெனில், பௌத்த நூல்கள் எதுவுமே, கணவனிறப்பில் மனைவி எரிமூழ்குவதை ஆதரிக்கவில்லை. தமிழகத்தின் இந்த வழக்கத்தை முற்றிலும் விட்டு விட முடியாத நிலையில் மணிமேகலை ஆசிரியர் சாத்தனார், தனது

நூலில் எரிமூழ்குதல் பற்றிய குறிப்பைச் சேர்த்திருப்பாரோ என்பது எண்ணிப் பார்க்கத் தக்கது. இதே நூலில் பிறிதொரு கதை மாந்தரான ஆதிரை என்பவளும், தன் கணவன் கடலில் இறந்து பட்டான் என்ற செய்தி கேட்டதும், எரிபுகுந்து உயிர் நீக்க முயன்றாள் என்பதைக் கீழ்வரும் பகுதி எடுத்துக் காட்டுகின்றது.

....
ஆதிரை நல்லா ளாங்கது தான்கேட்
டூரி ரேயோ வொள்ளழல் ஈமம்
தாரீ ரோவெனச் சான்றினள் கழறிச்
சுடலைக் கானிற் றொடுகுழிப் படுத்து
முடலை விறகின் முளியெரி பொத்தி
மிக்கவென் கணவன் வினைப்பய னுய்ப்பப்
புக்குழிப் புகுவே னென்றவள் புகுதலும்
.........................[36]

இங்கு ஆதிரை, இறந்ததாகக் கொள்ளப்பட்ட தனது கணவன் சடலத்துடன் எரிமூழ்காது விட்டாலும், அவன் இறந்த செய்தி கேட்டுத் தனியே எரிமூட்டி அத்தீயில் உட்புக முனைகிறாள். மணிமேகலை எழுந்த காலத்திலும் அதை ஒட்டிய காலப் பகுதிகளிலும், இந்தியாவின் பல பகுதிகளிலும் எரிமூழ்கும் பழக்கம் நடைமுறைக்கு வந்துவிட்டது. விஷ்ணு தர்ம சூத்திரம், பராசர கிருஹ்ய சூத்திரம், பிருகன் - நாரதீய புராணம், ஆபஸ்தம்ப தர்ம சூத்திரம், வேதவியாச ஸ்மிருதி, பாகவத புராணம் போன்ற நூல்கள் பெண் கணவனிறப்பில் எரிமூழ்கும் செய்திகளைக் கூறுகின்றன.[37] இந்த இலக்கியங்கள் நாட்டில் உருவாகிய காலத்தில்தான் எரிமூழ்குதல் என்ற வழக்கத்தின் நடைமுறைகள் பெரிதும் வலுப்படுத்தப்பட்டன எனலாம்.

இவை எரிமூழ்குதலை இந்து சமயத்தின் இன்றியமையாத ஒரு பண்பாக்கும் முயற்சியை மேற்கொண்டன என்று கூடக் கூறலாம். எரிமூழ்குதல் இரு வகையாக இந்திய நாட்டில் பெண்களால் மேற்கொள்ளப்பட்டது. ஒன்று கணவனுடன் அவன் சிதைக்கு மூட்டிய எரியில் கூடவே இறப்பது. இது ‘அனுமரணம்’ (anumaraṇam) எனப்பட்டது. இன்னொன்று, கணவன் இறந்த செய்தி கேட்டதும் மனைவி தனியாக அழல் மூட்டி அத்தீயில் வீழ்ந்திறப்பது. இது ‘அன்வாரோஹணம்’ (anvarohaṇam) எனப்பட்டது. பராசர ஸ்மிருதியிலும், பிரம்ம புராணம் என்ற நூலிலும் கூறப்படுகின்ற பின்வரும் பகுதி அக்காலத்தில் எரிமூழ்குதல் குறித்து நாட்டில் நிலவிய எண்ணங்களைத் தெளிவாக எடுத்துக் காட்டுகின்றன எனலாம்.

‘தன் கணவனைப் பின்தொடர்ந்து இறக்கும் மனைவி உடலிலுள்ள மயிர்களின் எண்ணிக்கையுள்ள (3 1/2 கோடி) ஆண்டுகள் சுவர்க்கத்தில் வாழ்வாள். பாம்பாட்டி ஒருவன் எவ்வாறு பாம்பினைப் பொந்திலிருந்து வெளியே இழுத்தெடுப்பானோ, அவ்வாறே ஒரு கணவனுடன் சதி நிகழ்த்தும் பெண்ணும் தன் கணவனை எந்த இடத்திலிருந்தாலும் அழைத்து வந்து சுவர்க்கத்தில் விண்ணவர்கள் ஏத்தப் பதினான்கு இந்திரர்கள் ஆளும் கால அளவிற்கு அவனுடன் இணையில்லா இன்பம் துய்ப்பாள். கணவன் பிராமணனையோ, நண்பனையோ கொன்ற பாவத்தை உடையவனாக இருந்தாலும், செய்நன்றி மறந்த பாவத்தைக் கொண்டவனாக இருந்தாலும், அவன் இறந்த பின் அவன் சடலத்தைத் தழுவிக் கொண்டு தீயில் மாண்ட பெண் அவனுடைய பாவங்கள் அனைத்தையும் தீர்த்துத் தூய்மை யானவனாக ஆக்குகின்றாள். அத்துடன் கணவனுடன் சிதையில் எரிமூழ்காத பெண், தன் பெண் பிறப்பைத் தொடர்ந்து வரும் பிறப்பு களிலும் தொலைக்க முடியாத பாவத்தை உடையவளாக ஆகிவிடுகிறாள்.’[38]

இது மட்டுமன்றிக் கணவனுடன் சிதையில் மாய்ந்த பெண், அவளுடைய தாயின் குடும்பம், தந்தையின் குடும்பம், கணவனின் குடும்பம் ஆகிய மூன்று குடும்பங்களையும் தூய்மைப்படுத்துகிறாள் என்றும் நம்பப்பட்டது.

இந்த நம்பிக்கை தமிழ்நாட்டிலும் ஆழ வேரூன்றியிருந்ததால் தான் பிற்காலத்தில் கல்வெட்டுகளிலும் இது குறித்துப் பல குறிப்புகள் காணக் கிடக்கின்றன. கம்ப ராமாயணம் கூடத் தசரதன் இறந்தபோது கோசலை, கைகேயி, சுமித்திரை மூவரும் நீங்கலாக அறுபதினாயிரம் மனைவியர் தீக்குளித்ததாகக் கூறுகிறது.[39]

தமிழகத்தில் எரிமூழ்கிய பெண்களுக்கு நடுகல் எடுக்கும் வழக்கமும் இருந்ததாகத் தெரிகிறது. இக்கற்கள் மகாசதிக்கற்கள், மாசதிக் கற்கள் (mahasati) மாஸ்திக் கற்கள் சதிக்கற்கள் எனப்பட்டன. இக்கற்களில் இரு வளையணிந்த கைகள் ஓர் கம்பத்தில் இருப்பது போல் பொறிக்கப்பட்டுள்ளன. இத்தகைய கற்கள் சிலவற்றில் இறந்த கணவன் உடன்கட்டை ஏறிய பெண் இவர்களுடைய உருவங்கள் பொறிக்கப்பட்டுள்ளன. இங்கு அத்துடன் சில கற்களில் திங்களும், ஞாயிறும் கூடப் பொறிக்கப்பட்டுள்ளன. வளையணிந்த கைகள் அளவிறந்த கற்பைச் சுட்டுவதாக அமைகின்றன என்பர்.[40]

இத்தகைய கற்கள் பெரும்பாலும் கி.பி. 9ம் நூற்றாண்டைச் சார்ந்தன வாகவே காணப்படுகின்றன. ஆனால், தமிழ்நாட்டின் தொண்டை மண்டலத்தில் கண்டெடுக்கப்பட்ட இத்தகைய ஒரு கல் மட்டும்

மாஸ்திக்கல்[41]

ஏழாம் நூற்றாண்டைச் சார்ந்ததாக இருக்கலாம் என நாகசாமி கருதுகின்றார்.[42]

ஆங்கிலேயர் காலத்தில் சட்டப்படி பெண்டிங் பிரபு (Lord Bentinck) 1829ம் ஆண்டு எரிமூழ்கும் வழக்கத்தைத் தடை செய்ததுவரை, தமிழகத்திலும் எரிமூழ்கும் வழக்கம் ஆங்காங்கே இருந்திருக்கின்றது.[43]

இவ்வாறு எரிமூழ்கும் பெண்களுக்கு ஏனையோர் கோவில் எடுத்ததுடன் எரிமூழ்கிய பெண்கள் ஏனைய பெண்களுக்கு இவ்வுலக வாழ்வில் நன்மையளிப்பார்கள் எனவும் நம்பப்பட்டது. இத்தகைய பெண்களுக்கு அளிக்கப்பட்ட எல்லையற்ற உயர்வும், தெய்வீகத் தன்மையின் ஏற்றமும் ஒருங்கே அவர்களை உயர்த்தி காட்டியதுடன், நோயுற்ற காலத்திலும் துன்புற்ற காலத்திலும் இப்பெண்களிடம் ஏனையோர் அருள் வேண்டி நின்றனர். இவர்கள் உடன்கட்டை ஏறிய இடத்தில் நினைவுச் சின்னங்கள் எழுப்பப்பட்டன. இவ்வாறு கணவனுடன் மாய்ந்த பெண்களுக்கு நினைவுச் சின்னம் எழுப்பும் வழக்கம் மணிமேகலை காலத்திலேயே இருந்திருக்கவேண்டும் என்பதை மணிமேகலையில் வரும் பின்வரும் அடிகள் உணர்த்துகின்றன.

அருந்தவர்க்காயினும் அரசர்க்காயினும்
ஒருங்குடன் மாய்ந்த பெண்டிர்க் காயினும்
நால் வேறுவருணப் பால்வேறு காட்டி
....
....
சுடுமண் ணோங்கிய நெடுநிலைக் கோட்டமும்[44]

இக்காலத்தில் காணப்படும் தீப்பாஞ்சமாலை, தீப்பாஞ்ச அம்மன், தீப்பாஞ்சாள் கோவில் போன்ற நினைவுச் சின்னங்களும் இத்தகையனவே.

இன்றும் இத்தகைய நினைவுச் சின்னங்களுக்கு மக்கள் பொங்கலிட்டு வழிபாடு நிகழ்த்துவது வழக்கமாக இருக்கிறது.

இவ்வாறு தமிழகத்தில் பல உடன்கட்டை ஏறும் நிகழ்ச்சிகள் நடந்த போதும் இவ்வழக்கத்தால் பெண் இனத்திற்கு ஏற்பட்ட இழப்புகள், வேதனைகள் பற்றி வினா எழுப்பி வாதாடியதாகத் தமிழிலக்கியங் களிலோ, கல்வெட்டுக்களிலோ காணப்படாதமை எண்ணிப் பார்க்கத்தக்கது.

இதற்கு அடுத்த இயலில் கணவனுடன் எரிமூழ்க முடியாத பெண்கள் கைம்மை நோன்பு நோற்றுக் கணவனை அடைய முயலும் நிலை விளக்கப்படுகிறது. பிற்கால ஆசிரியர் இந்நிலையை மேற்கொள்ளும் பெண்களைக் கடைக் கற்புடையோர் எனக் கொள்கின்றனர். முதற்கற்போ, இடைக்கற்போ, கடைக்கற்போ எதுவாக இருப்பினும் கணவன் இறந்தால் பெண்ணின் வாழ்வு வீழ்ச்சி அடைந்து விடுகின்றது என்பது மட்டும் தெளிவாகப் புலனாகின்றது.

5

கைம்மை

கைம்மை, பெண்மைக்களிக்கப்படும் துன்பத்தினுடைய உச்சநிலை. பெண்மையின் தன்மை மறக்கப்பட்டு, வாழ்வின் வன்மையெல்லாம் உருவானதே போன்ற ஒரு நிலையை ஏற்றுக் கொண்டு வாழும் ஒரு நிலைதான் கைம்மை. கொண்ட கொழுநனின் இறப்பில், பெண்கள் மூன்று விதமாக வாழலாம் வாழ என அவர்கள் வாழ்ந்த சமுதாயம் எதிர்பார்த்தது. முன்னர் கற்புப் பற்றி விரித்துரைத்த பகுதியிலும் எரிமூழ்குதல் பற்றிக் கூறும் இதற்கு முந்திய இயலிலும் இம்மூன்று வாழ்முறைகள் குறித்துக் கூறப்பட்டன. கணவன் இறந்தால் அச்செய்தி கேட்டதும் உடனே உயிர் துறக்கும் மனைவி தலைக் கற்புடையவளென்றும், இறந்த கணவனின் சடலத்திற்கு மூட்டப்படும் தீயிலோ, அன்றேல் தனியாக எரிமூழ்குவதற்கென்றே மூட்டப்பட்ட தீயிலோ பாய்ந்து உயிர் மாய்க்கும் மனைவி இடைக் கற்புடையவள் என்றும், கணவனை விண்ணுலகில் அடைய வேண்டும் என்ற எண்ணத்துடன் கைம்மை நோன்பு நோற்று வாழ்பவள் கடைக்கற்பு உடையவள் என்றும் தமிழ்ச் சமுதாயத்தில் நம்பப்பட்டது. கைம்பெண் என்ற சொல்லிற்குத் தமிழில் ஆண்பாற் சொல்லே இல்லாதிருப்பதிலிருந்து இது பெண்ணிற்கு மட்டுமே ஏற்றப்பட்ட ஒரு நிலை என்பது புலனாகிறது.

காஞ்சித்துறை பற்றித் தனது நூலான தொல்காப்பியத்தில் கூறிச் செல்லும் தொல்காப்பியர் காதலி இறந்ததன் பின்னர் காதலன்

நிலையைத் தபுதார நிலை என்றும் காதலன் இறந்த காதலி நிலையைத் தாபத நிலை என்றும் கூறுவர்.[1] ஆனால், தபுதார நிலையில் ஒரு ஆண் தாபத நிலையில் பெண் செயல்படுவது போல் செயல்படவில்லை. மனைவி இறந்த துன்பம் இருந்தாலும் கைம்மையின் கொடுந்துயர் ஆடவருக்கிருந்ததில்லை. அதே போல் கைம்மையின் கசப்பான சூழ்நிலைத் திணிப்புகளும் ஆணுக்கு என்றும் இருந்ததில்லை.

'கைம்மை' என்ற சொல், 'கை'என்ற வினையாடிப் பிறந்ததாகலாம். கசப்பின் உருவே வாழ்வாக அமைந்தமையால் அது கைம்மை எனப்பட்டது போலும். தமிழின் பழைய இலக்கியங்கள் எதிலும், பெண் கணவனை இழந்த பின்னர் மறுமணம் செய்து கொண்டதாகவோ, அன்றேல் கணவனை அவள் இழப்பதற்கு முன்னர் அவள் வாழ்ந்த இனிய வாழ்க்கையை வாழ்ந்ததாகவோ செய்திகள் இல்லை. பெண்மையின் அவல நிலையாகவே கைம்மை சித்தரிக்கப்பட்டுள்ளது. கைம்மை நிலையே உலகின் துன்பங்களில் பெரிய துன்ப நிலை என்பதைப் பிற்காலப் புலவரான ஒட்டக்கூத்தர் தனது உத்தர காண்டத்தில் கூறும் பின்வரும் அடிகள் வாயிலாக அறிய முடிகிறது.

மக்கள் இழந்த இடும்பையினும்
மனையாள் இறந்த இடும்பையினும்
மிக்க இடும்பை ஒவ்வாத
விதவை இடும்பை................[2]

விதவை என்ற சொல் சங்கப் பாடல்களில் கைம்பெண்ணைக் குறிக்கப் பயன்படுத்தப்படவில்லை. ஒருவகைக் கூழைக் குறிப்பதாகவே கையாளப்பட்டது.[3] விதவை என்ற சொல் 'விதவா' (Vidhava) என்ற வடமொழிப் பிறந்த சொல்லாகும். இச்சொல், கணவனை இழந்து மீண்டும் மணம் புரியாத நிலையிலுள்ள ஒரு பெண்ணைக் குறிக்கும். இந்தோ ஐரோப்பிய மொழிகள் பலவற்றிலும் இச்சொல் இதே பொருளிலேயே கையாளப்பட்டுள்ளமையைக் காண முடிகின்றது.[4]

கைம்மை பூண்ட மகளிர், சமூகத்தில் அவர்கள் வகித்த நிலை, அவர்கள் மேற்கொண்ட தொழில்கள், அவர்களின் உருவத் தோற்றம் ஆகியனவற்றைக் கொண்டு பருத்திப் பெண்டிர், உயவற் பெண்டிர், கழிகல மகளிர், கழிகல மகடூ, ஆளில் பெண்டிர் எனப் பல பெயர்களாலும் அழைக்கப்பட்டனர்.[5]

கணவன் இறந்ததும் இவர்கள் வாழ ஒரே வழிதான் இருந்தது. அதுவே கைம்மை நோன்பு நோற்று வாழ்வது. இவர்கள் திருமண வாழ்வில் தம் கணவனுடன் வாழ்ந்த காலத்தில் இருந்தது போல்

தம்மை அழகு செய்து கொள்ள முடியாது. அவர்கள் தமது கூந்தலை மழித்துக் கொள்வர். புறநானூற்றின் இருபத்திஐந்தாவது பாடல் இத்தகைய நிலையைகின்றது. பாண்டியன் தலையாலங்கானத்துச் செருவென்ற நெடுஞ்செழியன் என்ற பாண்டிய வேந்தன் தன்னோடு பகைத்து வந்த வேந்தர் இருவரைப் போரிற் கொன்று அவர்களுக்குத் துணையாக வந்த ஏனைய பகை அரசர்களையும் வென்றான். இவனது வெற்றியைப் பாடிய கல்லாடனார் நேரடியாகப் பாண்டிய மன்னனது வெற்றியைப் பாடாது, அவன் போரிற் கொன்ற மன்னர்களது மனைவியர் தமது கூந்தலைக் களைந்து கைம்மை மேற்கொண்ட நிகழ்ச்சியை பாண்டிய மன்னனின் வெற்றிச் சிறப்பாகக் கொண்டு பாடுகிறார்.

....
துரவுச்சினந் திருகிய வுருகெழு ஞாயிறு
நிலவுத்திகழ் மதியமொடு நிலஞ்சேர்ந் தாஅங்
குடலருந் துப்பி னொன்றுமொழி வேந்தரை
அணங்கரும் பறந்தலை யுணங்கப் பண்ணிப்
பிணியு முரசங் கொண்ட காலை
நிலைதிரி பெறியத் திண்மடை கலங்கிச்
சிதைதலுய்ந் தன்றோ நின்வேல் செழிய
முலைபொலி யாக முருப்ப நூறி
மெய்ம் மறந்து பட்ட வரையாப் பூசல்
ஒண்ணுதன் மகளிர் கைம்மை கூர
அவிரறல் கடுக்கு மம்மென்
குவையிருங் கூந்தல் கொய்தல் கண்டே.[6]

இப்பாடலில் கூறப்பட்ட செய்திகளின்படி பெண்கள் தங்கள் கணவர் இறந்தபோது துன்பத்தால் மார்பகத்தில் அடித்துக் கொள்கிறார்கள். கைம்மை நோன்பை மேற்கொள்வதற்காக ஆற்றங்கரையிலுள்ள கருமணல் போன்ற தம் கூந்தலை மழித்துக் கொள்கின்றனர். இது போன்றே ஆவூர்மூலங்கிழாரால் பாடப்பட்ட இன்னொரு புறநானூற்றுப் பாடலும் இறந்தொழிந்த மன்னர் ஒருவனது செல்வச் செழிப்பு மிக்க வீடு அவனது இறப்பின் பின்னர், மழிக்கப்பட்ட தலையுடன், ஒழிக்கப்பட்ட அணிகலத்தை உடையவளாகக் கைம்மை நோன்பு நோற்று நிற்கும் அவனது மனைவி போல் பொலிவிழந்து இருக்கிறது எனக் கூறுகிறது.

....
கொய்ம்மழித் தலையொடு கைம்மையுறக் கலங்கிய
கழிகல மகடூஉப் போலப்

புல்லென் றனையாற் பல்லணி யிழந்தே.[7]

என்ற பாடல் அடிகள் இதை எடுத்துக் காட்டுகின்றன.

தலையை மழிப்பதுடன் தங்கள் அணிகலன்களையும் கைம்மை நோன்பு கடைப்பிடிக்கும் பெண்கள் களைந்து விடுகின்றனர். மேற்கூறிய அடிகளிலும் கழிகலமகடூ எனக் குறிப்பிடுவது நோக்கத் தக்கது. கைம்மை நோன்பு கொண்ட ஒரு பெண்ணைச் சித்திரிக்கும் தாயங்கண்ணியாரின் கீழ்வரும் பாடல், பெண் தன் வளையல்களை நீக்குவதைக் குறிப்பிடுகிறது.

குய்குரன் மலிந்த கொழுந்துவை யடிசில்
இரவலர்த் தடுத்த வாயிற் புரவலர்
கண்ணீர்த் தடத்த தண்ணறும் பந்தர்க்
கூந்தல் கொய்து குறுந்தொடிநீக்கி
அல்லி யுணவின் மனைவியோ டினியே
புல்லென் றனையால் வளங்கெழு திருநகர்
....[8]

வளைகளையும் அணிகளையும் கைம்மை நோன்பு நோற்கும் பெண்கள் நீக்குவதால்தான் அவர்களைக் கழிகல மகளிர்[9] எனச் சமுதாயத்தில் அழைத்தனர். இதே பொருளில் தொடி கழிமகளிர்[10] கழிகலமகடூ[11] என்றும் கைம்பெண்கள் அழைக்கப்பட்டனர்.

பெண் எனும் நல்லாள், - ஊர் போற்ற, உறவு போற்ற வாழ்ந்த நல்லாள் - செழிப்பும் இன்பமும் பொங்க வாழ்ந்த நல்லாள் - கொண்ட கொழுநனின் மறைவில் தனக்கிருந்த இன்பம் அனைத்தையுமே துறந்துவிடுகின்றாள். ஏன் துறக்க வைக்கப்படுகின்றாள் என்றுகூடக் கூறலாம். சமுதாயத்தில் கணவன் இறக்கும் வரை வகித்த உயர்நிலையை இழந்து, வெறும் கைம்பெண் என்ற பெயரை மட்டும் பெறுகின்றாள். அணிகளையும், அழகிய அறல் போன்ற கூந்தலையும் இழப்பது மட்டுமன்றி, இதுவரை அவள் உண்ட நல்லுணவையும் இழக்கின்றாள். வெள்ளை எள்ளை அரைத்த சாந்துடன், புளி சேர்த்துச் சமைத்த கீரையையும் சேர்த்து நீர்ச் சோற்றை உண்கிறாள் கைம்பெண்.

சில வேளைகளில் ஆம்பல் அரிசியையும் உண்பாள். இளமையின் அழகிலே மகிழ்ந்திருந்த பெண் ஆம்பலின் தழையுடுத்து இளமையில் அழகு பார்த்தாள். கைம்மையடைந்த அதே பெண்ணிற்கு ஆம்பல் தனது புல்லரிசியைப் பின்னர் உணவாக அளிக்கிறது எனப் பின்வரும் பாடல் குறிப்பிடுவது நோக்கத்தக்கது.

அளிய தாமே சிறுவெள் ளாம்பல்
இளைய மாகத் தழையா யினவே
இனியே, பெருவளக் கொழுநன் மாய்ந்தெனப் பொழுதுமறுத்
தின்னா வைகலுண்ணும்
அல்லிப் படூஉம் புல்லாயினவே[12]

எனத் தமது ஆற்றாமையை ஆம்பல் மேல் ஏற்றி, இந்தச் சிறிய வெள்ளாம்பல்கள் இரங்கத் தக்கன எனக் கூறுகிறாள் அப்பெண்.

இதே செய்திகளைப் புறநானூற்றில் இருநூற்றைம்பதாவது, இருநூற்றெண்பதாவது பாடல்களிலும் காண முடிகிறது.[13] தமது உணவில் இப்பெண்கள் நெய்யைக்கூடச் சேர்த்துக் கொள்ளவில்லை.

....
அணில்வரிக் கொடுங்காய் வாள்போழந் திட்ட
காழ்போ னல்விளர் நறுநெய் தீண்டா
தடையிடைக் கிடந்த கைபிழி பிண்டம்
வெள்ளெட் சாந்தொடு புளிப்பெய் தட்ட
வேளை வெந்தை வல்சி யாகப்
பரற்பெய் பள்ளிப் பாயின்று வதியும்
உயர்வற் பெண்டிரே மல்லே மாதோ[14]

என்ற புறநானூற்றுப் பாடல் இதனை உணர்த்துகிறது.

அணியிழந்து, அறற்கூந்தல் இழந்து, சுவையுடன் கூடிய உணவிழந்து வாழும் கைம்பெண் இதமான படுக்கையையும்கூட இழந்து விடுகிறாள். பரல்களாலான பள்ளியே அவளுக்குப் பாயாகின்றது.[15] அவர்களின் கைம்மை நோன்பின் ஒரு பகுதியாகக் கையில் ஆம்பல் தண்டின் வளையுடன் அவலை வாயில் அடக்கிக் கொண்டு குளிர்ந்த நீரில் மூழ்கி நீராடுவர்.

....
வேந்தரும் பொருதுகளத் தொழிந்தன ரினியே
என்னா வதுகொ றானே கழனி
ஆம்பல் வள்ளித் தொடிக்கை மகளிர்
பாசவன் முக்கித் தண்புனற் பாயும்
யாண ரறாஅ வைப்பிற்
.......................[16]

மேற்காட்டிய புறநானூற்று அடிகள் இச்செய்தியைத் தாங்கி பெண்கள் நிற்கின்றன. குளிர்ந்த நீரிற் பாய்ந்து நீராடும், நடுக்கத்தைத் தடுப்பதற்காக ஒரு வேளை வாயில் அவலை அடக்கும் பழக்கம் இருந்திருக்கலாம்.

கைம்மை பூண்ட பெண்களுக்குத் துன்பமின்றி வேறெதுவும் இல்லாத காரணத்தால் போலும், வருந்துதல் என்ற பொருள் கொண்ட 'உயவு' என்ற வினையடிப் பிறந்த சொல்லான உயவற் பெண்டிர்[17] என்ற வழக்கு கைம்பெண்களைக் குறிக்கக் கையாளப் பட்டது. அவர்களுக்குத் துணையாக யாருமில்லாததால் ஆளிற் பெண்டிர்[18] என்றும் அழைக்கப்பட்டனர். இவர்கள் பருத்தி நூற்றுத் தம் வாழ்நாளைக் கழித்தமையால் பருத்திப் பெண்டிர் எனவும் அழைக்கப்பட்டனர். நூல் நூற்றல் பெண்கள் செய்யும் தொழிலாகவே பண்டைக் காலத்தில் இருந்தது. எனினும் இத்தொழிலைச் சிறப்பாகக் கைம்மை பூண்ட பெண்களே மேற்கொண்டமையால் குறிப்பாக இவர்களுக்கு இப்பெயர் வழங்கப்பட்டது.

> ஆளில் பெண்டிர் தாளிற் செய்த
> நுணங்குநுண் பனுவல்.........[19]

என்ற நற்றிணை அடிகளிலிருந்து இதை அறிந்துகொள்ள முடிகின்றது.

அன்றைய நிலையை ஒத்த நிலையினை இன்றும் தமிழ்நாட்டுக் கொங்கு வேளாளர் சமூகத்தினரிடையே நடைபெறும் சடங்கொன்றிற் காண முடிகிறது. இது பற்றி ஆய்வு செய்த நாச்சிமுத்து தனது கட்டுரையொன்றில் பின்வருமாறு கூறிச் செல்கிறார்.[20]

'அவ்வகுப்பிற் கணவனையிழந்த பெண்ணின் மங்கல அணிகளைக் கழற்றியபின் அவளைக் குளிப்பாட்டுவர். குளிப்பாட்டும் போது அவளுக்கு வெள்ளைச் சேலை கொடுப்பர். அப்போது நூற்புக் கதிரையும் பஞ்சையும் அவள் கையில் கொடுத்து, 'இந்தா பிடி; கொல்லன் கருதும் (கதிரும்) கொரங்காட்டுப் (கரிசல் நாடு) பஞ்சும் வைத்துப் பிழைத்துக் கொள்' என்று கூறுகிறார்கள். இந்தச் சடங்கு சந்ததி உள்ள கைம்பெண்ணிற்கும், இல்லாதவளுக்கும் கட்டாயம் நடைபெறுகின்றது. இச்சடங்கைக் கவனித்தால் இது சங்க காலத்தில் நடைமுறையிலிருந்த கைம்பெண், தானே நூற்றுப் பிழைக்க வேண்டுமென்ற - ஒரு பண்பாட்டுக் கூற்றின் எச்சம் என்பதை உணரலாம்.[21]

மேலே காட்டப்பட்ட பழக்கம், கைம்மை நிலையில் பெண்ணிற் கிருந்த ஆதரவற்ற நிலையையும் பிழைப்பிற்கு அவள் ஏதோ ஒரு தொழிலை மேற்கொள்ள வேண்டியிருந்த நிலையையும் சுட்டி நிற்கிறது எனலாம்.

இவ்வாறு கணவன் இறந்த பின்னர், துன்ப நிலையையே பெண் அனுபவிக்க வேண்டிய ஓர் வலுக்கட்டாயம் அவளுக்கு ஏன் ஏற்பட்டது. தொடக்க கால முதலே பெண், கைம்மையின் வெம்மையை அனுபவித்தாளா? கைம்பெண்கள் மீண்டும் மணம் புரியும் வாய்ப்பு எக்காலத்திலாவது தமிழகத்திலோ இந்தியாவிலோ இருந்திருக்கின்றதா?

ஒரு குறிப்பிட்ட காலத்திற்குப் பின்னர் இந்தியா முழுமையிலுமே கைம்மையின் வெம்மைக்குக் கணவனை இழந்த பெண்கள் உட்பட்டிருந்தார்கள். வேத காலத்தில் எழுந்த வேதப் பாடல்களில் விதவைகள் பற்றிய குறிப்புகள் ஆங்காங்கே காணப்படுகின்றன.[22] அத்துடன் விதவைகள் குறித்த செய்திகளுடன் அவர்கள் மீண்டும் திருமணம் செய்துகொண்ட குறிப்புகளும் காணப்படுகின்றன என்பர்.[23] மறுமணம் இருப்பினும் கைம்மையும் சில பெண்களால் கடைப்பிடிக்கப்பட்டது. குழந்தை பெறும் வயதிலுள்ள கைம்பெண்களில் பெரும்பாலோர் மறுமணத்தின் வாயிலாகச் சமுதாயத்தில் சேர்த்துக் கொள்ளப்பட்டனர்.

இந்தியாவில் ஆரியர் வருகைக்கு முன்னர் வாழ்ந்த தாஸ்யுக்கள், தாசர்கள் ஆகியோரை எதிர்த்து, நாட்டின் நிலங்களை மேலும் தமதமாக்கி கொள்ள வேண்டிக் கைம்பெண்களுக்கு மறுமணம் செய்து வைத்தனர். அவர்கள் குறிப்பாகக் குழந்தைகள் பெற்றுக் கொள்வதற்காகவே சமுதாயத்தில் சேர்த்துக் கொள்ளப்பட்டனர். மறுமணம் புரிந்த பெண்கள் பெரும்பாலும் அவர்கள் கணவனுடன் பிறந்த தம்பியையோ, நெருங்கிய உறவினனையோ மணந்தனர். இவ்வாறு மணஞ் செய்யும் ஒரு முறைமையை இருக்கு வேதத்தின் பத்தாம் மண்டலத்திலுள்ள ஈமச் சடங்கு பற்றிக் குறிக்கும் பாடல்கள் தெளிவுறுத்துகின்றன.[24]

இப்பகுதியிலிருந்து இருக்கு வேத காலச் சமுதாயம் கைம்பெண்களை மறுமணம் செய்ய அனுமதித்தமை தெரிகின்றது. இத்தகைய மறுமணச் சடங்குகள் சமுதாயத்தில் அனுமதிக்கப்பட்டமைக்குக் காரணம் வேத கால ஆரியர் போரில் எதிரியுடன் போராடுவதற்காக ஆண் மக்களைப் பெரிதும் விரும்பினர். அதனால், குழந்தை பெறும் ஆற்றலுள்ள பெண்களை மறுமணம் செய்ய அனுமதித்தனர் எனலாம். கணவனின் தம்பியை மணந்து குழந்தைகள் பெறுவதை நியோக முறை என வடநூலார் கூறுவர். இவ்வாறு மணம் செய்யும் பெண்களைத் தேவரகாமா[25] (devarakama) என அழைத்தனர். 'தேவர' (devara) என்ற சொல் கணவனின் தம்பியைக் குறிக்கும். கணவனின் தம்பியை விட, வேறு ஆடவனை மணக்கும் கைம்பெண்கள் கர்தாரு (gartaruh) என அழைக்கப்பட்டனர்.[26] அத்துடன் கணவன் மனைவியை நீண்ட நாள்

விட்டுப் பிரிந்திருந்தால், அப்பெண் கைம்பெண் போல மறுமணம் புரிய அனுமதிக்கப்பட்டாள்.[27]

முற்கூறியது போல வேத காலத்திற்குப் பிற்பட்ட ஸ்மிருதி நூல்களுள் மக்களால் பெரிதும் பின்பற்றப்பட்ட ஒரு நூல் மனுஸ்மிருதி (கி.பி. 2ம் நூற்றாண்டு).[28] இந்நூலில் கூறப்படும் விதிமுறைகள் இந்தியாவில் பெரும் பகுதி மக்களிடையே செல்வாக்கு செலுத்தியுள்ளன எனலாம். பிற்காலத்தில் பெண்களுக்கு விதிக்கப்பட்ட கட்டுப்பாடுகள் பல இந்நூலில்தான் காணப்படுகின்றன. இந்நூல் பெண்களுக்குத் தனித்து வாழும் தகுதியே இல்லை என்கிறது.[29]

பெண்ணிற்குத் திருமணம் ஒரு முறைதான் நடக்கமுடியும் என்ற எண்ணம் அக்காலத்தில் வலுப் பெற்றிருந்தமையால்தான் மனு தர்ம சாத்திரம் ஒரு நற்குணமுடைய பெண்ணிற்கு இரண்டாம் திருமணமே இல்லை என்கிறது.[30] கொண்ட கணவனின் இறப்பில் பெண் நோன்பிருந்து பூ, காய், கனிகளை உண்டு வாழ வேண்டுமெனக் கூறுவதுடன், கற்புடையவளாக இருந்து விண்ணை அடைய வேண்டுமெனவும் கூறுகிறது. மேலும், தனக்கென ஒரு குழந்தை பெற்றுக் கொள்வதற்காக இன்னொரு ஆடவனைச் சேரும் ஒரு பெண் தனது இறந்த கணவனுக்குரிய கடமைகளினின்றும் தவறுவதுடன், இறந்த கணவனுடன் விண்ணில் சேரும் வாய்ப்பையும் இழந்துவிடுவாள் என்று மனுதர்ம சாத்திரம் கூறுகிறது.[31] அத்துடன் கைம்பெண் மறுமணத்தைப் பற்றிப் புனித நூல்கள் எதுவும் தமது திருமணம் பற்றிய விதிகளில் சேர்க்கவில்லை யெனவும்கூட எடுத்துக் காட்டுகிறது.[32]

இவ்வாறு மனுஸ்மிருதி கூறினும், கணவனையிழந்த பெண், குழந்தை இல்லாதவளாக இருந்தால், அவள் மீண்டும் மறுமணம் செய்யலாம் என்ற தகுதியை மனுஸ்மிருதி அளிப்பது குறிப்பிடத்தக்கது.[33]

அத்துடன் முன்பு கூறியது போல ஒரு குழந்தையைச் சந்ததி அற்றுப் போகாதிருப்பதற்காகப் பெறுவதன் பொருட்டுக் கணவனுடைய தம்பியைச் சேரவும் மனுஸ்மிருதி அனுமதிக்கிறது. ஆனால், இந்தச் சேர்க்கை ஒரு குழந்தையைப் பெற்றுக் கொள்ளும் வரையும் தான் அனுமதிக்கப்படுகிறது.[34] எனவே, மேற்கூறிய செய்திகளிலிருந்து ஒரு கைம்பெண்ணின் மறுமணம் சில குறிப்பிட்ட நிலைகளில் மட்டும்தான் அனுமதிக்கப்பட்டது என்பது தெரிகிறது. பெண் மறுமணத்தைக் கண்டிக்கும் மனுதர்ம சாத்திரம் மனைவியை இழந்த ஆண் மறுமணம் செய்வதைத் தடை செய்யும் வகையில் எந்தவித விதிகளும் விதிக்கவில்லையென்பது இங்கு குறிப்பிடத் தக்கது.

அதற்குப் பதிலாகச் சமயச் சடங்குகள் ஆற்றுவதற்காக ஆடவன் மீண்டும் மணம் புரிந்து கொள்ள வேண்டும் எனவும் வற்புறுத்திக் கூறுகிறது.[35]

மனு தர்ம சாத்திரம் விதித்துள்ள பல விதிகளை ஆழ்ந்து நோக்கின், அவை பெண், ஆணின் உடமைப் பொருளாகவே கொள்ளப்பட்டது போன்று அமைக்கப்பட்டுள்ளன. சங்க நூல்கள், பதினெண் கீழ்க்கணக்கு நூல்கள், சிலப்பதிகாரம், மணிமேகலை போன்ற தமிழ் நூல்களில் பெண் மறுமணம் செய்யும் குறிப்புகள் இல்லை. கணவன் இறந்தால், உடனடியாக அச்செய்தி கேட்டு இறப்பதாலும், கணவன் சிதையில் வீழ்ந்து இறப்பதாலும் பெண் தன்னை அழித்துக் கொண்டாள். அது முடியாத நிலையில் கைம்மை நோன்பு மேற்கொண்டு தன்னை ஒறுத்துக் கொண்டாள். ஒறுத்து வாழும் காலத்திலும் தனது விண்ணுலகு எய்திய கணவனுக்கு உணவு படைத்து உண்பதுண்டு.[36]

....
அடங்கிய கற்பி னாய்நுதன் மடந்தை
உயர்நிலை யுலக மவன்புக வார
நீறாடு சுளகிற் சீறிட நீக்கி
அழத லானாக் கண்ணள்
மெழுகு மாப்பிகண் கலுழ்நீ ரானே

என்ற புறநானூற்றுப் பாடல் இதனை எடுத்துக்காட்டுகிறது. இப்பாடலில் கற்புடைய பெண் இறந்த அவளுடைய கணவனுக்கு உணவு படைப்பதற்காகச் சுளகு போலச் சிறிய இடத்தைச், சாணியைத் தன் கண்ணீரில் கலந்து மெழுகுகின்றாள் என்று சித்திரிக்கப்பட்டுள்ளது.

சங்கப் பாடல்கள் தவிர பதினெண் கீழ்க்கணக்கு நூல்கள், சிலப்பதிகாரம், மணிமேகலை போன்ற ஏனைய நூல்கள் எழுந்த காலத்தில் சமணர்களும் பௌத்தர்களும் தமிழகத்திற்கு வந்து விட்டனர். இச் சமயத்தைச் சார்ந்த புலவர்களும் பல பாடல்களையும் காப்பியங் களையும் படைத்துள்ளனர். இவ்வாறு தமிழகத்திற்கு வந்த சமணப் பெண்கள், பௌத்தப் பெண்கள் நிலையை நோக்கின், சமண சமயக் கைம்பெண்கள் தமிழ்ப் பெண்களைவிட மேலான சுதந்திரத்தைப் பெற்றிருந்தனர் எனலாம். ஏனெனில், அவர்களுக்குக் கைம்மை வற்புறுத்தப்படவில்லை. மேலும் சமண சமயக் கைம்பெண் களுக்குக் கணவனின் சொத்து அனைத்தும் சொந்தமாகும்.[37] அவளுக்குப் புதல்வன் இருந்தாலும், இல்லாவிட்டாலும் அவளே கணவனின் சொத்துக்கு உரிமையுடையவளாவாள். கணவனின் செல்வத்தை அவள் தன்னைப் பாதுகாக்கவும் சமயச் செயல்களுக்காகச் செலவு

செய்யவும் தான்வாழும் சமூகத்திற்காகச் செலவு செய்யவும் உரிமையுடையவளாக இருந்தாள். அத்துடன், வேண்டிய போது அவற்றை விற்கவும் அவளுக்கு உரிமை இருந்தது.

பௌத்தக் கைம்பெண்கள் கைம்பெண்டிராக ஆகும் நிலையில் பெரும்பாலும் துறவையே மேற்கொண்டனர். மாதவி கூடச் சிலப்பதிகாரத்தில் துறவையே மேற்கொண்டமை குறிப்பிடத் தக்கது. துறவு எல்லா நிலையிலும் மேலானதாகையால் துறவே விரும்பப்பட்டது. துறவு மேற்கொள்ளாத பௌத்தக் கைம்பெண்கள் குடும்பத்தினருடன் தாயாகவோ, மகளாகவோ வாழ்ந்தனர். ஜாதகக் கதை ஒன்றில் ஒரு பெண்ணின் கணவன், மகன், சகோதரன் ஆகிய மூவரும் அரசனால் கைது செய்யப்படுகிறார்கள். அரசன் அப் பெண்ணைப் பார்த்து, 'யாராவது ஒருவரை மட்டும் நான் விடுதலை செய்கின்றேன். நீ யாரை விடுதலை செய்விக்க விரும்புகிறாய்?' என்று கேட்கிறான். அப்போது அப்பெண் தனது சகோதரனை விடுதலை செய்யும்படி கேட்கிறாள். அவ்வாறு அவள் கேட்டதற்குக் காரணத்தையும் சொல்கின்றாள். 'கணவனையோ, மகனையோ இன்னொரு தடவை பெற்றுக் கொள்ளலாம். ஆனால், உடன்பிறப்பை மீண்டும் பெற முடியாது' என அவள் விளக்குகின்றாள். இந்தப் பெண்ணின் விளக்கத்திலிருந்து பெண்கள் மறுமணம் செய்து கொள்ளும் வாய்ப்பினையும் பெற்றிருந்தனர் என்பது புலனாகின்றது. உடன்கட்டை ஏறும் வழக்கம் பௌத்தர்களிடையே இருக்கவில்லை.[38]

பண்டைக் காலம் முதல் இன்று வரை பெண்களே உடன்கட்டை ஏறுதல், கைம்மை நோன்பு நோற்றல் ஆகியவற்றைக் கடைப்பிடித்து வந்துள்ளனர். இத்தகைய கைம்மை, உடன் கட்டை ஏறுதல் பெண்மைக்கு அளிக்கப்பட்ட மிகத் துன்பமான நிலைகள் என்றே கூறவேண்டும்.

6

கலை காப்போரும் பரத்தைமையும்

மனையறங்காத்துக் கற்பொடு வாழ்ந்த மங்கை நல்லாளுக்குக் கலைகளைக் கற்பதற்கோ, அதில் தன்னை ஈடுபடுத்திக் கொள்வதற்கோ நேரம் இருந்ததில்லை. ஆனால், கலைகளைக் காப்பவர்களாகத் தமிழகத்தில் பெரும்பாலும் பெண்களே விளங்கியுள்ளனர். அவர்களுடன் கூடப் பாணன், பொருநன் போன்றோரும் சில கலைகளைப் பாதுகாத்து வளர்த்துள்ளனர். போரும் வீரமும் சிறப்பிடம் பெற்ற சங்ககாலத்தில் மன்னன் புகழ் பாடியவர்கள் புலவர்கள் மட்டுமல்ல. பாடல் வல்லாரும் ஆடல் வல்லாரும் கூட மன்னன் புகழ் பாடினர். பெண்களுள் தொடக்க காலத்தில் விறலியும் பாடினியும் இத்தகைய குழுக்களில் இடம் பெற்றிருந்தனர்.

கலைகளைக் காத்து வந்த பெண்களுள் ஒரு சாராரிடையே பரத்தமையும் பழக்கத்தில் இருந்திருக்கின்றது. பிற்காலத்திலும் இவை இரண்டும் ஒன்றுடன் ஒன்று இணைந்தே வந்திருக்கின்றன. பரத்தைமை உலகின் பல பாகங்களிலும் நிலவியதற்கு வரலாறு சான்று பகர்கிறது. ஆனால், எல்லா நாட்டிலும் பரத்தைமையை மேற்கொண்ட மக்களே கலையையும் காத்தார்கள் என்று கூறமுடியாது. பல நாடுகளில் மிக அழகிய பெண்கள் பரத்தைமைக் காகவே அரசால் ஒதுக்கப்பட்டனர். மன்னர்களால் போரில் சிறை பிடிக்கப்பட்ட பெண்கள் மன்னர்களின் ஆடம்பரப் பொருட்களாகக் கொள்ளப்பட்டனர். இத்தகைய பெண்கள் ஆணாதிக்கச்

சமுதாயத்தில், அவர்களுடைய பல்வேறு தேவைகளை நிறைவேற்றப் பயன்படுத்தப்பட்டனர். சில நேரங்களில் இவர்களில் ஒரு பகுதிப் பெண்கள் ஆண்களின் பாலியல் தேவைகளை நிறைவேற்றப் பரத்தையர்களாக வாழ்ந்தனர். குல மகளிரைப் பாதுகாக்கப் பரத்தையர் என்ற ஒரு பிரிவுப் பெண்கள் சமுதாயத்திற்கு வேண்டிய வர்களாக இருந்தார்கள் எனச் சில சமூகவியலாளர்கள் கருதுகின்றனர்.[1] அதாவது மனைவியாகவும், தாயாகவும், கற்பைப் பாதுகாத்துக் குல மகளிர் விளங்க, ஆணினுடைய பாலியற் தேவைகளை நிறைவேற்றப் பரத்தையர் வாழ்ந்தனர். இத்தகைய பரத்தையர்கள் பற்றிய செய்திகளும், அவர்களிடம் ஆடவர்கள் சென்றதால் அவர்கள் மனைவியர் இல்லற வாழ்க்கையில் அடைந்த ஈடில்லாத் துன்ப நிலைகளும் சங்கப் பாடல்கள் பலவற்றின் பாடுபொருள்களாக ஆகியுள்ளன. கற்பெனப் பட்டது பெண்ணுக்கு மட்டுமே வலியுறுத்தப்பட்டது. பரத்தைமையைச் சமுதாயத்தில் நிலைநாட்டியவர்களான ஆடவர்களையும், அவர்களுடைய இத்தகைய செயல்களையும் கண்டித்து எந்தவித ஒழுக்க விதிகளும் சங்கப் பாடல்களில் காணப்படவில்லை.

ஆண்களைத் தம்மிடம் தங்க வைக்கவும், அவர்களை இன்புறுத்தி மீண்டும் தம்மிடம் ஈர்த்துச் சேர வைக்கவும், குல மகளிரிடம் இல்லாத திறன்களைப் பரத்தையர்கள் வளர்த்துக் கொண்டனர். ஆடலும், பாடலும், அழகுத் திறன் வளர்க்கும் கலைகளும் இவர்களுக்குக் கை கொடுத்து உதவின. ஆணைத் தம் வசமாக்க வேண்டி, இத்திறன்களை மேலும் மேலும் செம்மைப்படுத்தி இன்பமளிக்கும் நுண் கலைகளாக்கினர். கலைகளின் ஒவ்வொரு நுணுக்கங்களையும் செவ்விதாக நோக்கி, அவை முழுமை பெற முயற்சி எடுத்தனர். அதனால்தான் தமிழக வரலாற்றில், தொடக்க காலம் முதல், அண்மைக் காலத்தில் தேவதாசி ஒழிப்புச் சட்டம் இந்தியாவில் நடைமுறைக்குக் கொண்டு வந்த காலம் வரை, பரத்தையர்களே கலையின் காவலர்களாகப் பெரிதும் விளங்கியுள்ளனர். இவர்கள் இந்நாட்டின் கலை வளர்ச்சிக்கு ஆற்றிய பணி மகத்தானது. இத்தகைய பெண்களைக் குறித்து ஆய்வு செய்யும் இந்த இயல் இந்நூலிற்கு இன்றியமையாதது.

சங்ககாலத்தில் பரத்தைமையும் ஆடல் பாடலும் எப்பொழுதும் தொடர்பு கொண்டனவாக விளங்கியதற்குச் சான்றுகள் கிடைக் கின்றனவா? அதாவது கலைகளைக் காத்தவர்களாக விளங்கியவர்கள் எல்லோரும் பரத்தைமையைக் கைக்கொண்டிருந்தனரா? எல்லாப் பரத்தையர்களும் கலைத் திறன் மிக்கவர்களாக விளங்கினார்களா? கலைத் திறன்களின் வளர்ச்சி எக்காலத்தில் உயர்நிலையை அடையத் தொடங்கியது? இத்தகைய பெண்கள் சமுதாயத்தில் பெற்ற மதிப்பு

எத்தகையது? போன்ற வினாக்களுக்கு விடையளிக்கும் முயற்சி இவ்வியலில் மேற்கொள்ளப்பட்டுள்ளது.

சங்ககாலத்திலும் அதை அடுத்த காலங்களிலும் ஆடல் பாடல்கள் போன்றவற்றில் ஈடுபட்டவர்களாக விறலி, பாடினி, ஆடுமகள், அகவல் மகளிர், கோடியர், முருகு மெய்ப்பட்ட புலத்தி, வயிரியர்மாக்கள், துணங்கை ஆடுவோர், கொண்டிமகளிர், கிணை மகளிர் போன்றோர் இருந்திருக்கின்றனர். பரத்தைமையில் ஈடுபட்டவர்களாக சேரிப் பரத்தை, பரத்தையர், இற்பரத்தை, நகரப் பரத்தை போன்ற பெண் மக்கள் இருந்திருக்கின்றனர் என்பதற்குத் தெளிவான சான்றுகள் உண்டு.

இவர்களில் பாடினி,[2] விறலி,[3] கோடியர்[4] என்போரைப் பாடல் ஆடல்களுடன் நேரடித் தொடர்பு கொண்டவர்களாகச் சங்கப் பாடல்கள் எடுத்துக் காட்டுகின்றன. அக்கால மன்னர் தம்மை மகிழ்விக்கப் பல்வேறு வகைப்பட்ட திறனுடைய பெண்களை அரசவையில் வைத்திருந்தார்கள். இவர்கள் பாட்டாலும் கூத்தாலும் சொல்லாலும் மன்னனை மகிழ்வித்தனர்.[5]

பாடினி

விறலியையும் பாடினியையும் ஒப்பிடுகையில் விறலி ஆடலும் பாடலும் அறிந்தவளாகவும், பாடினி பாடல் மட்டுமே வல்லவளாகவும் இருந்திருக்கினறார்கள். பாடினி என்ற சொல்லே அவளின் பாட்டில் வல்லமையுள்ள பண்பை உணர்த்துகிறது. வடமொழியிலும் இதை ஒத்த சொல் வழங்கப்படுவது நோக்கத் தக்கது. பாடக (pāṭhaka) என்ற சமஸ்கிருதச் சொல் பொதுவிடங்களிற் பாடுபவர்களைக் குறிக்கும்.[6] சென்னைத் தமிழ் லெக்சிகனும் (Tamil Lexicon) பாடினி என்ற சொல் (paṭina) பாடின என்ற பாடுபவளைக் குறிக்கும் சொல்லிலிருந்து வந்திருக்கலாம் எனக் கூறுகிறது.[7]

பாடினி மன்னனுடன் பாசறைக்குச் சென்று பாடுவாள். இதனால் இவளை மன்னனுடன் இணைத்துப் பாடினி வேந்தே என மன்னன் விளிக்கப்படுகிறான்.[8] இவ்வாறு விளிக்கப்படுவதற்கு உரையாசிரியர்கள் மகளிரைத் தனித்துப் பாடுவது மரபன்று; ஆதலால், ஆண் மகனோடு சேர்த்துப் பாடுதலே வழக்கு என்கின்றனர்.[9] பாடினி, மன்னன் புகழ்பாடும்போது முழவடித்துப் பாடுதல் வழக்கு என்பதை,

> விசிப் பிணிக் கொண்ட மண்கனை முழவிற்
> பாடினி பாடும் வஞ்சிக்கு.................[10]

என்ற புறநானூற்று அடிகள் எடுத்துக் காட்டுகின்றன. போர்க்களத்தில் மன்னது வேல்களின் தன்மையை இவள் குறிப்பிட்டுப் பாடுவாள் என்பதை

.... புலா அம்பாசறை
நிலவினன்ன வெள்வேல் பாடினி

என்ற அடிகள் சுட்டுகின்றன.[11] தன் புகழ் பாடக் கேட்கும் மன்னர்கள் இவளுக்குப் பொன் போன்ற பரிசில்களை அளிப்பது வழக்கம்.[12]

புறம் பெற்ற வயவேந்தன்
மறம்பாடிய பாடினியும்மே

பாடினி மாலை யணிய

என்பன போன்ற அடிகளால் இச்செய்திகள் புலப்படுகின்றன. இவர்கள் கல்வியிலும் சிறந்து விளங்கினர் எனப் பொருநராற்றுப் படைக்கு உரை எழுதிய நச்சினாக்கினியர் கூறுவர்.[13]

பெடைமயில் உருவின் பெருதகு பாடினி

என்ற அடிக்கு உரை எழுதும் போது 'பெருதகு' என்ற சொல்லிற்குக் 'கல்விப் பெருமை' என உரை கூறுகிறார். வேறு இடங்களில் எங்கும் பாடினி கல்வி கேள்விகளில் தேர்ந்திருந்தமை கூறப்படாதமையால், இங்கு அவளது பாடல் திறன் 'பெருதகு' என்ற சொல்லால் குறிப்பிடப்பட்டிருக்கலாமா என்பது நோக்கற்குரியது.

இவர்களின் அழகு குறித்த நீண்ட வர்ணனைகள் சங்கப் பாடல்களில் வருணிக்கப்படுகின்றன. பொருநராற்றுப் படையின் பின்வரும் அடிகள் இதற்கு ஓர் சிறந்த எடுத்துக்காட்டு.

....
அறல்போற் கூந்தல் பிறைபோல் திருநுதற்
கொலைவிற் புருவத்துக் கொழுங்கடை மழைக்கண்
இலவிதழ் புரையு மின்மொழித் துவர்வாய்ப்
பலவுறு முத்திற் பழிதீர் வெண்பல்
மயிர்குறை கருவி மாண்கடை யன்ன
பூங்குழை யூசற் பொறைசால் காதின்
நாணடச் சாய்ந்த நலங்கிள ரெருத்தின்
ஆடமைப் பணைத்தோ ளரிமயிர் முன்கை
நெடுவரை மிசைஇய காந்தள் மெல்விரற்
கிளிவா யொப்பி னொளிவிடு வள்ளுகிர்
அணங்கென உருத்த சுணங்கணி யாகத்
ஈர்க்கிடை போகாவேரிள வனமுலை,
நீர்ப்பெயர்ச் சுழியி னிறைந்த கொப்பூழ்
உண்டென வுணரா வுயவு நடுவின்
வண்டிருப் பன்ன பல்கா ழல்குல்

இரும்பிடித் தடக்கையிற் செறிந்துதிரள் குறங்கிற்
பொருந்துமயி ரொழுகிய திருந்துதாட் கொப்ப
வருந்துநாய் நாவிற் பெருந்தகு சீறடி
....
பெடைமயி லுருவிற் பெருந்தகு பாடினி[14]

பாடினியின் கூந்தல் ஆற்றிலுள்ள அறல் போன்றது. அவளது நெற்றி பிறை போன்ற அழகுடையது. புருவமோ கொலைத் தொழில் கொண்ட வில் போன்றது. அவளது குளிர்ச்சி பொருந்திய கண்கள் அழகான கடைப் பகுதியையுடையதாய் விளங்குகிறது. இனிய சொற்களைப் பேசும் சிவந்த வாய் இலவம் பூவிதழ் போன்றுள்ளது. முத்துக்கள் சேர்ந்தது போன்ற பற்கள் குறையொன்றும் இல்லாதவை. காதுகள் மயிர் வெட்டும் கத்தரிகையுடைய குழைச்சையைப் போன்றவை. மகரக் குழை அசையும் காது பொலிந்து காணப்படுகிறது. கழுத்தோ நாணத்தால் கவிழ்ந்த தன்மையுடையதாயிருக்கிறது. தோள் மூங்கில் போன்றுள்ளது. ஐம்மை மயிரிடையதாய் முன்கை விளங்கக், காந்தள் போல் மெல்லியதாய் விரல்கள் காணப்படுகின்றன. அழகிய உகிர், சுணங் கணிந்த மார்பு, எழுச்சியுற்ற முலைகள், சுழி போன்ற கொப்பூழ், மெல்லிய இடை, மேகலை அணிந்த அல்குல், திரண்ட குறங்குகள், அழகிய கணைக்கால், நாயின் நாப் போன்ற சிறிய அடிகள், மயில் போலும் சாயல், இத்தகைய அழகெல்லாம் ஒன்று கூடியவளாக பாடினி தலையிலிருந்து கால் வரை அழகாக வர்ணிக்கப்படுகிறாள். அவளது ஒவ்வொரு உறுப்பின் அழகும் வேண்டிய இடத்தில் உவமைகளோடு எடுத்துக்காட்டப்படுகிறது.

மன்னனுக்கும் பாடினிக்கும் நெருங்கிய தொடர்பிருந்திருக்கின்றது. பாடினி மன்னனைப் பாடும் திறன் கண்டு மன்னன் இவர்களுக்குத் தங்க மாலை, தங்கப் பூ போன்றவற்றைப் பரிசளிப்பதும் உண்டு. அதே நேரத்தில் இவர்களை ஆதரித்த மன்னன் இறந்துவிட்டால் பாடினி பூச்சூடுவதையே நிறுத்திவிடுவதும் உண்டு என்பதைப் பின்வரும் புறநானூற்றுப் பாடல் எடுத்துக் காட்டுகின்றது.[15]

இளையோர் சூடார் வளையோர் கொய்யார்
நல்லியாழ் மருப்பின் மெல்ல வாங்கிப்
பாணன் சூடான் பாடினி யணியாள்
ஆண்மை தோன்ற வாடவர்க் கடந்த
வல்வேற் சாத்தன் மாய்ந்த பின்றை
முல்லையும் பூத்தியோ வொல்லையூர் நாட்டே

இங்கு மன்னன் ஒல்லையூர் கிழான்மகன் பெருஞ்சாத்தன் இறந்த போது குடவாயினல்லாதனார் முல்லையைப் பார்த்துப் பாடுவது போல் தன் துன்பத்தைப் பாடுகிறார். இந்த இடத்தில் முல்லையை இளைய மகளிர் சூட மாட்டார்கள். இளைய வீரர்கள் சூட மாட்டார்கள். பாணன் சூட மாட்டான். அத்துடன் பாடினியும் அணிய மாட்டாள் என்று கூறுவது நோக்கத்தக்கது.

விறலியர்

பாடினியுடன் கூடவே பாடலிலும் ஆடலிலும் வல்லவர்களாக விளங்கியவர்கள் விறலியர். இவர்கள் இருவரும் சேர்ந்து சில நிகழ்சிகளில் பங்கேற்பதுண்டு என்பதைத் திருப்பரங்குன்றத்தைச் சித்திரிக்கும் புலவர் நல்லழிசியாரின் பின்வரும் அடிகள் சுட்டுகின்றன.

....
ஒருதிறம் பாடல்நல் விறலியர் ஒல்குபு நுடங்க
ஒருதிறம் வாடை யுளர்வயிற் பூங்கொடி நுடங்க
ஒருதிறம் பாடினி முரலும் பாவையங் குரலின்[16]
....

பாடினிகள் ஆடற் கலைகளில் திறன் பெற்று விளங்கியதாகத் தெரியவில்லை.

ஆனால், விறலியர் ஆடல், பாடல், வாத்தியங்களை வாசித்தல் போன்றவற்றிலும் திறனுடையவர்களாக இருந்தனர்.

....
மண்முழா வமைமின் பண்யாழ் நிறுமின்
கண்விடு தூம்பிற் களிற்றுயிர் தொடுமின்
எல்லரி தொடுமி னாகுளி தொடுமின்
பதலையொருகண் பையென வியக்குமின்
மதலை மாக்கோல் கைவலந் தமினென்
றிறைவ னாகலிற் சொல்லுபு குறுகி[17]
....

என்ற புறநானூற்று அடிகள் விறலியர் பல வாத்தியங்களை இசைக்கும் திறனுடையவர்களாக விளங்கினர் என்பதற்குச் சான்று பகர்கின்றன. முழவில் மார்ச்சனை இடுதல், யாழிலே பண்ணை நிறுத்துதல், பெருவங்கியத்தை இசைத்தல், சல்லியை வாசித்தல், சிறுபறை அறைதல், பதலையை மெல்லக் கொட்டுதல் போன்றவற்றை அவள் அறிந்திருந்தாள். இவர்கள் கலைத் திறனை மன்னரிடம் காட்டி அவன் புகழ் பாடிப் பாடினி போல் பரிசில் பல பெறுவர்.[18]

மன்னனின் பரம்பரைப் புகழும், அவனது அக்காலப் புகழும் நன்கு தெரிந்துகொண்டு மன்னனைப் புகழ்வர்.[19] தனித்தும் கூட்டமாகவும் மன்னனிடம் சென்று பாடிப் பரிசு பெறுவர். இவர்கள் சமயச் சடங்குகளில்கூடப் பங்கு பெற்றனர். இத்தகைய விறலி தலைவிக்கும் தலைவனுக்குமிடையே தூது சென்று அவர்கள் பிணக்கைத் தீர்த்து வைப்பவளாகவும் இருந்திருக்கின்றாள். அதாவது பரத்தையரிடம் சென்ற கணவன் மீண்டும் தன் மனைவியிடம் செல்வதற்கு இவர்கள்தான் துணை செய்கிறார்கள். இடத்துக்கு இடம் சென்று பிழைப்பிற்காக ஆடியும் பாடியும் வாழ்ந்த இம்மக்களும் பாடினியும், பிறரையே நம்பி வாழ்ந்தமை யால் இவர்களிடம் அவ்வப்போது வறுமையும் தலைகாட்டும். எந்நிலை இருப்பினும் தமக்கு எங்கு செல்வாக்கு இல்லையோ அவ்விடத்தை விட்டு இவர்கள் சென்று விடுவர். விறலியர் பற்றிய குறிப்புகள் சங்கப் பாடல்களில் பெருமளவு புறப் பாடல்களிலேயே காணக் கிடக்கின்றன.

கோடியர்

விறலியர் போன்ற ஆடற்கலையில் வல்ல இன்னொரு பிரிவினர் கோடியர். கோடியர்கள், கூத்தர் என்றும் கூறப்படுவர். இவர்களும் நாட்டுக்கு நாடு சென்று ஆங்காங்கே கூத்தாடுவர். நல்குநர் கொடுத்த கூலியை நாளைக்கென்று பாதுகாத்து வைக்கும் பண்பில்லாதவர்கள். இவர்கள். கிடைத்ததை அன்றே நன்கு உண்டு களிப்பர். நிலையான வாழ்க்கை அற்றவர்கள். ஆண்கள் எருக்கம்பூவையும், பெண்கள் அழகிய ஆவாரம் பூவையும் சூடி ஆடுவர். இவர்கள் கூத்துப் பல வாத்திய இசைகளுடன் கூடவே நிகழும். இவர்களின் கூத்தில் யானை பிளிறுவது போன்று சிறுவங்கியம், பெருவங்கியம் என்பவை இசைக்கப்படும். தண்ணுமையை இசைத்து மழைக் காலத்துத் தேரை கத்துவது போன்ற சத்தத்துடன் தாளம் போடுவர். சிலவாகிய அரிகள் ஒலிக்கின்ற வேறு பல வாத்தியங்களையும் முழக்கிக் கூத்தாடுவர்.[20] இவர்களுடைய கூத்திற்கு மக்களிடம் பெரும் வரவேற்பிருந்தது. இவர்கள் ஒரு ஊரில் கூத்தாடிவிட்டு, இன்னொரு ஊருக்குச் செல்லும்போது அந்த ஊர் மக்கள் இவர்கள் பிரிவால் துன்புறுவதும் சங்கப் பாடல்கள் வழி அறிய முடிகிறது.

ஆடுமகளிர்

சங்க காலத்தில் கலை வளர்த்தோராகப் பாடினி, விறலியர், கோடியர் ஆகியோருடன் ஆடுமகளிரும் விளங்கினர். இவர்களும் ஊரிலுள்ள பொதியிலும் மன்றத்திலும் ஆடுவர். இம் மகளிர் ஆடல், பாடல்,

இசைக் கருவிகளை இசைத்தல் ஆகியவற்றில் தேர்ச்சி உடையவர் களாக விளங்கினர். இவர்கள் வாழ்க்கைக்கு ஆதாரமாக இவற்றைப் பயன்படுத்தினாலும், எக்காலத்திலும் பரத்தைமையை மேற்கொண்ட தாகச் செய்தியில்லை. தமிழ் மக்களின் இசையினையும், பாடல் வகைகளையும் கூத்து வகைகளையும் பாதுகாப்பவர்களாகவே இவர்கள் வாழ்ந்துள்ளனர். விறலியைப் பற்றிக் கூறும்போது நடன மகளிர் பற்றி ஆய்வு செய்த சஸ்கியா கேசன்பூம்[21] (Saskia Kersenboom) அவர்கள் கற்புடையோராய் விளங்கினர் எனக் கூறுவர்.

அவர் தன்னுடைய கருத்தை விளக்குமுகமாகப் பின்வரும் பதிற்றுப் பத்து அடிகளைக் கொள்வார்.

....
ஏந்தெழில் மழைக்கண் வனைந்துவர விளமுலைப்
பூந்துகி லல்குற் றேம்பாய் கூந்தல்
.......................[22]

இந்த அடிகளில் வரும் 'மழைக்கண்' என்ற தொடர் மழையை வருவிக்கத் தக்க கண் எனக் கொண்டு விறலியைக் கற்புடையவளாகக் கொள்கிறார் சஸ்கியா கேசன்பூம். ஆனால், இந்த அடிகளில் வரும் மழை என்ற சொல் கண்ணின் கருமையைச் சுட்டுகிறதே யொழிய மழையை வருவிக்கத் தக்க கண் என்ற பொருளில் கொள்வது பொருந்தாது. வலிந்து பொருள் கொள்வது போல் அமைந்துள்ளது.

இவ்வாறு ஆடலும் பாடலும் தம் தொழிலாகக் கொண்ட இந்த மக்களுக்கும் பரத்தைமைத் தொழில் செய்த மக்களுக்கும் சங்க காலத்தில் தொடர்பு எதுவும் இருந்ததாகத் தெரியவில்லை. ஆனால், பரத்தைமை மேற்கொண்ட மகளிர் ஆடல், பாடல், இசைக் கருவிகள் மீட்டுதல் ஆகியவற்றில் வல்லவர்களாக விளங்கியமைக்குச் சான்றுண்டு. இது குறித்து இவ்வியலில் பின்னர் எடுத்துரைக்கப்படும்.

கொண்டி மகளிர்

ஒரு சமுதாயத்தில் பெண் எவ்வாறு பரத்தைமை மேற்கொள்ளத் தள்ளப்படுகிறாள்? பெண்ணே விரும்பிப் பரத்தைமை மேற்கொள் கிறாளா? அன்றேல் சமுதாயத்தில் ஏற்பட்ட சில மாற்றங்கள், சூழ்நிலைகள் பெண்களை இத்தகைய ஒரு நிலைக்கு ஆட்படுத்தி விட்டனவா? வரலாற்றை நோக்கின், மன்னர்கள் தம் வீரத்தை நிலை நாட்டுவதற்குப் பிற நாட்டின் மேல் படை எடுத்துச் சென்று, அந்நாட்டை வெற்றி கொண்டதும் தமது நாட்டிற்கு மீளும்போது அந்நாட்டின் செல்வங்கள் அனைத்தையுமே எடுத்துச் செல்வது

வழக்கம். செல்வங்களுடன் பெண்களையும் சிறைப் பிடித்துச் செல்வதும் உண்டு. இத்தகைய பெண்களைப் பரத்தைமையில் ஈடுபடுத்தியிருக்கலாம். இப்பெண்கள்தான் கொண்டி மகளிர் எனவும் அழைக்கப்பட்டனர்.

....
கொண்டி மகளிரு ண்டுறை மூழ்கி
அந்தி மாட்டிய நந்தா விளக்கின்
மலரணி மெழுக்க மேறிப் பலர்தொழ
வம்பலர் சேக்குங் கந்துடைப் பொதியிற்
...............................[23]

என்ற பட்டினப்பாலை அடிகளில் கொண்டி மகளிரைப் பற்றிய குறிப்புக் காணப்படுகின்றது. இவ்வடிகளிலிருந்து இவர்கள் நீருண்ணும் துறையிலே சென்று முழுகி அம்பலத்தை மெழுகி அணையாத விளக்கை ஏற்றி மலர்களைத் தலையிற் சூடுவர் எனத் தெரிகிறது. இந்த அடிகளுக்கு உரை எழுதிய நச்சினார்க்கினியர் கொண்டி மகளிர் என்பவர் பகைவர் மனைகளிற் பிடித்து வந்த மகளிர் என்பர்.[24] கொண்டி என்ற சொல், 'கொள்ளை', 'பொருளின் மிகுதி' என்பதைக் குறிப்பதாகப் புறநானூற்றிலும், பெரும் பாணாற்றுப் படையிலும் இடம் பெற்றிருப்பது இங்கு நோக்கத் தக்கது. இவர்கள், கொள்ளை அடித்த பொருளாகக் கொண்டு வரப்பட்டவர்கள். ஆகையால் கொண்டி மகளிர் எனப்பட்டனர்.

மன்னரைச் சுற்றி இசை பாடி மன்னனை மகிழ்விக்கும் மகளிர் என்றும் இருந்தனர் என்பதற்குப் பொருநராற்றுப் படை அடிகளான,

மழையென மருளும் மகிழ்செய் மாடத்
திழையணி வனப்பி னின்னகை மகளிர்[25]

என்ற அடிகளும்,

இன்னகை யாயமோ டிருந்தோற் குறுகி[26]

என்ற சிறுபாணாற்றுப்படை அடியும் சான்றாகின்றன. இத்தகைய பெண்களும் கொண்டி மகளிரும் பரத்தைமையில் ஈடுபட்டிருந்தார்களா என்பது வினாவிற்குரியது.

பரத்தைமை

பரத்தைமையின் தோற்றம் குறித்த தெளிவான செய்திகள் இன்று நமக்குக் கிடைக்கவில்லை. இந்தியாவில் பரத்தைமை பண்டைக்

காலந்தொட்டு நிலவினும் அதனைப் பல்வேறு கோணங்களிலும் நோக்கி விரிவாக எழுதிய நூல்கள் மிகக் குறைவே. உலகிலேயே முதன்முதலில் பரத்தைமை குறித்து ஆய்வு செய்து நூல் எழுதியவர் பரங் டுசாலலே (Parent Dushalelet) என்பவராவார். இவர் பாரிஸில் 1836ம் ஆண்டு டெலா புரொஸ்டிடியுசன் டலா விலா டே பாரி (De la Prostitution dans la ville de Paris) என்ற நூலை வெளியிட்டார்.[27] இவர் உளவியல், சமூகவியல், அரசியல், பொருளாதாரம் ஆகிய நோக்கில் ஆய்வு செய்து இந்நூலை எழுதியுள்ளார்.

தமிழகத்தில் பரத்தைமையில் ஈடுபட்ட பெண்களுக்கும் சமுதாயத்திற்கும் இருந்த தொடர்பைப் பற்றி அறிய, பரத்தைமையைச் சமுதாயத்தில் தூண்டிய காரணிகள் பற்றிய அறிவு வேண்டியதாகிறது. அத்துடன் சமுதாயத்தில் திருமணம் என்ற அமைப்பின் வளர்ச்சி, ஆண்களின் பாலியல் நடத்தைகள், பரத்தையர்களின் பல்வேறு பிரிவுகள், அவர்கள் வாழ்க்கை முறைகள், அவர்களுக்கும் மதங்களுக்கும் இருந்த தொடர்பு, பரத்தைமை மேற்கொண்ட பெண்கள் வாழ்ந்த சமுதாயத்திற்கு இருந்த தகைமை போன்ற பல பொருள்கள் குறித்த விரிவான செய்திகளும் வேண்டப்படுகின்றன. பரத்தைமை சமூகத்துடன் ஒன்றிவிட்ட ஒரு பண்பாக அன்று தொட்டு இன்று வரை வந்தமையால், அதை மட்டும் தனியாகப் பிரித்துப் பார்க்க முடியாது.

தொடக்க காலத்தில் திருமணக் கட்டுப்பாடுகள் சமுதாயத்தில் நிலவாத ஒரு சூழ்நிலையில் மனிதன் எண்ணம் போன வழி தனக்கு ஏற்பட்ட பாலுணர்வுத் தேவைகளைத் தீர்த்துக் கொண்டான். திருமணமென்ற கட்டுப்பாடு வந்ததும், ஆடவர்களின் வேண்டிய நேரத்துப் பாலியற் தேவைகளைத் தீர்த்துக் கொள்ள என ஒரு குழுவினர் தோன்றினர் எனலாம்.[28] அத்துடன் முன்னர் கூறியது போல் போரில் சிறைப்பிடிக்கப்பட்ட பெண்களும் பொது மகளிராகும் நிலைக்குத் தள்ளப்பட்டிருக்க வேண்டும். இந்திய வரலாற்றில் பொது மகளிர் பலர் அளவிறந்த செல்வந்தர்களாகவும் நாட்டின் அரசியல் நடைமுறைகளை நிர்வகிக்க ஆலோசகர்களாகவும் இருந்திருக்கின்றார்கள். அது மட்டுமன்றி அரசுகளின் அழிவிற்கும் காரணமாக இருந்திருக்கிறார்கள்.

தொடக்கத்தில் பொருளுக்காகத் தம் உடலின்பத்தை ஆடவர்களுக்கு அளித்த பரத்தையர்கள் பிற்காலத்தில் ஒரு குலமாகவே மாறிவிட்ட பின்னர், அக்குலத்தில் பிறந்தோர் அனைவரும் பரத்தையர் என்ற பெயரால் அழைக்கப்படலாயினர். பொது மகளிர், விலை மகளிர், வரைவில் மகளிர், பதியிலார், வேசியர் என்று பல பெயராலும் அழைக்கப்படும் இவர்கள் பிற்காலத்தில் தமது குலத்திற்குரிய

தொழிலைப் பின்பற்ற விரும்பாத போதும் அந்தக் குலத்திலிருந்து வெளியேற சமுதாயம் இடம் கொடுக்கவில்லை.

கோவலனின் காதலியாக விளங்கியவள் மாதவி என்ற நடன மகள். கோவலனின் மனைவி கண்ணகி. கோவலனைத் தந்தையாகக் கொண்டு பிறந்தவள் மணிமேலை. கோவலன் கண்ணகியின் காற்சிலம்பைப் பொருளுக்காக விற்கக் கொண்டு சென்றபோது முன்னரே பாண்டிய மன்னனுடைய தேவியின் காற்சிலம்பைத் திருடிய பொற்கொல்லன் ஒருவனின் சொற்கேட்டு மன்னரால் கொலை செய்யப்படுகிறான். மன்னனின் தீர்ப்புத் தவறானது என நிரூபிக்கின்றாள் கண்ணகி. இந்தத் துன்பச் செய்தி மாதவி துறவு கொள்ளக் காரணமாகிறது. மாதவி, தான் துறவு கொண்டது மட்டுமின்றித் தன் மகளான மணிமேகலையையும் துறவு கொள்ளத் தூண்டுகிறாள். அத்துடன் மாபெரும் பத்தினி மகளாகவே மணிமேகலையைக் கொண்டு, திருந்தாச் செய்கைகளான ஆடலும், பரத்தைமையும் அவளுக்கு ஏற்றதல்ல; அவள் அந்தத் தீத் தொழிலை மேற்கொள்ள மாட்டாள் எனத் தனது தாயான சித்திராபதிக்குத் தனது தோழி வாயிலாக அறிவிக்கின்றாள். மணிமேகலையும் தன்னைத் துறவுக்குத் தகுந்தவளாக ஆக்கிக் கொள்ளும் முயற்சிகளை மேற்கொள்கிறாள்.

இந்நிலையில் அந்நாட்டு மன்னனின் மைந்தனான உதயகுமரன் மணிமேகலையின் அழகில் மனதைப் பறிகொடுத்து அவளைத் தன்னவளாக ஆக்க முயல்கிறான். உதயகுமரனின் ஆசைப் பிடியிலிருந்து தப்ப மணிமேகலைக்கு, மணிமேகலா தெய்வம் உதவுவதுடன் அவளைத் துறவு நெறியில் இட்டுச் செல்ல உதவும் முற்பிறப்பு அறிவையும் பெற வைக்கின்றாள். முற்பிறப்பில் மணிமேகலையே உதயகுமரன் மனைவியாக இருந்தாள் என்பதை மணிமேகலை அறிந்திருந்தமையால் உதயகுமரன் மேல் மணிமேகலை அன்புடையவளாகிறாள். ஆனால், அவளின் ஆசைக்கு இணங்காது அவனுக்கு நல்லறம் புகட்டுகின்றாள். உதயகுமரனோ அவள் மேல் தீராத விருப்புக் கொள்கிறாள். மணிமேகலை அவன் கைப்படாது பளிக்கறையில் மறைகிறாள்.

அவன் சென்ற பின் மணிமேகலையைக் குறித்து உதயகுமரன் கூறும் கூற்றாக நூலில் பின்னர் மணிமேகலை எடுத்துரைக்கும் பின்வரும் அடிகள் எண்ணிப் பார்க்கத் தக்கவை.

....

கற்புத் தானில ணற்றவ வுணர்விலள்

வருணக் காப்பிலள் பொருள்விலையாட்டியென்

றிகழ்ந்தனனாகி நயந்தோ னென்னாது
........................[29]

மணிமேகலை பொருள் விலையாட்டியாக இருந்தமைக்கு எங்கும் சான்றில்லை. ஆனால், அவள் அந்தக் குலத்தில் பிறந்து விட்டமையால், அந்தத் தொழிலில் ஈடுபடாத போதும் அவள் பொருள் விலையாட்டியென ஏளனப்படுத்தப்படுகிறாள். இந்தத் தொழிலினை மேற்கொள்ளக் கூடாது; துறவறமே வேண்டுமென மணிமேகலை முயன்றாலும் அவளது தாய்க்குத் தாயான சித்திராபதி அவளது துறவை ஏளனமாகப் பேசுவதுடன் ஆடலிலும் பாடலிலும் ஈடுபட்டு உதயகுமரன் ஆசைக்கு இணங்க வேண்டுமென வற்புறுத்துகிறாள். அது மட்டுமின்றி மாதவி மாதவர் பள்ளியை அடைந்தது சிரிப்பிற்கிடமானது என்கிறாள் சித்திராபதி.[30] தானும் மாதவியும் மணிமேகலையும் பத்தினிப் பெண்டிர்கள் அல்ல என்று அழுத்தமாகக் கூறுகிறாள். இதைப் பின்வரும் அடிகள் எடுத்துக் கூறுகின்றன.

காதலன் வீயக் கடுந்துய ரெய்திப்
போதல் செய்யா வுயிரொடு புலந்து
நளியிரும் பொய்கை யாடுநர் போல
முளியெரிப் புகூ. முதுகுடிப் பிறந்த
பத்தினிப் பெண்டி ரல்லேம்......................[31]

காதலன் இறந்ததும் அவனது சிதையில் குளிர்ந்த பொய்கையில் குளிப்பது போல எரிமூழ்கும் பத்தினிப் பெண்டிர்கள் அல்ல நாம் எனக் கூறிய சித்திராபதி தம்முடைய இயல்பைப் பற்றிக் கூறுவது நோக்கத் தக்கது.

..........................முதுகுடிப் பிறந்த
பத்தினிப் பெண்டி ரல்லேம் பலர்தம்
கைத் தூண் வாழ்க்கை கடவிய மன்றே
பாண்மகன் பட்டுழிப் படூஉம் பான்மையில்
யாழினம் போலு மியல்பின மன்றியும்
நறுந்தா துண்டு நயனில் காலை
வறும்பூத் துறக்கும் வண்டு போல்குவம்
வினையொழி காலைத் திருவின் செல்வி
அனையே மாகி யாடவர்த் துறப்பேம்
..........................[32]

'பலருடைய கைப்பொருள் துணைக் கொண்டு வாழும் உரிமையுடையவர்கள் நாம். பாண்மகன் ஒருவனின் கையிலுள்ள

யாழ் அவன் இறந்தபோது இன்னொருவருடைய கையை அடைவது போன்ற தன்மையுடையவர்கள் நாம். அது மட்டுமன்றி ஒரு பூவில் உள்ள தேனை உண்டு அதில் தேன் அற்ற நிலையில் அதை விட்டு நீங்கும் வண்டு போன்ற இயல்புடையவர்கள் நாம்' எனத் தம் நிலையில்லாத் தன்மையைச் சுட்டுகிறாள் சித்திராபதி. சித்திராபதியின் இக்கூற்று வழி அக்காலச் சமுதாயத்தில் பரத்தையர், நாடக மகளிர் போன்றவர்களின் நிலையைப் படம் பிடித்துக் காட்டுகிறார் ஆசிரியர் சாத்தானார்.

இத்தகைய குல ஒழுக்கத்திலிருந்து விலகுபவளுக்கு விதிக்கப்பட்ட தண்டனையையும் சித்திராபதி கூற்று வாயிலாகவே அறிய முடிகிறது.[33] பதியிலார்களாகிய இவர்கள் குடிக்குற்றம் பட்டால் அவர்களைக் கொண்டு ஏழு செங்கற்களைச் சுமக்க வைத்து அரங்கு சூழ்வித்து புறத்து விடுவது வழக்கமாக இருந்திருக்கின்றது.

எனவே, இத்தகைய மகளிர் தாம் அத்தொழிலிலிருந்து வெளிவர எண்ணினாலும் வெளிவர முடியாத வலுப் பெற்ற ஒரு அமைப்பாக நாளடைவில் பரத்தைமை அமைப்பு தமிழ்நாட்டில் வளர்ந்து விட்டது.

சங்ககாலத்திலேயே இந்த அமைப்பு நன்கு வலுப்பெற்று விட்டது. பெரும்பாலான மருதத் திணைப் பாடல்களும், சிறுபான்மை, ஏனைய திணைப் பாடல்களும், பரத்தைமையைப் பற்றி விரிவாக எடுத்துரைக்கின்றன. செல்வச் செழிப்பு மிக்க ஆடவர் சமூகம் அடிக்கடி பரத்தையரை நாடியது. குலமகளிர் வளர்த்துக் கொள்ளாத ஆடல் பாடல் போன்ற கலைகளைப் பரத்தையர் வளர்த்துக் கொண்டனர். இவ்வாறு அவர்கள் கலைகளில் திறனை வளர்த்துக் கொள்ள வேண்டிய வலுக்கட்டாய நிலையை அவர்களின் தொழில் உருவாக்கியது. ஆடவர்களை, அதுவும் செல்வத்தில் மூழ்கியிருக்கும் ஆடவர்களைத் தம்மிடம் ஈர்ப்பதற்கு உடல் மட்டுமன்றி, உள்ளத்தைக் கவரும் கலைகளையும், கற்றுத் தேர்ந்து கொள்ள வேண்டியவர்களாக இருந்தார்கள். இவர்கள் தேர்ச்சி பெற்ற திறன்களைச் சித்திராபதி அனுப்ப மாதவியிடம் வந்த அவள் தோழி வயந்த மாலையின் கூற்று எடுத்துக்காட்டுகிறது.

....

வேத்தியல் பொதுவிய லென்றிரு திறத்துக்
கூத்தும் பாட்டுந் தூக்குந் துணிவும்
பண்ணியாழ்க் கரணமும் பாடைப் பாடலும்
தண்ணுமைக் கருவியுந் தாழ்ந்தீங் குரலும்

கந்துகக் கருத்து மடைநூற் செய்தியும்
சுந்தரச் சுண்ணமுந் தூநீ ராடலும்
பாயற் பள்ளியும் பருவத் தொழுக்கமும்
காயக் கரணமுங் கண்ணிய துணர்தலும்
கட்டுரை வகையுங் கரந்துறை கணக்கும்
வட்டிகைச் செய்தியு மலராய்ந்து தொடுத்தலும்
கோலங் கோடலுங் கோவையின் கோப்பும்
காலக் கணிதமுங் கலைகளின் றுணிவும்
நாடக மகளிர்க்கு நன்கனம் வகுத்த
ஓவியச் செந்நூ லுரைநூற் கிடக்கையும்[34]
....

மேற்காட்டிய மணிமேகலை அடிகள் தமிழகத்தில் நாடக மகளிர் வளர்த்துப் பயன்படுத்திய கலைகளை எடுத்துக் கூறுகின்றன. வேத்தியல், பொதுவியல் என்ற இரு வகைக் கூத்து, இசை, தாளங்களின் வழி வருகின்ற செந்தூக்கு முதலிய ஏழு தூக்குகள், தாளஅறுதி, பண்ணுடன் கூடிய யாழின் மீட்டல்கள், அகநாடகம், புறநாடகம் என்பவைக்குரிய உருக்கள், மத்தளத்தை இசைப்பதில் தேர்ச்சி, இனிய வேய்ங்குழலை ஊதும் வல்லமை, பந்தாடும் வகைகள், பாக சாத்திர முறைப்படி சமைத்தல், அழகிய நிறமமைந்த சுண்ணப் பொடிகளைத் தயார் செய்தல், நல்ல நீரில் நீராடும் திறமைகள், படுக்கையை அமைத்தல், வெவ்வேறு காலங்களுக் கேற்ப ஒழுகும் ஒழுக்கங்களை அறிந்திருத்தல், உடலினால் செய்யும் அறுபத்து நான்கு வகைக் கரணங்களில் தேர்ச்சி, பிறர் கருதியதை அறிந்து கொள்ளும் திறமை, ஒன்றினைத் தொடுத்து அழகாக உரைக்கும் சொல் வன்மை, வேண்டிய போது மறைந்து ஒழுகும் வகை, கோலினால் அழகாக வரையும் திறன், பூக்களைத் தேர்ந்தெடுத்துத் தொடுக்கும் வல்லமை, ஒவ்வொரு நேரத்திற்குத் தகுந்தபடி தம்மை அழகுபடுத்திக் கொள்ளும் கலை, முத்து முதலியவற்றைக் கோவையாகக் கோக்கும் திறன், சோதிட நூலில் பயிற்சி, மற்றுமுள்ள கலைகளில் நல்ல பயிற்சி, நாடகக் கணிகையர் களுக்கென்று வகுக்கப்பட்ட ஓவிய நூலில் கூறப்பட்ட பகுதிகள், ஆகியவை நாடக மகளிர்க்குக் கை வந்த கலைகளாக விளங்கின.

சிலப்பதிகாரம் நாடக மகளிர் எண்ணெண் கலைகளைக் கற்றுத் துறைபோகி இருந்தனர் என்பதை, 'எண்ணெண் கலையோர்' என்ற சொற்றொடர் வாயிலாக உணர்த்துகிறது. அறுபத்து நான்கு கலைகளையும் அறிந்த இவர்கள் பற்றி ஊர்காண் காதையில் பின்வருமாறு கூறப்படுவதும் ஒப்பு நோக்கத் தக்கது.

....
வேத்தியல் பொதுவிய லெனவிரு திறத்து
மாத்திரை யறிந்த மயங்கா மரபி
னாடலும் வரியும் பாணியுந் தூக்கும்
கூடிய குயிலுவக் கருவியு முணர்ந்து
நால்வகை, மரபி னவினயக் களத்தினு
மேழ்வகை நிலத்தினும் மெய்திய விரிக்கும்
மலைப்பருஞ் சிறப்பிற் றலைக்கோ லரிவையும்
வாரம் பாடுந் தோரிய மடந்தையுந்
தலைப்பாட்டுக் கூத்தியு மிடைப்பாட்டுக் கூத்தியு
நால்வேறு வகையி னயத்தகு மரபி
னெட்டுக் கடைநிறுத்த வாயிரத் தெண்கழஞ்சு
முட்டா வைகன் முறைமையின் வழாஅத்
தாக்கணங் கனையோர் நோக்குவலைப் பட்டாங்
கரும்பெற லறிவும் பெரும்பிறி தாகத்
தவத்தோ ராயினுந் தகைமலர் வண்டி
னகைப்பதம் பார்க்கு மிளையோ ராயினுங்
காம விருந்தின் மடவோ ராயினும்
மேம வைக வின்றுயில் வதியும்
பண்ணுங் கிளையும் பழித்த தீஞ்சொ
லெண்ணெண் கலையோ ரிருபெரு வீதியும்
....

இப்பகுதியில் சிலப்பதிகார ஆசிரியர் நாடக மகளிரின் சில பிரிவினரைக் கூறுகிறார். தலைக்கோல் அரிவை, தோரிய மடந்தை, தலைப்பாட்டுக் கூத்தி, இடைப்பாட்டுக் கூத்தி, ஆயிரத் தெண் கழஞ்சினை ஒவ்வொரு நாளும் பெறுகின்ற அணங்கு ஒத்தவர்கள் போன்ற அறுபத்து நான்கு கலைகளிலும் வல்லவர்களைப் பற்றிய செய்திகளும், அவர்கள் தேர்ச்சி பெற்ற கலைகளும் கூறப்பட்டுள்ளன. அறுபத்து நான்கு கலைகளில் இவர்கள் தேர்ச்சி பெற்றிருந்தார்கள் எனக் கூறப்பட்டாலும் அறுபத்து நான்கு கலைகள் முழுமையும் இங்கு எடுத்துக் கூறப்படவில்லை.

தலைக்கோல் அரிவை, வேத்தியல், பொதுவியல் என இருவகைக் கூத்திலும் தேர்ந்தவள். மன்னர் முன் ஆடுவது வேத்தியல். பொது மக்கள் முன் ஆடுவது பொதுவியல். இவற்றின் நுணுக்கங்களை நன்கறிந்து அவை இரண்டையும் கலவாது ஆடும் வல்லமை பெற்றவள். அடியார்க்கு நல்லார் வரி என்பதை எட்டு வகையாக் கூறுவர். கண்கூடு வரி, காண்வரி, உள்வரி, புறவரி, கிளர்வரி, தேர்ச்சிவரி,

காட்சி வரி, எடுத்துக்கோள் வரி என தனது உரையில் விரித்துரைக்கின்றார்.[36] அத்துடன் தலைக்கோல் அரிவை பாடலும், தாளங்களும் அந்தத் தாளங்களின் வழியே வருகின்ற தூக்குகளையும் தெரிந்து கொண்டவள். தாளங்களைக் கொட்டு, அசை, தூக்கு, அளவு என நான்காகக் குறிப்பர்.[37]

இத்தாளங்களில் கொட்டு என்ற தாளம், அமுக்கிப் போடப் படுவதுடன் அதன் ஓசை அரை மாத்திரை அளவுடையது. அசை என்ற தாளம், தாக்கி எழுகின்ற வகையில் ஒரு மாத்திரை அளவு ஒலி நீட்டிப்புடன் போடப்படும். தூக்கு என்ற தாளம் இரண்டு மாத்திரை அளவு ஒலி நீட்டத்துடன் தாக்கித் தூக்கும் தன்மையதாக இருக்கும். அளவு என்ற தாளம், போடும் போது தாக்கின ஓசை மூன்று மாத்திரை வரை ஒலி நீட்டிப்புடையதாக இருக்கும். தூக்கு என்பது தாளங்களின் வழியே வருவது. இது செந்தூக்கு, மதலைத்தூக்கு, துணிபுத்தூக்கு, கோயிற்றூக்கு, நிலப்புத்தூக்கு, கழாற்றூக்கு, நெடுந்தூக்கு என ஏழு வகைப்படும்.

இவை தவிர தலைக்கோல் அரிவை குயிலுவக் கருவிகள் என்ற மத்தளம், தண்ணுமை, முழவு, இடக்கை, சல்லிகை, ஆமந்திரிகை என்று தோற்கருவிகளின் இசைத் திறனையும் அறிந்தவள். நடனமாடும் போது இவை இசைக்கப்படும் திறனறிந்து அதற்கேற்ப ஆட வல்லவள். அத்துடன் நிற்றல், இயங்கல், இருத்தல், கிடத்தல்[38] ஆகிய நால்வகை அவிநய நிலைகளையும் அறிந்து சரிகமபதநிச என்ற எழுத்துக்களின் வழி பிறக்கும் இசைக்கேற்ப ஆடலிலும் பாடலிலும் தேர்ந்தவள். இவள் தலைக்கோல் பட்டம் பெற்றிருப்பதால் ஏனையோரை விட உயர்ந்த நிலையில் உள்ளவள்.

தோரியமகள் என்பவள், முன்னர் ஆடலில் வல்லவளாக இருந்து வயது முதிர்ச்சியினால் பாடலை மட்டும் பாடுபவள். அதாவது ஆடல் மகளிர் ஆடும்போது தாளத்துக்கேற்ப இவள் பாடுவாள்.

தலைப்பாட்டுக் கூத்தி என்பவள் நடனத்தின் போது தலைப்பாட்டைப் பாடுவாள். அதே போல் இடைப்பாட்டுக் கூத்தி இடைப்பாட்டைப் பாடுபவள். தலைப்பாட்டு உகம் எனவும், இடைப்பாட்டு ஔகம் எனவும் கூறப்படும். நடனங்கள், கூத்துக்கள், இசை, தோற்கருவி, நரம்புக் கருவி போன்றவற்றின் விரிவான விளக்கங்கள் சிலப்பதிகாரத்தின் அரங்கேற்று காதையில் தரப்பட்டுள்ளன. இவற்றை அடியார்க்கு நல்லார் தன் உரையில் விளக்கி எழுதியுள்ளார். இங்கு பல்வேறு நடனங்களுடன் தொடர்பான செய்திகள் கூறப்பட்டிருப்பினும் எண்ணெண் கலைகளின்[39] எண்ணிக்கை

தரப்படவில்லை. எண்ணெண் கலைகள் எவை என அறிவதற்கு வாத்சாயனர் எழுதிய காம சூத்திரம் துணை நிற்கின்றது.

1. பாட்டு.
2. இசைக் கருவிகளை இசைக்கும் திறன்.
3. ஆடல்.
4. ஆடல், பாடல், இசைக் கருவிகள் இசைத்தல் மூன்றனையும் ஒருங்கே செய்தல்.
5. எழுதுதல், வரைதல்.
6. பச்சை குத்துதல்.
7. சிலையொன்றினை அரிசியாலும் பூக்களாலும் அலங்கரித்தல்.
8. படுக்கையிலும் தரையிலும் பூக்களால் அலங்கரித்தல்.
9. பல், துணி, மயிர், நகம், உடல் ஆகியவற்றை நிறம் செய்தல், சாயமூட்டுதல், நிறமூட்டுதல், ஓவியம் வரைதல் போன்றவற்றைச் செய்தல்.
10. தரையில் நிறமூட்டிய கண்ணாடிகளைப் பதித்தல்.
11. கட்டில் விரித்தல், தரையில் கம்பளம் விரித்தல், இளைப் பாறுவதற்கு மென் தலையணைகள் செய்தல்.
12. நீர் நிரம்பிய கண்ணாடிக் குவளைகளில் இசை எழுப்புதல்.
13. நீர் விளையாடல்.
14. படம் வரைதல், கத்தரித்தல், அலங்காரம் செய்தல்.
15. மாலைகள், அட்டியல், பூமாலைகள் போன்றவற்றைக் கோவையாகத் தொடுத்தல்.
16. தலையணி, தலைப்பாகை, தலைமுடி, உச்சிக் கொண்டை போன்றவற்றைப் பூவால் செய்தல்.
17. மேடையில் நடித்தல், ஒரு காட்சியை அது போன்றே நடித்தல்.
18. காதணி செய்தல்.
19. வாசனைத் திரவியங்கள், மணமூட்டும் பொருள்களைத் தயாரித்தல்.
20. தகுந்த அணிகளை அணிவதிலும் அலங்காரம் செய்வதிலும்

ஆடைகளை அலங்கரிப்பதிலும் திறனுடையவர்களாக விளங்குதல்.

21. மாந்திரீகம் செய்தல்.

22. கையால் செய்யும் செயல்களில் திறன் மிக்கவர்களாய் விளங்குதல்.

23. சமையல் தொடர்பான கலைகளில் வல்லவராய் இருத்தல்.

24. எலுமிச்சை ரசம் செய்தல், பழக்கூழ், கடுப்புடைய பானம் செய்தல், அவற்றிற்குத் தகுந்த மணமூட்டுதல்.

25. துணியை வேண்டிய உருவிற்கேற்ப அழகுற வெட்டுதல், தையல் வேலை போன்றவை செய்தல்.

26. நூலினாலும் இழையினாலும் கிளி, பூக்கள், குஞ்சங்கள், குச்சங்கள், தொகுதிகள், கொத்துக்கள், குமிழ்கள், புடைப்புகள் முதலியன செய்தல்.

27. விடுகதைகள், புதிர்கள், மாற்றியமைத்த பேச்சுக்கள், சொற்புதிர்கள், புதிருடைய வினாக்கள் போன்றவற்றை விடுவித்தல்.

28. அந்தாக்சரி விளையாடுதல்.

29. ஒப்புப் போலி நடிப்பில் (Mimicry) வல்லவளாக விளங்குதல்.

30. படித்தல், ஓதுதல் போன்றவற்றில் திறனுடையவளாதல்.

31. ஒலிக்கக் கடினமான சொற்றொடர்களை விரைவாக ஒலிக்கக் கற்றுக் கொள்ளுதல் (இத்தகைய சொற்றொடர்கள் விரைவாக ஒலிக்கும்போது ஒலி பிறழும்).

32. வாள், கழி, நெடுங்கோல், வில், அம்பு போன்றவற்றில் பயிற்சியுடையவளாக இருத்தல்.

33. ஊகித்தல், உய்த்துணர்தல் போன்றவற்றில் திறனுடையவளாக விளங்குதல்.

34. தச்சு வேலைத் திறன் மிக்கிருத்தல்.

35. கட்டடக் கலைத் திறன் உடையவளாக இருத்தல்.

36. தங்கம், வெள்ளியாலான நாணயங்கள், ஆபரணங்கள், ரத்தினங்கள் போன்றவற்றின் அறிவுடையவளாக இருத்தல்.

37. வேதியியல், கனிமவியல் அறிவு கொண்டு விளங்குதல்.

38. அணிகள், இரத்தினங்கள், மணிகள் போன்றவற்றை நிறமூட்டுதல்.

39. கற்சுரங்கம், இரும்புக் கனிவளம் குறித்த அறிவு கொண்டு விளங்குதல்.

40. தோட்டக் கலையில் வல்லவளாக இருத்தல்.

41. கோழிச் சண்டை, ஆட்டுச் சண்டை, கவுதாரிச் சண்டை ஆகியவற்றில் திறனுடன் விளங்குதல்.

42. கிளி, மைனா ஆகியவற்றிற்குப் பேசக் கற்றுக் கொடுத்தல்.

43. தலை அலங்காரம், தலைக்கு வாசனைப் பொருட்கள் நறுமணத் தைலங்கள் போன்றவற்றைத் தடவிப் பின்னுதல், உடலுக்கு வாசனைத் திரவியங்களைத் தடவுதல்.

44. சுழிகள் துணைக் கொண்டு எழுதும் எழுத்துகளைத் தெரிந்து கொள்ளுதல், சொற்களைத் தனிப்பட்ட ஒரு வகையில் எழுதும் போது அதைத் தெரிந்து கொள்ளுதல்.

45. சொற்களின் எழுத்துக்களை இடம் மாற்றிச் சொற்களை உருமாற்றிப் பேசுதல்.

46. மொழிகள், கிளை மொழிகளின் அறிவுடையவளாக இருத்தல்.

47. பூவாலான வண்டிகளைச் செய்தல்.

48. மறைமெய்ம்மை சார்ந்த (Mythical) படங்களை உருவாக்குதல், மந்திரம், மாந்திரீகம் போன்றவற்றைச் சொல்லுதல், காப்பு அணி (Armlets) அணிதல்.

49. பாதி சொன்ன பாடல்களை நிரப்புதல், பல்வேறு பாடல்களி லிருந்து வரிகளை மாற்றிக் கொடுக்கும் போது அவற்றிற்கு ஏற்றபடி ஓரிரு வரிகளைக் கொடுத்து முழுப் பாடலையும் ஒழுங்காகக் கூறுதல், ஒரு பாடலில் ஒற்றெழுத்துக்களையும், உயிர் எழுத்துக்களையும் பிரித்து ஒழுங்கில்லாது அமைத்துக் கொடுக்கும் போது அவற்றைச் சரிவர அமைத்துப் பாடலை எழுதுதல், எழுத்துக்களுக்குப் பதிலாகக் குறிகள் அமைத்துக் கொடுக்கும்போது அவற்றைப் புரிந்துகொண்டு பாடலை அமைத்தல் போன்றவற்றில் திறனுடையவர்களாக இருத்தல்.

50. கவிதைகளை யாத்தல்.

51. சொற்களஞ்சியங்கள், சொல்லகராதிகளில் தேர்ச்சி பெற்றிருத்தல்.

52. ஒருவரை உருமாற்றம் பெறச் செய்தல், உருமாற்றமுற்றிருப்ப

வரை அடையாளங் கண்டு கொள்ளுதல்.

53. பருத்தியைப் பட்டுப் போலத் தோன்றச் செய்தல், கரடுமுரடான துணிகளை மென்மையான துணி போலத் தோன்றச் செய்தல், பொருட்களின் உண்மையான தோற்றத்தை மாற்றம் பெறச் செய்து காட்டுதல்.

54. பல்வேறு வகைச் சூதாட்டங்களைத் தெரிந்திருத்தல்.

55. பிறர் சொத்துக்களை, மந்திரம், மந்திரித்தல் போன்றவற்றின் துணையுடன் தமதாக்கிக் கொள்ளுதல்.

56. இளைஞர் விளையாட்டுக்களில் திறனுடையவர்களாக விளங்குதல்.

57. சமுதாய விதிமுறைகளை அறிந்துகொண்டு ஏனையோரின் திறன்களை மதிக்கவும் அவர்களை மரியாதை செய்யவும் தெரிந்து கொண்டவர்களாக இருத்தல்.

58. போர்க்கலை, போர்க் கருவிகள், போர் வீரர்கள் குறித்த அறிவுடையோராய் இருத்தல்.

59. உடற்பயிற்சிகளில் (gymnastics) வல்லவராதல்.

60. ஒருவரின் உருவ அமைப்பு கொண்டு அவரின் குணங்களை அறிந்து கொள்ளுதல்.

61. கவிதைகளை யாப்புக் கொண்டு அலகிடுதல்; கவிதைகளை உருவாக்குதல்.

62. கணித வகை கொண்டு பொழுதுபோக்குதல்.

63. செயற்கைப் பூக்களைச் செய்தல்.

64. களிமண் கொண்டு உருவம் செய்தல்.

ஆகிய அறுபத்து நான்கும் கலைகளாகக் கொள்ளப்படுகின்றன.[40]

இத்தகைய கலைகளில் தம்மை ஈடுபடுத்திக்கொண்டு பொது மகளிர் காலம் காலமாக எல்லா வகைக் கலைகளையும் பேணிப் பாதுகாத்து வந்துள்ளனர்.

இவ்வாறு கலைகளைப் பாதுகாத்தும் வளர்த்தும் வந்த பெண்கள் சமுதாயத்தில் உயர்ந்த நிலையை ஏன் வகிக்கவில்லை? ஆடவரால் தமது பாலியற் தேவைகளுக்காகப் பயன்படுத்தப்பட்ட இம்மகளிர், கலைகள் பலவற்றில் வல்லவர்களாக இருந்தாலும் அவர்கள் பலரைச் சேரும் பண்புடையவர்களாக இருந்ததால் சமுதாயத்தில்

மதிப்புப் பெறவில்லை. திருமணம் என்ற அமைப்பில் கணவன் மனைவியாக வாழும் வாழ்க்கைக்கே சமூக ஏற்பும், மதிப்பும் இருந்தபோதும் அந்த அமைப்பின் வெளியே வந்து இத்தகைய பெண்களிடம் இன்பம் காண்பது சமூகத்தில் பல நிலைகளிலும் காணப்பட்டது. இத்தகைய பெண்கள், திருமண அமைப்பினின்றும் வெளியேறாது கற்புடன் வாழ்ந்த மகளிருடைய மன அமைதியையும் இன்பத்தையும் குலைப்பவர்களாகவே இருந்திருக்கின்றனர். இது சங்ககால முதற்கொண்டே வழக்கில் இருந்திருக்கின்றது.

முன்னர் கூறியது போல் பெரும்பாலும் செல்வச் செழிப்புடைய ஆடவர்களிடையேதான் இந்த வழக்கம் பெரிதும் காணப்பட்டது. பரத்தையர்கள் கணவனுக்கும் மனைவிக்குமிடையே பூசலுண்டாக்கு பவர்களாகவே வாழ்ந்தனர். பரத்தையிடம் சென்று வந்த கணவனை வீட்டிற்குள் வர இசைவளிக்க மனைவி மறுப்பதாக வரும் பாடல்கள் சங்கப் பாடல்களில் அதிகமாகவே காணப்படுகின்றன. பரத்தையிடம் சென்ற கணவனை மீண்டும் சேர்க்கும்படி பெண்ணிடம் கூறிய தோழிக்கு அவள் கூறும் கீழ்வரும் கூற்றைக் கொண்ட குறுந்தொகைப் பாடல் ஒரு மனைவியின் உள்ளத் துயரத்தை நன்குணர்த்துகிறது.

நன்னலம் தொலைய நலம்மிகச் சாஅய்
இன்னுயிர் சுழியினும் உரைய லவர் நமக்கு
அன்னையும் அத்தனும் அல்லரோ
புலவியஃஃ தெவனோ அன்பிலங் கடையே[41]

‘எனது பெண்மையாகிய நல்ல நலம் கெட்டு விட்டது. உடல் அழகு போய் விட்டது. இவை எல்லாவற்றிலும் மேலான என்னுடைய உயிர் போய் விட்டால், அவரிடம் போய்ப் பரிவுரை கூறாதே. அவர் எனக்குத் தாயா/தந்தையா? அன்பு இல்லாத இடத்தில் வீண் பிணக்கு எதற்கு?’

இத்தகைய பெண்ணின் துன்பந் தோய்ந்த பாடல்கள் பலவற்றைச் சங்கப் பாடல்கள் கொண்டிருக்கின்றன. மனைவியிடம் பிரிந்து வந்த கணவன், பரத்தையிடம் இன்பம் பெறும் காலத்தில், பரத்தை, அவன் தன்னுடனேயே வாழ்கிறான் என்ற கர்வத்தில் மனைவியைப் புகழ்வதுபோல் ஏளனம் செய்யும் சூழல்களும் எழுவதுண்டு.

கூந்தல் ஆம்பல் முழுநெறி அடைச்சிப்
பெரும்புனல் வந்த இருந்துறை விரும்பி
யாமஃது அயர்கம் சேறும் தான் அஃது
அஞ்சுவது உடையள் ஆயின் வெம்போர்

நுகம்படக் கடக்கும் பல்வேல் எழினி
முனைஆன் பெருநிரை போலக்
கிளையொடுங் காக்கதன் கொழுநன் மார்பே[42]

பரத்தையின் கூற்றாக அமையும் மேல்வரும் குறுந்தொகைப் பாடல் தலைவியைப் பரத்தை ஏளனம் செய்யும் ஒரு நிலையைச் சுட்டி நிற்கிறது. 'நான் தலையில் புறஇதழ் ஒடியாத ஆம்பல் பூவைச் செருகிக் கொண்டு வெள்ளம் பெருகி வரும் ஒரு நீர்த் துறையில் நீர் விளையாடுவதற்காகச் செல்லப் போகின்றேன். தலைவி தனது கணவனது மார்பை என்னிடமிருந்து மீட்டுப் பாதுகாக்க வேண்டுமானால் அவள் தனக்கு நெருங்கியவர்களுடன் அங்கு வந்து போர்க் களத்தில் பகை மன்னரிடம் இருந்த எழினி தனது பசுக் கூட்டங்களை மீட்டு வந்தது போல, தனது கணவனது மார்பை மீட்டுச் செல்லட்டும்.'

இவ்வாறு பரத்தையின் கூற்றாக அமையும் பாடல்கள் வெளிப்படையான சில போராட்டங்களைச் சுட்டுகின்றன. பரத்தைமை தமிழகத்தில் பரவலாக இருந்தபோதும் பரத்தைமைச் செயலை முற்றிலுமாகச் சமுதாயம் ஏற்றுவிடவில்லை. ஒரு கணவன் மனைவியை விட்டுப் பரத்தையிடம் சென்றால் ஊரில் உடனடியாக அலர் எழுந்துவிடும். இந்த அலர் மனைவியையும் எட்டிவிடும். அந்த நேரத்தில் பாணர்கள் பரத்தையரிடம் சென்ற கணவனை மனைவியிடம் சேர்க்க முயல்வர். ஆனால், பல தடவைகளில் மனைவியர் தம் கணவரிடம் பெருங்கோபம் கொள்வதுமுண்டு. இத்தகைய ஒரு நிலையில்தான் ஒரு மனைவி பின்வருமாறு பாடுகிறாள்.

அம்ம வாழி பாண புன்னை
யரும்புமலி கான லிவ்வூ
ரலரா கின்றவ ரருளுமாறே[43]

இங்கு மனைவி பாணனிடம், 'நீ, என் கணவன் என் மீது அருளுடையவர் என்று கூறுகிறாயே. ஆனால், அவருடைய அருள் ஊரில் எழும் அலராக இருக்கிறதே' என ஏளனமாகப் பேசுகிறாள். நேரடியாகத் தம் கோபத்தையும் கணவனின் ஒழுக்கக் கேட்டையும் வெளிப்படுத்த முடியாத நிலையில் மனைவியர் உள்ளுறை, இறைச்சி போன்ற இலக்கிய உத்திகளைக் கையாண்டு தம் கருத்தை வெளிப்படுத்துவதும் உண்டு. நேரடியாகத் தன் துன்பத்தை வெளிப்படுத்த முடியாத நிலை எனினும் கணவன் தன்னை விட்டு இன்னொருத்தியிடம் சென்ற துன்பத்தை வெளிப்படுத்தாமலும் இருக்க முடியவில்லை. இந்த நிலையில்தான் உள்ளுறை, இறைச்சி போன்ற உத்திகளை மனைவியினுடைய துன்பத்தை வெளிப்படுத்தப் புலவர்கள் கையாளுகின்றனர்.

கணவன் பரத்தையரைத் தனது வீட்டிலேயே கொண்டு வந்து அனுபவித்த துன்பத்தை மனைவியொருத்தி பின்வருமாறு கூறுகிறாள்.

....
யாண ரூரநின் மாணிழை மகளிரை
யெம்மனைத் தந்துநீ தழீஇயினு மவர்தம்
புன்மனத் தண்மையோ வரிதே யவரும்
பைந்தொடி மகளிரொடு சிறுவர்ப் பயந்து
நன்றி சான்ற கற்போ
டெம்பா டாத லதனினும் அரிதே[44]

'புது வருவாயினை உடைய ஊரை உடையவனே! நீ சிறந்த அணிகலன்களை அணிந்த பரத்தை மகளிரை எமது வீட்டிற்குக் கூட்டி வந்து அவர்களைத் தழுவியிருந்தாலும் அவர்களுடைய துல்லிய மனதில் உண்மை தோன்றுவது மிக அரிதானதாகும். அத்துடன் பசிய தொடி அணியும் பெண் குழந்தைகளையும் ஆண் குழந்தைகளையும் பெற்றுக் கற்புடன் வாழ்கின்ற எம்முடன் அருகில் நீ இருப்பது அதைவிட அரிதானதாகும்' என்கிறாள்.

இப்பாடலின் வழி இரு பொருட்கள் தெளிவாகின்றன. ஒன்று, கணவன் தனது மனைவி வீட்டில் இருக்கும்போதே பரத்தையரைக் கொண்டுவந்து இன்பம் துய்க்கும் பழக்கம் இருந்திருக்கின்றது. இரண்டு, மனையில் பரத்தையர் இருந்தாலும், குழந்தை பெற்று மனைவியுடன் சமமாக வாழும் தகுதியைச் சமூகம் பரத்தையருக்கு அளிக்கவில்லை.

கணவன் பரத்தையிடம் சென்ற துன்பத்தை மறக்க மனைவி தன் மைந்தனிடம் அன்பைக் காண முயல்வது வழக்கமாக இருந்திருக் கின்றது.[45] எவ்வாறு தன்னை மனைவி ஆற்றிக் கொள்ள முயன்றாலும், அவளால் கணவனைப் பிரிந்த துன்பத்தை ஆற்றவோ, பொறுக்கவோ முடிவதில்லை. அதனால்தான் தன் தோழியின் துன்பத்தை இன்னொரு பெண், சங்கப் பாடல்களில் அடிக்கடி எடுத்துக் காட்டப்படும் நன்னனின் கொடிய செயலிற்கு ஒப்பிடுகின்றாள்.

கணவன் பரத்தையிடம் சென்றுவிட்டு மீண்டும் வீட்டிற்கு வருகிறான். தோழி வாசலில் நின்று அவனிடம் பின்வருமாறு கூறுகிறாள்.

தடந்தாட் டாழைக் குடம்பை நோனாத்
தண்டலை கமழும் வண்டுபடு நாற்றத்
திருள்புரை கூந்தற் பொங்குதுக ளாடி

யுருள்பொறி போல எம்முனை வருத
லணித்தகை யல்லது பிணித்த றேற்றாப்
பெருந்தோட் செல்வத்தி வளினும் மெல்லா
வெற்பெரி தளித்தனை நீயே பொற்புடை
விரியுளைப் பொலிந்த பரியுடை நன்மான்
வேந்தரோ ட்டிய வேந்துவே னன்னன்
கூந்தன் முரற்சியிற் கொடிதே
மறப்பன் மாதோநின் விறற்றகை மையே[46]

'எனது தோழி, புன்னை முதலான பூக்களைச் சூடியதால் வண்டுகள் மொய்க்கும் கூந்தல் தரையில் புரளத் தாழைப் புதரினாலான வீட்டில் என் முன்னாலேயே தன் அழகழிய வருந்தினாள். அதற்குக் காரணமானவன் நீதான். அத்துடன் இப்போது அவளை விட, என்னிடம் நீ அன்பு பாராட்டுகிறாய். உன்னுடைய இச்செயல், பகையரசனையே வென்று அங்கு சிறைப் பிடித்த அரசனின் உரிமை மகளிரினுடைய தலையை மழித்துக் கூந்தலைக் கயிறாகத் திரித்து அந்தக் கயிற்றால் பகையரசன் யானையைப் பிணித்த நன்னனினுடைய செயலைவிடக் கொடியது' என்று மனைவியைச் சேர வந்த கணவனிடம் கூறுகிறாள், தோழி. இந்தப் பாடலின்வழி குலப் பெண்களின் அவல நிலையையும் அதற்குக் காரணமாகப் பரத்தையர் இருப்பதையும், போரில் சிறைப் பிடிக்கப்பட்ட உரிமை மகளிரின் செயலற்ற துன்ப நிலையையும் அறிய முடிகிறது.

மேற்கூறிய செய்திகளின் ஒட்டுமொத்த முடிவாகப் பரத்தைமையால் குலமகளிர் பெருந்துன்பம் அடைந்தனர் என்பதுதான் தெரிய வருகிறது. பரத்தமை மனைவியரினுடைய துன்ப நிலைகளின் வெளிப்பாடுகளால் கண்டிக்கப்பட்டாலும் சங்ககாலத்தை ஒட்டிய பதினென் கீழ்க்கணக்கு நூல்கள் எழுந்த காலத்தில் நேரடியாகக் கண்டிக்கப்பட்டது போல் கண்டிக்கப்படவில்லை. பதினெண் கீழ்க்கணக்கு நூல்கள் எழுந்தகாலத்தில் பொது மகளிரை நாடுவது தவிர்க்கப்பட வேண்டுமென வற்புறுத்தப்பட்டது. அத்துடன் பிறர்மனை நயவாமையும் ஒருங்குசேர வற்புறுத்தப்படடது. பொது மகளிரின் கலை ஆற்றல் இங்கு பெரிதும் குறிப்பிடப்படவில்லை. பொதுமகளிர் பணத்திற்காகவே வாழ்ந்தனர் என்ற எண்ணமும் அவர்கள் தொடர்பு ஆடவருக்கு வேண்டப்படாத ஒன்று என்பதும் அடிக்கடி வற்புறுத்திக் கூறப்பட்டுள்ளது. பரத்தை, பொது மகளிர் என்ற சொற்களுடன் வேசை என்ற சொல்லும் பொதுவாகக் கையாளப்பட்டது. எடுத்துக்காட்டாக,

விளக்கொளியும் வேசையர் நட்பும் ஒன்றே

என்று கூறும் நாலடியார்[47] விளக்கொளி எண்ணெயில்லாத போது அவியும். பொது மகளிர் அன்பும் பொருளற்ற போது அற்றுவிடும் என்கிறார். பணமில்லாதவர்கள் திருமாலைப் போன்ற அழகுடையவர் களாக இருந்தாலும்கூட வேசையர் அவனைக் கைகூப்பி விடை கொடுத்து அனுப்பிவிடுவார்கள் எனவும் நாலடியார் கூறுகிறது.[48] அவர்கள் நம்பத் தக்கவர்களல்ல. அவர்களிடம் பணத்தைத் தொலைத்து நின்றவர்களை அக்காலச் சமுதாயம் எள்ளி நகையாடியது. இவ்வாறு பரத்தையர்கள் ஆடவர்களால் தம் பாலியற் தேவைகளுக்காகப் பயன்படுத்தப்பட்டாலும் சமுதாயத்தால் ஒதுக்கியே வைக்கப்பட்டார்கள். அத்துடன் ஒழுக்கம் கெட்டவர் களாகவும் அவர்கள் கொள்ளப்பட்டார்கள்.

திருவள்ளுவரும் தனது வரைவின் மகளிர்[49] என்ற அதிகாரத்தில் பொது மகளிரையும் அவர்கள் தன்மையையும் விரித்துரைக்கின்றார். பொதுமகளிர் கள், சூது போன்றே தவிர்க்கப்பட வேண்டியவர்கள். பொது மகளிருக்குப் பொருளிற் குறியன்றித் தன்னைச் சார்ந்து வந்தவர்கள் பற்றி எந்தவித எண்ணமும் இருக்காது. அன்பின்றியே அவர்கள் ஆடவரைச் சேர்வது இருட்டறைக்குள் முன்னறியாத ஒரு பிணத்தைத் தழுவுவது போல்வதாகும் என்று கூறுகிறார். சங்கமருவிய கால நூல்கள் பரத்தைமையைச் சமூகத்திலுள்ள ஒரு தீமையான அமைப்பு என்றே கொண்டனர். ஆனால், இந்த அமைப்பை முற்றிலுமாக எந்த நாட்டிலும் அழிக்க முடியவில்லை.

தமிழகத்தில் இவர்களுடைய பரம்பரை, பதவி, சமுதாயத்தில் இவர்களுக்கிருந்த செல்வாக்கு ஆகியவை கொண்டு இவர்கள் இரு பெரும் பிரிவினராகக் கொள்ளப்பட்டனர். இவர்கள் இற்பரத்தையர், சேரிப்பரத்தையர் எனப்பட்டனர்.[50] சேரிப்பரத்தையர், காதற்பரத்தையர், வரைவின் மகளிர் என மேலும் இரு பிரிவினராகக் கொள்ளப்பட்டனர். காதற்பரத்தையர், அவர்களுக்குக் கலைகளில் இருந்த திறன் அடிப்படையில் ஆடற்கூத்தியர், ஆடலங்கணிகையர் என அழைக்கப்பட்டனர்.

இற்பரத்தையர், சமுதாயத்தில் உயர்ந்த நிலை வகித்த மக்களுடனும் குறுநில மன்னர்களுடனும் திருமணம் போன்ற புனித உறவு கொண்டு வாழ்ந்தனர். இவர்கள் காமக் கிழத்தியர் எனவும் அழைக்கப்பட்டு கற்புடைய குலமகளிர் போன்று கொண்டானிடம் அன்பும், உண்மையுமுடையவர்களாக வாழ்ந்தனர். இவர்களைத் தொல்காப்பியர், 'மனை யோள் ஒத்தவர்களாகக்' கொள்வர்.[51] தாம் அன்பு கொண்ட காதலர்களின் மனைவி பெற்ற குழந்தைகளிடம் பற்றும் அன்புமுடையவர்களாக வாழ்ந்தனர்.[52]

சேரிப்பரத்தையரும் உயர்நிலை ஆடவர்களிடமே தொடர்பு கொண்டவர்களாக விளங்கினர். இவர்கள், கலைகளில் வல்லவர் களாக வாழ்ந்தாலும் ஒன்றிற்கு மேற்பட்ட, ஆனால் ஒரு குறிப்பிட்ட எண்ணிக்கையுள்ள, தேர்ந்தெடுக்கப்பட்டுள்ள ஆடவர்களிடம் மட்டுமே தொடர்பு கொண்டிருந்தனர். இவர்கள் தமக்கென ஒரு விலையைத் தம் கலைக்காக, குறிப்பாக நடனத்திற்காக விதிப்பர். இந்த முறையைத்தான் மாதவி சிலப்பதிகாரத்தில் பின்பற்றி, ஆயிரத்தெட்டுப் பொற்கழஞ்சுகளைத் தனது மாலைக்கு விலையாகக் கொண்டாள். தமது நடனத்தின் உயர்ந்த மதிப்பாக மன்னனிடம் தலைக்கோல் என்ற பட்டத்தையும் பெறுவர் இத்தகைய ஆடல்வல்லார்.

மேற்கூறிய இவர்கள் தவிர விலைமகளிர், பொருட்பெண்டிர், பொருட் பொருளார், வரைவின் மகளிர் எனப் பொதுவாக அழைக்கப்படும் பெண்கள், தாம் சேர்பவர்களின் தகுதி பார்க்காது பொருளுக்காக மட்டும் தம் உடலை அளிப்பர். இவர்கள் மாலையில், தம் வீட்டு வாசலிலும், தெரு வீதிகளிலும் நின்று போவோர் வருவோரைத் தம் பக்கம் ஈர்க்க முயல்வர்.[53] அத்துடன் அடைந்தோருக்கு வேண்டிய படி இன்பமும் அளிப்பர்.[54]

இவ்வாறு ஆடவர்களுக்கு ஆடலும், பாடலும் உடலின்பமும் அளித்து மகிழ்வூட்டிய பரத்தையர், தம் இளமை குன்றினால், பயனற்றவர்களாக ஆகி விடுவர். அத்துடன் இவர்கள் சமுதாயத்தில் எத்திறன் இருந்தாலும் ஏனையோர் மதிப்பை எக்காலத்திலும் பெற்றதில்லை. இவர்கள் ஏனையோரால் தமது தேவைகட்காகப் பயன்படுத்திக் கொள்ளப்பட்டார்கள் என்றே கூற வேண்டும். ஆனால், இவர்களிடம் ஏனையோர் பெற்ற தேவை எதுவாக இருந்தாலும், இவர்கள் கலைகளைப் பாதுகாத்து வளர்த்தமையால் தான் இன்று தமிழகத்தில் பல கலைகள் நலியாது வளர்ச்சியுற்றிருக் கின்றன. அத்துடன் காலங்காலமாகப் பாதுகாக்கப்பட்டும் வந்துள்ளன.

7

பெண் துறவு

மனிதனுக்கும் உலகிற்கும் உள்ள தொடர்பு, மனிதன் இறந்த பின்பு அடையும் நிலை, அந்நிலையை அடைய மனிதன் இந்த உலகில் ஆற்ற வேண்டிய செயல்கள் குறித்த வினாக்கள், மனிதன் சிந்திக்கத் தொடங்கிய காலம் முதல் அவன் மனதில் எழுந்துள்ளன. மனிதனை நல்வழிப்படுத்தும் நோக்குடன் எழுந்த பல்வேறு சமயங்களைச் சார்ந்தோரும், மதச் சார்பற்ற ஏனைய சிந்தனையாளர்களும் இத்தகைய வினாக்களுக்கு விடை காண முயன்றுள்ளனர். இத்தகைய முயற்சிகளே பல்வேறு தத்துவங்கள் உலகமெல்லாம் தோன்றக் காரணமாயின.

இந்தியாவில் தொடக்க காலத்தில் தோன்றிய மதங்களான இந்து மதம், சமண மதம், பௌத்த மதம், ஆசீவக மதம் ஆகியன மறு பிறப்புப் பற்றிய எண்ணங்களைக் கொண்டனவாக இருந்தன. பல்வேறு பிறப்புகளிலும், உயிர்கள், தாம் சேர்த்துக் கொண்ட வினைப் பயன்களைத் தம் நற்செயல்களால் உதிர்த்து ஈற்றில் வீடு பேற்றினை அடையும் என ஆசீவகம் தவிர்த்த ஏனைய மதங்கள் எண்ணின. அதனால், உயிர் இவ்வுலகில் செய்யவேண்டிய, செய்யும் செயல்கள் எல்லாம் மறு பிறப்பில் வீடு பேறு அடைவது குறித்தே அமையவேண்டும் என அவர்கள் நம்பினர்.

தமிழின் தொடக்க காலப் பாடல்களான சங்கப் பாடல்களில் மறுபிறப்பு பற்றிய எண்ணங்கள் மிகவும் அரிதாகவே காணப்படுகின்றன. அது

போன்றே வீடுபேறு அடைவதற்காக இப்பிறப்பில் துறவு மேற்கொள்ளவேண்டும் என்ற எண்ணமும் அரிதாகவே உள்ளது. 'துறவு' என்ற சொல், 'ஒன்றை நீத்துச் செல்வதையே' பெரிதும் சுட்டுகின்றது. ஆனால், உலகை நீத்துச் செல்லும் சிறப்புப் பொருளில் துறவு என்ற சொல் கையாளப்பட்டமை சங்கப் பாடல்களில் அருகியே காணப்படுகின்றது. உலக நிலையாமையைச் சுட்டிப் பாடும் பெருங் காஞ்சிப் பாடல்கள் கூட[1] இவ்வுயிர் உலகை விட்டுப் போவதற்கு முன் வசை நீக்கி இசை தரும் செயல்களைச் செய்யும்படிதான் கூறிச் செல்கின்றன. அதாவது போரின் கொடுமையைப் பார்த்துப் பொருளின் நிலையாமை பற்றிப் பாடப்பட்ட காஞ்சித் திணைப் பாடல்கள் உண்டெனினும், அவை உலகைத் துறந்து மெய்யறிவு தேடச் செல் என அறிவுறுத்தவில்லை. ஆனால், இவற்றில் சில பாடல்கள் மட்டும் போரில் உயிர் துறந்து செல்வோர் மறு உலகில் உயர்ந்தோர் நாடுஏகுவது பற்றிக் கூறுகின்றன. இங்கும் துறவு பற்றிச் சிறப்பித்துக் கூறப்படவில்லை. இந்தப் பிறப்பில் ஒருவன் நினைத்ததைச் சாதிக்க முடியவில்லையெனில், அடுத்த பிறப்பில் அவன் பெறக்கூடிய விளைவுகள் பற்றிய செய்திகள் ஆங்காங்கே காணப்படுகின்றன. புறநானூற்றுப் பாடல் ஒன்றில், மன்னன் ஒருவன் தான் போரில் வெற்றி பெறாது விட்டால், மறுபிறப்பில் தனது குடியில் பிறவாது வேறு குடியில் பிறக்கக் கடவதாக என வஞ்சினங் கூறுகின்றான்.[2] அத்துடன் தாம் விரும்பும் ஒருவரை மறு பிறப்பில் எய்த வேண்டும் என்ற விருப்புடன் பாடப்படும் பாடல்களும் காணக் கிடைக்கின்றன.[3] தவ வேடம் பூண்ட ஒருவரைப் பற்றிய ஒரே ஒரு பாடல் சங்கப் பாடல்களில் பின்வருமாறு அமைகிறது.

ஓவத் தன்ன விடனுடை வரைப்பிற்
பாவை யன்ன குறுந்தொடி மகளிர்
இழைநிலை நெகிழ்த்த மள்ளற் கண்டிகும்
கழைக்க ணெடுவரை யருவி யாடிக்
கான யானை தந்த விறகிற்
கடுந்தெறற் செந்தீ வேட்டுப்
புறந்தாழ் புரிசடை புலர்த்து வோனே[4]

இப்பாடலில் மட்டும் இல்வாழ்க்கையை விட்டுத் துறவு மேற்கொண்ட தன்மை புலனாகின்றது. எனினும் பெண் துறவு பூண்டது குறித்து சங்கப் பாடல்கள் எதுவும் பேசவில்லை. ஆண் துறவு பற்றிக் கூட விரிந்த அளவில் பேசப்படவில்லை.

பொதுவில் துறவு என்ற நிலை மெய்யறிவு தேடி நிற்பதையே குறிக்கிறது. இவ்வாறு மெய்யறிவு தேடுவதற்காகத் துறவை மேற்கொள்வது வாழ்வின் இன்பத்தைத் துய்க்காது, அதனின்றும்

விலகிச் செல்ல வேண்டுமென்ற மனப்பான்மை மனிதனிடம் மேலோங்குவதால் ஏற்படுகிறது என மேனாட்டு அறிஞர்கள் சிலர் கருதுவர். ஆனால், இந்த எண்ணத்தினை ஆய்ந்த கற்றறிந்த இந்தியச் சான்றோர், துறவு என்பது உலக நிலையாமையை உணர்த்தி, பிறவிக் கடல் நீத்து உண்மை நிலையை அடைய உதவுகிறது என்பர்.[5] ‘மனித வாழ்வு புல் நுனியில் தொங்கிக் கொண்டிருக்கும் பனித் துளி போன்றது’ என்பது போன்ற சங்கப் பாடல் உவமைகள், மனித நிலையாமையை உணர்த்தப் பயன்பட்டன.

துறவு பற்றிய எண்ணம் தமிழ் மக்களிடையே எப்பொழுது வலுப் பெற்றது? குறிப்பாகப் பெண் துறவு தமிழக மக்களிடை எப்பொழுது இடம்பெற்றது? வட இந்தியாவில் இந்து மதம் போலவே, சைன, பௌத்த மதங்களும் துறவை வற்புறுத்தின. சமண மதம், பௌத்த மதமும், ஆசீவகமும் மெய்யறிவினால் வீடுபேறு அடையத் துறவறத்தைத் துணை கொண்டன. சமண, பௌத்த மதங்களின்படி இல்லறம் என்ற நிலை, துறவறத்தால் மெய்யறிவு பெற்று வீடு பேறு பெறுவதற்காக மேற்கொள்ளப்படும் பயணத்தின் முதல் நிலை எனக் கொள்ளப்படுகிறது. அதனால் இல்லற நிலை இன்றியமையாத தன்மை பெறுகிறது. உயிர் தூய்மையானது. ஆனால், அந்த உயிர் ஆற்றும் செயல்கள் உயிரை மாசுபடுத்தி உலகப் பிணிப்புகளுள் அழுந்தச் செய்கின்றன. கோபம், பொறாமை, ஆசை போன்ற தீக்குணங்கள், உயிரின் இயல்பான தன்மை குன்றக் காரணமாகின்றன. இத்தீக்குணங்கள், மனிதனுக்கு வினை எனப்படும், ‘கர்ம ஈட்டத்தைக்’ கொண்டு வருகின்றன. அதனால்தான் மனித வாழ்வின் பல்வேறு நிலைகளிலும், பல்வேறு வகை வினைகளை அழித்து ஒழிக்கத் தவத்தின் துணை வேண்டப்படுகிறது. சமணர்களுக்குக் கடுந்தவம் துறவின் ஒரு இன்றியமையாத பண்பாக இருக்கிறது. இவர்கள் போலவே இந்துக்களும் வீடுபேறடைய தவத்தை ஒரு நிலையாகக் கொண்டனர்.

இத்தகைய தவம், வீடுபேறு என்ற எண்ணங்களுக்கு முதன்மை கொடுத்த மதத்தினரான சமணர், பௌத்தர், ஆசீவகர்கள் போன்றோர் தமிழ் நாட்டிற்குச் சங்க காலத்தை அடுத்த காலப் பகுதியான பதினெண் கீழ்க்கணக்கு நூல்கள் காலத்தில்தான் பெருமளவில் வந்தனர். இக்காலப் பகுதியில் எழுந்த அறம் கூறும் நூல்கள் துறவு, தவம் போன்ற எண்ணங்களை வற்புறுத்துகின்றன. நாலடியார்,[6] திருக்குறள்[7] என்ற இரு நூல்களும் துறவு என்ற தலைப்புடைய இயல்களையே கொண்டு விளங்குகின்றன. ஏலாதி,[8] சிறுபஞ்சமூலம்[9] ஆகிய நூல்கள் துறவு பற்றிய பாடல்களைக் கொண்டு விளங்குகின்றன. ஆயினும் இந்நூல்களில் பெண் துறவு குறித்துச் சிறப்புப் பாடல்கள் எதுவும் காண முடியவில்லை. பெண்கள் இல்லற வாழ்வில் மட்டும்

ஈடுபடத் தகுதியுடையவர்களாகவே முதலில் கொள்ளப்பட்டனர். இந்நிலையைத் தமிழ்நாட்டில் மாற்றியவர்கள் சமணர்களும், பௌத்தர்களும் ஆவர். சமண மதம், அது தோன்றிய காலம் முதலாகப் பெண்களும் துறவு பூணலாம் என்ற தகுதியைப் பெண்களுக்களித்தது. முதல் தீர்த்தங்கரராகக் கொள்ளப்படும் இடப தேவருடன் (Rsabhadeva) 84,000 ஆண் துறவிகளும், 30,000 பெண் துறவுகளும் வாழ்ந்ததாகத் தெரிய வருகிறது.[10]

பெண்கள் துறவு பூணும் தகைமையைச் சமண மதத்தில் பெற்றிருந்தாலும் அவர்கள் வீடுபேறு எய்துவது குறித்து இரு வேறுபட்ட கருத்துக்கள் அவர்களிடையே நிலவுகின்றன. சமண சமயத்தில் திகம்பரர், சுவேதாம்பரர் என்ற இரு பிரிவினர் உள்ளனர். திகம்பரர், திசையையே ஆடையாகக் கொண்டவர். (Skt. Dig ambara) சுவோதம்பரர் (Skt. Sveta + ambara) வெள்ளை ஆடையை உடையாகக் கொண்டவர். இவர்கள் இருவரும் பெண் துறவு குறித்து இரு வேறு கருத்துக்கள் கொண்டுள்ளனர். திகம்பரர்கள் ஆணித்தரமாகப் பெண் வீடு பேற்றைப் பெண்ணாக இருந்து அடையமுடியாது என்ற கொள்கையை உடையவர்கள். ஆனால், சுவேதாம்பரர்கள் இதை மறுப்பர். ஆண்களுக்கு மட்டுமே வீடுபேறு உரியது என்ற எண்ணம் இவர்களுக்கு ஏற்புடையதல்ல. பெண்களும் வீடுபேறு அடையலாம் என இவர்கள் நம்பினர்.

திகம்பரர் கொள்கைப்படி வீடுபேறு அடைவதற்கு ஆடையற்ற நிலை (nagnabhāva) இன்றியமையாதது. வீடுபேறு அடைவதற்கு எல்லாவிதமான பற்றுக்களையும் துறப்பது போலவே ஆடையையும் நீக்க வேண்டுமென எண்ணினர். திகம்பர சமண ஆசிரியரான குந்தகுந்தர்[11] (கி.பி. 2ம் நூற்றாண்டு) துறவின் உண்மை நிலையை (Pravrajya) விளக்கும் போது, ‘ஒரு சமணத் துறவி உள்ளே இருக்கும் பற்றுக்களைத் துறப்பது போலவே வெளிப் பற்றையும் துறந்து ஆடையற்ற நிலையைக் கடைப்பிடிக்க வேண்டும்’ என வற்புறுத்துகிறார். அதே நேரத்தில் திகம்பர சமணர் பெண்களுக்கு ஆடையற்ற நிலையை வற்புறுத்தவில்லை. பெண்கள் ஆடையற்ற நிலையை அடையக் கூடாது என்பதுவே அவர்களுடைய கொள்கை. அதாவது ஆடையற்ற நிலையைப் பெண்கள் அடைய முடியாத தன்மை வற்புறுத்தப்பட்டதால் அவர்கள் வீடுபேற்றையும் அடைய முடியாது என நம்பினர். பொதுவில் திகம்பர சமண ஆண் துறவிகள் தம்முடைய உடைமைகளாக மயிற்பீலியும், ஒரு கமண்டலமும்தான் வைத்திருக்க அனுமதிக்கப்பட்டனர். கமண்டலத்திலுள்ள நீரை உடற்கழிவுகளை வெளியேற்றியதன் பின்னர் தம்மைத் தூய்மைப்படுத்திக் கொள்வதற்காக மட்டுமே பயன்படுத்திக் கொள்ளலாம். மயிற் பீலியைத் தாம் செல்லு

மிடங்களில் உயிர்கள் காலில் மிதிபட்டு இறந்துவிடக் கூடாது என்பதற்காக வழியைத் தூய்மைப்படுத்தப் பயன்படுத்துவர்.

சுவேதாம்பரர் ஆடையணிந்திருப்பதால் அவர்கள் உண்மையான துறவிகள் அல்ல என திகம்பரர் எண்ணுவர். அவர்களை இல்லறத்திலுள்ள பிரம்மச்சாரிகள் போலவே எண்ணினர். அதே போல், துறவு பூண்ட பெண்கள் ஆர்யிகை, சாத்வீ (Aryika, sādhvi) என்ற பெயர்களால் அழைக்கப்பட்டு உயர்நிலையடைந்த இல்லறப் பெண்கள் (utkṛṣta saravikā) போலவே கொள்ளப்பட்டனர். ஆனால், சுவேதாம்பரரோ, துறவு பூண்ட ஆண்களைப் போலவே, துறவு பூண்ட பெண்களையும் மதித்தனர். சுவேதாம்பரர், பெண்களும் ஆண்களைப் போலவே துறவு பூண்டு வீடுபேறு எய்தலாம் எனக் கூறுவதுடன், வீடுபேறு உடலின் தன்மைகளால் அன்றி ஆன்மீக வளர்ச்சியால் மட்டுமே எய்தத் தக்கது என வலியுறுத்துவர். பெண்கள் துறவு பூண்டாலும் வீடுபேறு எய்த முடியாது என்ற திகம்பரர்களுடைய எண்ணத்தை முதன்முதலாக எதிர்த்தவர்கள், சமணப் பிரிவுகளுள் ஒரு பிரிவினரான யாப்பனீயர் (Yāpanīya). இவர்கள் சமணப் பிரிவாக கி.பி. இரண்டாம் நூற்றாண்டளவில் தோற்றம் பெற்று கி.பி. பன்னிரண்டாம் நூற்றாண்டளவில் மறைந்துவிட்டனர்.[12] இந்தப் பிரிவினரைச் சார்ந்த சாக்கடாயனர் (Sakaṭāyana கி.பி. 9ம் நூற்றாண்டு) என்ற முனிவர் 'ஸ்திரீ நிர்வாணப் பிரகரணம்' (Strīnirvāṇaprakaraṇam) என்ற நூலினை எழுதினார். இவர், தான் எழுதிய நூலுக்குத் தானே 'ஸ்வோபக்ஞா விருத்தி' (Svopajñāvritti) என்ற உரையை எழுதிப் பெண்களுக்கு வீடுபேறு எய்தும் தகைமை உண்டு என்பதை நிலைநாட்டினார்.

ஆனால், திகம்பரரோ இந்த எண்ணங்களை ஏற்றுக் கொள்ளவில்லை. ஆடையற்ற நிலையை எய்திய போது தான் ஒரு துறவி, வீடுபேறு எய்தமுடியும் என்று கூறுவதுடன், ஆடை உடலில் இருந்தால் இன்னும் காம உணர்வு மனத்தில் எஞ்சியிருக்கிறது என்பதைச் சுட்டும் எனவும் கூறுவர்.[13] பெண்கள் ஆடை அணியவேண்டும் என இவர்கள் வற்புறுத்துவதற்குரிய காரணம், பெண்கள் உடம்பின் சில பகுதிகளில் நுண்ணுயிர்கள் பெருமளவில் வளர்கின்றன என்பதனாலாகும். இதனாலேயே பெண்கள் வீடுபேறு அடைய முடியாது என திகம்பரர் நம்பினார்.

இந்தக் கருத்துக்கள் சுவேதாம்பரர் தமது நூலாகக் கொள்ளும் 'துவாதசாங்க சூத்திரத்திலோ' (Dvādasāṅga sutra), திகம்பரர்கள் நூலான 'சத்கண்டாகம சூத்திரத்திலோ' (Satkaṇḍāgama sūtra) காணப்படவில்லை. இந்தக் கருத்துக்களைக் குந்தகுந்தரின் பிராகிருத நூலான 'சுத்தபாகுட' (Suttapāhuḍa) என்ற நூலில்தான்

முதன்முதலாகக் காண முடிகிறது. குந்தகுந்தர் பெண் துறவு குறித்துப் பேசும் பகுதியில் கூறும் பின்வரும் பகுதி இங்கு குறிப்பிடத் தக்கது.

'...ஒரு சமணப் பெண் துறவி 'ஆர்யை' (Āryā) என அழைக்கப் படுவாள். அவள் ஒரு துண்டாலான ஆடையையே அணிந்திருப்பாள். (புதிதாகச் சேர்ந்த பெண் துறவி இரண்டு துண்டுகளாலான உடையை அணிவாள். உண்ணும்போது மட்டும் ஒரு துண்டு உடுத்தியிருப்பாள்). ஒரு நாளைக்கு ஒரு தடவை மட்டுமே அவள் உணவு உண்பாள். ஜினருடைய அறிவுரைகளின்படி ஒருவர் ஆடையணிந்திருந்தால் வீடுபேற்றை அடைய முடியாது. ஆடையின்மையே வீடுபேற்றிற்கு வழி வகுக்கும். ஏனைய வழிகள் ஏற்ற வழிகள் அல்ல.

பெண்ணினுடைய பிறப்புறுப்புகள், தொப்புள், அக்குள், மார்புகளுக்கு இடைப் பகுதிகள் போன்ற உடலின் பாகங்கள் நுண் உயிர்கள் பெருகுவதற்குரிய இடங்களாக இருக்கின்றன. இத்தகைய நிலையில் துறவறம் பூணும் சடங்காற்ற எவ்வாறு முடியும்? (ஏனெனில் அவர்களால் இயல்பாகவே கொல்லாமையைக் கடைப்பிடிக்க முடியாது).

பெண்கள் மனம் தூய்மையானதல்ல, இயற்கையாகவே அவர்கள் மனதால் உறுதியற்றவர்கள். ஒவ்வொரு மாதமும் அவர்களுக்கு மாதவிடாய் ஏற்படுகிறது. இந்த நிலையில் அவர்களால் அச்சமின்றித் தியானம் செய்ய முடியாது.'[14] இது போன்ற நம்பிக்கைகள் திகம்பர சமணர்களிடையே பெண் துறவுக்கு எதிராக இருந்தன.

பெண் துறவு குறித்து இத்தகைய எண்ணங்கள் கொண்ட திகம்பரர்கள்தான் தமிழ்நாட்டில் தொடக்க காலத்தில் பெருமளவு உள்நுழைந்தனர். தமிழ்நாட்டில் பெண் துறவிகளின் வாழ்க்கை நெறிமுறைகள் பற்றிய செய்திகள் குறித்து அறிவதற்குச் சான்றுகள் போதிய அளவு கிட்டவில்லை. எனினும், சிலப்பதிகாரத்தில் கவுந்தியடிகள் பற்றி வரும் செய்திகள் ஓரளவு பெண் துறவிகள் வாழ்க்கை முறை பற்றி அறிய உதவுகின்றன.

கவுந்தியடிகள் ஒரு சமணத் துறவியாக இருந்திருக்கிறார் எனக் கொள்ள முடிந்தாலும், இவர் பெண் துறவிகள் சங்கத்தில் வாழ்ந்ததாகத் தெரியவில்லை. சமணத் துறவிகளின் விதிமுறைகளான, கொல்லாமை, உண்மை பேசுதல், திருடாமை, பிரமச்சரியம், பிறர் பொருள் கொள்ளாமை ஆகிய விரதங்களை இவர் கடைப்பிடித்து வாழ்ந்துள்ளார். கவுந்தியடிகள் கோவலனும், கண்ணகியும் மதுரை செல்லும்போது கண்ணகியுடன் துணையாகச் செல்கிறார்.

இப்பயணத்தில் அவர் துறவிகளுக்குரிய விதிமுறைகளைக் கடைப்பிடித்திருப்பது நோக்கத்தக்கது.

சமணத் துறவிகள் ஓரிடத்திலிருந்து இன்னோரிடம் செல்லும் போது தாம் மத போதனைகள் செய்யும் நேரம் தவிர ஏனைய நேரங்களில் வாய் பேசாது செல்வர். அத்துடன் வழியில் உயிர்களைக் கொல்லாதிருப்பதற்காக மயிற்பீலியை எடுத்துச் சென்று, வழியைத் தூய்மைப்படுத்திக் கொண்டு செல்வர். கவுந்தியடிகள் கூடத் துறவிகள் தம்முடன்கூட எடுத்துச் செல்லும் கமண்டலத்தையும் மயிற்பீலியையும் எடுத்துச் சென்றார் என்பதைப் பின்வரும் சிலப்பதிகார அடிகளிலிருந்து அறிய முடிகிறது.

....
தோமறு கடிஞையுஞ் சுவன்மே லறுவையுங்
காவுந்தி யையைகைப் பீலியுங் கொண்டு
...............................[15]

சமணத் துறவிகள் தாம் உண்ணும் உணவு எதுவாயினும் அது தூய்மையாக இருக்கிறதா என்பதை உறுதி செய்து கொண்டுதான் உண்பர். அதே போல உறைந்த பால், தயிர், வெண்ணெய், நெய், தேன், மது, மாமிசம் முதலியவற்றைச் சமணத் துறவிகள் உண்ணக் கூடாது. இவ்விதிகளைக் கவுந்தியடிகள் கடைப்பிடித்துள்ளமையைப் போகும் வழியில் கரும்பிலுள்ள பெருந்தேனடைகளிலிருந்து தேன் வீழ்ந்த பொய்கை நீரை உண்ணக் கூடாது எனக் கூறுவதிலிருந்து தெரிய வருகிறது.

....
கரும்பிற் றொடுத்த பெருந்தேன் சிதைந்து
கரும்புசூழ் பொய்கைத் தூநீர் கலக்கு
மடங்கா வேட்கையி னறிவஞு ரெய்திக்
குடங்கையி னொண்டு கொள்ளவுங் கூடும்
...............................[16]

என்ற சிலப்பதிகார அடிகள் இதை விளக்குகின்றன.

வழியில் போகும்போது உயிர்களைக் கொல்லாது செல்ல வேண்டும். அதுவும் சிறு பிராணிகளான வண்டு அலவன், நண்டு போன்றவைகள் வழி நடந்த களைப்பால், அறியாதுகூட மிதிக்கத் தக்கவை அல்ல எனக் கவுந்தியடிகள் கூறுவதிலிருந்து, கொலையினால் வரும் பாவத்தை எந்த நிலையிலும் தவிர்க்க வேண்டுமென்று வற்புறுத்துவது தெரிய வருகின்றது.

சமணத் துறவிகள் ஒரு நாளுக்குத் தாம் நடக்கும் எல்லையை ஒரு குறிப்பிட்ட அளவிற்குள் நிர்ணயித்துக் கொள்வர். அந்த எல்லைக்கு மேல் எந்தக் காரணம் கொண்டும் செல்ல மாட்டார்கள். இந்தக் கட்டுப்பாட்டைக் கவுந்தியடிகளும் கடைப்பிடித்திருக்கிறார் என்பதை,

> ....
> காவத மல்லது கடவா ராகிப்
> பன்னாட் டங்கிச் சென்னா ளொருநாள்
> ....[17]

என்ற சிலப்பதிகார அடிகள் புலப்படுத்துகின்றன. அத்துடன் எதிர்வந்த சாரணரைக் கவுந்தி வணங்குவதும், அருகன் புகழ் பாடுவதும், ஒரு உண்மையான சமணத் துறவியின் பண்புகளைக் எடுத்துக் காட்டுகின்றன. தனது தவ வலிமையால் கண்ணகியையும் கோவலனையும் எள்ளி நகையாடியவர்களை நரியாக மாறும்படி சபிக்க முடிகிறது. இவ்வாறு சபித்ததுடன், சாபத்தினின்றும் விடுதலை பெறுவதற்கும் அவரே வழி கூறுகிறார் என்பதைப் பின்வரும் அடிகள் சுட்டுகின்றன.

> ....
> தீ மொழி கேட்டுச் செவியகம் புதைத்துக்
> காதலன் முனனர்க் கண்ணகி நடுங்க
> வெள்ளுநர் போலுமிவ ரென்பூங் கோதையை
> முள்ளுடைக் காட்டின் முதுநரி யாகெனக்
> கவுந்தி யிட்டது தவந்தரு சாபங்
> ....
>
> ....
> பன்னிரு மதியம் படர்நோ யுழந்தபின்
> முன்னை யுருவம் பெறுகவீங் கிவரெனச்
> சாபவிடை செய்து தவப்பெருஞ் சிறப்பிற்
> கவுந்தி யையையுந்.....................[18]

மேற்கூறிய அடிகளிலிருந்து கவுந்தியடிகள் பெண் துறவியாக இருப்பினும் தம் தவ வலிமையால் தீமை இழைத்தோரைச் சபிக்கும் வல்லமையும் பெற்றிருந்தார் என்பது புலப்படுகிறது. கோவலன் கொலையுண்டிறந்தது கேட்ட கவுந்தியடிகள் உண்ணா நோன்பு பூண்டு உயிர் துறக்கின்றார்.[19] சமணத் துறவிகள் வீடுபேறு கருதித் தாமே உயிரை நீத்துக் கொள்ளும் வழக்கம் உண்டு. இவ்விதம் உயிர் நீத்துக் கொள்வதற்கு முன்னர் அவர்களுடைய குருவிடம் இசைவு பெற்றுக் கொள்ள வேண்டும். இவ்வாறு உயிர் துறப்பதைச் ‘சல்லேகனம்’ என்பர். கவுந்தியடிகள்கூடச் சல்லேகன முறையில்தான் உயிர் துறந்தார் எனக் கூறலாம்.

கவுந்தியடிகள் தவிர வேறு சமணப் பெண் துறவிகள் இக்காலப் பகுதியில் இருந்ததற்குச் செய்திகள் கிடைக்கவில்லை.

சமணர்கள் போலவே பௌத்தர்களும், தமிழ் நாட்டிற்குள் மிகப் பழைய காலத்திலேயே உள்நுழைந்துவிட்டனர். சமண மதம் போல, பௌத்த மதத்தில் தொடக்க காலத்தில் பெண்களுக்குத் துறவு ஏற்கும் தகைமை வழங்கப்படவில்லை. புத்தரே பெண் துறவிற்கு முதலில் இசையவில்லை. அவர் சீடரான ஆனந்தர் பெண்கள் துறவு பூணுவதற்கு இசைவு கேட்டபோது முதலில் அவர் மறுத்தார்.

மகாபஜாபதி (மகாபிரஜாபதி) கோதமி என்ற புத்தரின் சிற்றன்னை துறவு பூணுவதற்குப் புத்தரை வேண்டினாள். ஆனால், அவர் அதற்கு ஒப்புதல் அளிக்கவில்லை. கோதமி துன்புற்றவளாய்த் திரும்பி விட்டாள். ஆனால், புத்தர் வைசாலி நகரில் மகா வனத்தில் இருந்தபோது, கோதமி தனது தலையை மழித்துக், காவி தரித்து சாக்கிய வமிசத்து பெண்கள் சிலருடன், நீண்ட வழி நடந்து புத்தர் இருக்கும் மகா வனத்தை அடைந்தாள். நடந்து வீங்கிய கால்களுடன் மாசு படிந்த உடலினளாய்க் கண்ணீர் சொரிய புத்தர் இருந்த இடத்தின் வாசலில் நின்றாள். இதைக் கண்ட ஆனந்தர், புத்தரை பெண்கள் துறவு பூண அனுமதிக்கும்படி மீண்டும் வேண்டினார்.

பலமுறை வேண்டிய பின்னர் இறுதியில் கோதமிக்கு எட்டு சீலங்களையும் அறிந்து பின் துறவு பூண அனுமதியளித்தார். எனினும் அவர் முழுமையான விருப்புடன் பெண் துறவுக்கு இசைவு அளிக்கவில்லை என்பதை ஆனந்தருக்கு அவர் கூறிய பின்வரும் கூற்று எடுத்துக் காட்டுகிறது.

‘ஆனந்தரே, பெண்கள் இல்லற வாழ்வை விட்டுத் ததாகதர் (புத்தர்) விதித்த விதிமுறைகள், ஒழுக்கங்களுக்கேற்ப வீடற்ற (anagārya) நிலையை எய்த வேண்டுமென்பதற்கு இசைவு பெற்றிருக்கா விட்டால், இந்த மதம் பல காலம் நிலைபெற்றிருக்கும். இந்த நல்ல விதிகளும் ஆயிரம் ஆண்டுகளுக்கு உறுதியாக நிலை பெற்றிருந்திருக்கும். ஆனால், இப்போது பெண்கள் துறவு பூணுவதற்கு இசைவு பெற்று விட்டமையினால், இந்தத் தூய்மையான மதம் நீண்ட நாள் நிலைத்திருக்காது. இந்த மதம் ஐந்நூறு ஆண்டுகள்தான் உறுதியாக நிலை பெற்றிருக்கும்...’[20]

மேற்கூறிய புத்தரின் கூற்று, பெண்கள் துறவு பூணுவதற்கு முழுமையான விருப்புடன் கூறப்பட்ட கூற்று அல்ல. எனினும், பிற்பட்ட காலத்தில் பௌத்த மதத்தில் பெண் துறவு பெரிதும் வழக்கிலிருந்திருக்கின்றது என்றே கூறவேண்டும்.

தமிழ்நாட்டில் பௌத்த பெண் துறவிகள் பற்றிய செய்திகளைப் பெருமளவில் காண முடியவில்லை. தொடக்க காலம் முதல் ஆறாம் நூற்றாண்டு வரையுள்ள காலப் பகுதியில் பௌத்தப் பெண் துறவியாக மணிமேகலை நூலில் உள்ள மணிமேகலை என்ற பெண் கதை மாந்தரையும், அவள் தாய் மாதவியையுமே காணமுடிகிறது. கோவலனுக்கும் நடன மாதான மாதவிக்கும் பிறந்த பெண்ணாகிய மணிமேகலை, கோவலன் கொலையுண்ட பின், அத்துயரத்தால் துறவு மேற்கொள்ள முனைகிறாள். அவள் தாய் மாதவியும் பௌத்தத் துறவிகள் வாழுமிடத்திற்கு செல்கின்றாள். மாதவி அறவண அடிகளிடம் நால்வகை வாய்மையையும் பஞ்ச சீலத்தையும் கேட்டுத் தவ வழியிற் செல்கின்றாள். அவளது மகளான மணிமேகலையையும், குலத் தொழிலான ஆடற்றொழிலை விட்டுத் துறவு வழிச் செல்ல வழி காட்டுகிறாள்.

தொடக்க நிலையில் பௌத்தத்தில் துறவு பூண்ட பெண்கள் பலர் துறவினை மேற்கொள்ளுவதற்கு முற்பட்ட காலத்தில் பரத்தைமைத் தொழிலிலும் ஆடற்கலையிலும் தம்மை ஈடுபடுத்தியிருந்தனர். சமூகத்தில் குலமகளிருக்கு அளிக்கப்பட்ட மதிப்பு இவர்களுக்குக் கிட்டவில்லை. அம்பபாலி என்ற கணிகை, புத்தருக்கு உணவு அளித்து அவரிடம் அறம் கேட்டுத் தன் சொத்துக்கள் அனைத்தையும் பௌத்த சங்கத்திற்கு அளித்துத் துறவை மேற்கொண்டமையைப் பௌத்த நூல்கள் கூறுகின்றன. குலத் தொழிலாகிய பரத்தைமையை மேற்கொள்ள விரும்பாத எத்தனையோ பெண்களுக்கு ஏற்கெனவே அவர்கள் வாழ்ந்து கொண்டிருந்த சமுதாயம் விடுதலை அளிக்க மறுத்தது. தம் தொழிலை விரும்பாத போதும் அக்குழுவினின்றும் விடுபட முடியாது நொந்து மாய்ந்தவர்கள் பலர்.

ஆனால், இவர்களுக்கு எல்லாம் பௌத்த மதம் துறவென்ற நிலையைக் காட்டி, வழிகாட்டியது. துறவில் சமூக விடுதலை பெற்று மகிழ்ந்த பெண்கள் பலர் வடநாட்டிற் போலவே தமிழ்நாட்டிலும், பரத்தைமைத் தொழிலையும் ஆடல் தொழிலையும் விட்டு விடுதலை பெறப் பௌத்த மதத் துறவு நிலை பெரிதும் துணையாயிற்று. மாதவியும், மணிமேகலையும் இச்சமூக மாற்றத்தின் பிரதிபலிப்புகள் எனலாம்.

பாளி மொழியிலுள்ள தேரி காதை என்ற நூலில் பெண்கள் தம் பல்வேறு வகைத் துன்ப நிலைகளினின்றும் விடுபட்டுத் துறவு பூண்டமையை, அவர்களின் சொந்த அனுபவங்களைக் கூறும் பாடல்கள் எடுத்துக் காட்டுகின்றன. இப்பெண்கள் வீடற்றவர்களாகத் (an-agārya-homeless) துறவு பூணுவதற்குப் பல்வேறு காரணிகள் தூண்டுதல்களாக அமைந்தன. புத்தரினதோ, அன்றேல் அவரது

சீடர்களதோ போதனைகளைக் கேட்டு அவற்றின் மேல் மனம் பதிந்து துறவு பூண்டனர் சிலர். உலகத் துன்பங்களினின்றும் விடுபட்டு, நிலையற்ற இல்வாழ்க்கையை நீத்து சங்கிலி போல் வரும் பிறவிகளின் பிணிப்புகளிலிருந்து விடுபடுவதற்காகத் துறவை மேற்கொண்டனர் சிலர். சமூகத் துன்பங்களினின்று விடுபடவும், தமக்குள்ளே உள்ள வேதனைகளினின்று வெளிவரவும், இல்லத்திலும், தம்மைச் சூழ்ந்தவர்களிடமிருந்தும் தொடர்புகளை முறித்துக் கொண்டு வெளியேறுவதற்காகவும், துறவை வேண்டினர் சிலர். துயரத்தில் மூழ்கிய தாய், குழந்தையற்ற விதவை, பணமிருந்தும் மனத் திருப்தியில்லாத மனைவி, ஏழ்மையில் வாடும் மனைவி, தான் விரும்பாத ஆடவனை மணக்க வேண்டுமெனப் பெற்றோர் வற்புறுத்த அதனால் வேதனைப்படும் இளம் பெண் போன்ற பலருக்கும் துறவு விடுதலையை அளித்தது.

இவர்களைப் போன்ற ஒருத்தியாகத்தான் மணிமேகலையும் விளங்குகிறாள். அவள், தன் மன உளைச்சல்கள், குடும்பத்தில் ஏற்பட்ட விபத்துகள், சமுதாயத்தில் அவள் எதிர்கொண்ட ஏளனங்கள் எல்லாவற்றையும் ஆழ்ந்து நோக்கித் துறவியாக மாற நினைக்கிறாள். மாதவி தன் இளமைக் காலத்தில், அதாவது அவள் கோவலனுடன் வாழ்ந்த காலத்தில் பௌத்த மதத்தைத் தழுவியிருந் தமைக்குச் சான்றுகள் இல்லை. கோவலன் கண்ணகியுடன் கொண்ட திருமணமே இந்து முறைப்படிதான் நடைபெற்றது. மாதவிக்குத் தன் சமுதாயப் பிணைப்புகளிலிருந்து விடுபட வேறு வழி தெரியவில்லை. அதனால் தான் போலும் பௌத்தத் துறவியாக மாற முயன்றாள். அந்த முயற்சியில்கூட அவள் பல இடையூறுகளைச் சந்திக்கிறாள். துறவு பூணுவது அவள் குலத்துக்கு உகந்ததல்ல என மாதவியின் தாயான சித்திராபதியே அவள் செல்லும் வழியில் அவளைத் தடை செய்கிறாள். மணிமேகலையை மன்னன் மகனான உதயகுமாரனுக்கு ஆசைப் பொருளாக ஆக்க முயல்கின்றாள். இந்தத் துன்ப நிலையினின்று விடுபட மணிமேகலை துறவை நாடுகிறாள். உதயகுமாரனை எதிர்கொண்டு அவனை நல்வழிப்படுத்த முயல்கிறாள். அவளது பேச்சிற்கு செவி கொடுக்காத உதயகுமரன் போக்குக் கண்டு, மணிமேகலை காயசண்டிகை எனும் வித்தியாதரப் பெண்ணுருக் கொள்கிறாள்.

காயசண்டிகை உருவிலும் உதயகுமாரனுக்குப் பௌத்தத் தத்துவங் களைப் போதிக்கிறாள். உடலின் நிலையாமையை எடுத்துரைக் கிறாள். இவ்வாறு அறிவுறுத்தும்போது தேரி காதையிலுள்ள அம்பபாலி என்ற புத்தத் துறவி கூறிய கூற்றுகளைத் துணைகொண்டு

பேசுகிறாள். மணிமேகலை அறிவுரை எதுவும் உதயகுமாரன் செவியில் விழவில்லை. இறுதியில் காயசண்டிகையின் கணவனான காஞ்சனன் எனும் வித்தியாதரன் அவள் வடிவெய்தியிருந்த மணிமேகலை காயசண்டிகையே என எண்ணி, உதயகுமாரனை வாளால் வெட்டி மாய்க்கிறான். உதயகுமாரன் என்ற பாத்திரம் பௌத்த நூல்களிலுள்ள மாரன் என்ற பாத்திரத்தை ஒத்ததே. பௌத்த நூல்களில் மாரன், துறவில் ஈடுபட்ட பலரையும் அவர்கள் மனத் திடனைக் கலைப்பவனாக வருகின்றான். புத்தரைக் கூட அவரின் தவ நிலையிலிருந்தும் நழுவ வைப்பதற்காக மாரன் பெருமுயற்சி எடுத்ததாகப் பாளி நூல்கள் கூறுகின்றன. பெண் துறவிகள் தவஞ் செய்யப் போகும்போது மாரன் அவர்கள் தவத்தைக் கலைக்க முயல்வது வழக்கம். தவஞ் செய்யும் துறவிப் பெண்கள் பௌத்த தர்மத்தில் ஊன்றிய மனதுடன் இருப்பதால் மாரனால் அவர்கள் மனக் கட்டப்பாட்டிற்கு இடையூறு விளைவிக்க முடிவதில்லை.

பொதுவாகப் பௌத்த இலக்கியங்களில் இறப்பு, தீய சக்திகள், ஆசைக்குத் தூண்டு காரணி, ஆகியவற்றின் முழு உருவாக இவன் சித்திரிக்கப்படுகிறான். சில இடங்களில் இறப்பிற்குக் காரணமான மனப் பயத்தையும் மாரன் என்ற சொல் சுட்டும். கந்தமாரன், கிலேசமாரன், மச்சுமாரன், அபிசங்கமாரன், தேவபுத்த மாரன் என்ற ஐந்து வகை மாரன்களை பௌத்த நூல்கள் எடுத்துக் காட்டும். ஆனால், காலப்போக்கில், தவத்திற்கு இடையூறு விளைவிக்கும் ஒருவனாகவே மாரன் கொள்ளப்பட்டான். இத்தகைய மாரனாகவே உதயகுமாரனையும் மணிமேகலையில் காண்கிறோம்.

இவன் துறவிகளை உலகியலில் ஈடுபடுத்த முயல்வதுடன் அவர்களின் மனதை இன்ப நாட்டங்களில் திருப்பவும் பெருமுயற்சி எடுப்பான். தேரி காதையில் வரும் சாலையின் (Cāla) கதை இதற்கு நல்ல எடுத்துக்காட்டாகும்.[21] சாலை என்னும் பிக்குணி ஒரு நாள் ஒரு வனத்தில் மரத்தடியில் உட்கார்ந்திருந்த போது அங்கு மாரன் வருகின்றான். அவள் சமய வாழ்வில் கொண்ட திடமான ஈடுபாட்டைக் கலைக்க முயற்சி செய்கிறான். அவனிடம் சாலை புத்தரின் போதனைகளால் தனக்கேற்பட்ட உறுதியையும், உலகப் பற்றுகளிலிருந்து அப்போதனைகள் எவ்வாறு தன்னை விடுவித்தன என்பதையும் எடுத்துரைக்கின்றாள். அவளுடைய மன உறுதி கண்டு மாரன் மன வெறுப்புடன் திரும்பி விடுகிறான். மாரனுக்கும் சாலைக்குமிடையே நடைபெற்ற உரையாடல், மணிமேகலைக்கும் உதயகுமாரனுக்குமிடையே நடைபெற்ற உரையாடலைப் பெரிதும் ஒத்துள்ளது. மணிமேகலையும் உதயகுமாரனுக்கு உலகத்து நிலையாமையையும், புத்தரின் அறவுரைகளின் மேன்மையையும் எடுத்துக்கூறுகிறாள். தேரி காதையிலுள்ள நிகழ்ச்சிகள் பல மணிமேகலை

வாழ்வில் நடைபெற்ற நிகழ்ச்சிகளை ஒத்துள்ளன. எடுத்துக்காட்டாக, பின்வரும் மணிமேகலையின் பகுதியை நோக்கலாம்.

மணிமேகலையை நோக்கி உதயகுமாரன் பின்வருமாறு வினவுகிறான்.

நோற்றூண் வாழ்க்கையி னொசிதவந் தாங்கி
ஏற்றூண் விரும்பிய காரண மென்னெனத்
தானே தமிய ணின்றோன் முன்னர்
யானே கேட்ட லியல்பெனச் சென்று
நல்லா யென்கொ னற்றவம் புரிந்தது
சொல்லா யென்று துணிந்துடன் கேட்ப.......
....

உதயகுமாரன் கேள்விக்கு மணிமேகலை இவ்வாறு பதில் கூறுகிறாள்.

கேட்டது மொழிவேன் கேள்வி யாளரிற்
றோட்ட செவியைநீ யாகுவை யாமெனிற்
பிறத்தலு மூத்தலும் பிணிப்பட் டிரங்கலும்
இறத்தலும் முடைய திடும்பைக் கொள்கலம்
மக்கள் யாக்கை யிதுவென வுணர்ந்து
மிக்க நல்லறம் விரும்புதல் புரிந்தேன்[22]

இங்கு மணிமேகலை தன் மேல் காதல் கொண்ட உதயகுமாரனுக்கு அறிவுரை கூறுவது நோக்கத் தக்கது. இதே பொருள்படவே சாலையும் மாரனுக்கு அறிவுரை கூறுகிறாள்.

இதையொத்த இன்னொரு கதையையும் தேரிகாதையில் காண முடிகிறது. சுபா என்பவள் மகாபிரஜாபதி கோதமியின் (Gotami) மாணவி. அவள் துறவு மேற்கொண்டபோது ஒரு நாள் ராஜகிருகத்தில் வாழும் ஒருவன் அவளிடம் வந்து அவள் வழியை மறித்துப் புலனின்பம் நுகர அழைக்கின்றான். அவளோ புலனின்பத்தால் வரும் தீமைகளை எடுத்துக் கூறி, துறவை அவள் மேற்கொண்டதற்கான காரணங்களை விளக்குகின்றாள். அவனோ, அவளை மேலும் வற்புறுத்துகின்றான். அவன் செயலைக் கண்ட அவள் தனது கண்ணிலொன்றைப் பறித்து, இதோ இதை ஏற்றுக் கொள் எனக் கொடுக்கிறாள். அதைக் கண்டு அதிச்சியடைந்த அவன் அவளிடம் மன்னிப்புக் கோருகிறான். அவளும் புத்தரிடம் சென்று தன் இழந்த கண்ணை மீண்டும் பெற்றுக் கொள்கிறாள்.[23] மாரனுக்குப் பதில் உதயகுமாரன் போன்ற புலனின்ப நாட்டமுடைய அரசிளங்குமரன் பெண் புத்தத் துறவியான மணிமேகலைக்கு தொல்லையளிப்பது இங்கு குறிப்பிடத்தக்கது.

மணிமேகலை, புத்தப் பெண் துறவிகளுக்கிடப்பட்ட விதிமுறைகள் எல்லாவற்றையும் கடைப்பிடித்ததாகத் தெரியவில்லை. புத்தப் பெண் துறவிகள் தனித்து வாழக் கூடாது. அவர்கள் சங்கமாகவே, அதாவது குழுவாகவே வாழ வேண்டுமென்பது விதி. மணிமேகலை பல நேரங்களில் தனித்துச் செல்வது குறிப்பிடத் தக்கது. புத்த பீடிகை இவளுக்குப் பழம் பிறப்பை உணர்த்தினாலும் முதன்முதலில் புத்தப் பெண் துறவியாக இவளைப் புத்த சங்கம் ஏற்றுக்கொண்ட செய்தி எங்கும் காணப்படவில்லை. புத்தப் பெண் துறவிகளுக்கு இடப்பட்ட விதிமுறைகளின்படி ஒவ்வொருவரும் துறவியாகு முன்னர், ஈராண்டுகள் தகுதி காண் நிலையில் (Probationary Period) இருக்கவேண்டும். தகுதிகாண் நிலையிலிருக்கும் பெண் துறவிகள், புத்த சங்கத்திலேயே வசிக்கவேண்டும். பின்னர் உபசம்பதா (Upasampada) என்ற ஒரு சமய நிகழ்ச்சியில், துறவியாவதற்குத் தனக்குத் தகுதி உண்டென்பதை நிரூபிக்க வேண்டும்.[24]

அவளிடம் கேட்கப்படும் இருபத்தி நான்கு வினாக்களுக்கு அவள் விடையளித்து தனது தகைமையை நிலைநாட்ட வேண்டும். அத்துடன் அவள் தொழுநோய் போன்ற நோய்களிலிருந்து விடுபட்டவள் எனவும் சமுதாயத்தில் எவ்விதக் கடனும் இல்லாதவள் எனவும் துறவு பூணுவதற்குப் பெற்றோரிடம் இசைவு பெற்றவள் எனவும் ஆட்சிப் பணியில் இல்லாதவள் எனவும், துறவிக்கான ஆடை, பிச்சையேற்கும் ஓடு முதலியவற்றை உடையவள் எனவும் நிரூபிக்கவேண்டும். அப்போதுதான் அவள் முழுத் துறவியாகும் தகைமையைப் பெறுவாள்.

இவ்விதச் சடங்குகள் எதுவும் மணிமேகலைக்கு நடந்ததாகத் தெரியவில்லை. மழைக் காலத்தில் மட்டுமே பெண் துறவிகள் ஓரிடத்தில் இருக்க அனுமதிக்கப்படுவர். ஏனைய நாட்களில் இடத்துக்கிடம் அலைந்தே பிச்சையேற்பர். மழைக் காலத்தின்போது புத்த சங்கத்தின் விதிமுறைகளிலிருந்து தவறியிருந்தால் மழைக்கால முடிவில், அவர்கள் புத்த சங்கத்தில் மன்னிப்பு கோருவர். இவ்வாறு மன்னிப்புக் கோருவது புத்த சங்கம் தூய்மை பெற உதவுகிறது என எண்ணப்பட்டது. மழைக் காலத்தில் ஆண் துறவிகள் வாழுமிடத்தில் ஆனால், தனியாக ஒரு பகுதியில் பெண் துறவிகள் வசிப்பர். இந்த நடைமுறைகள் எதுவும் மணிமேகலையில் குறிப்பிடப்பட வில்லை.

பெண் துறவிகளின் தலையை மழித்துக் கொள்ளும் வழக்கம்கூட மணிமேகலையில் கூறப்படவில்லை. ஆனால், மணிமேகலை

பற்றிச் சிலப்பதிகாரத்தில் குறிப்பிடப்படும் போது மட்டும் அவள் தலை மழிக்கப்பட்ட செய்தி தெரிய வருகிறது.

வருகவென் மடமகள் மணிமேகலையென்
றுருவிலாள னொருபெருஞ் சிலையொடு
விரைமலர் வாளி வெறுநிலத் தெறியக்
கோதைத் தாமங் குழலொடு களைந்து
போதித் தானம் புரிந்தறம் படுத்தனள்[25]

என்ற அடிகள் இச்செய்தியைத் தாங்கி நிற்கின்றன.

புத்த பெண் துறவிகள், துறவு பூண்டாலும் ஆண் துறவிகளுக்கு அடுத்த நிலையிலேயே இருந்தனர். ஆண் துறவிகளிடம் எப்பொழுதும் மரியாதையுடனேயே அவர்கள் நடந்து கொள்ளுதல் வேண்டும். மணிமேகலை நூலிலிருந்து புத்தப் பெண் துறவிகள் கடைப்பிடிக்க வேண்டிய விதிமுறைகள் குறித்து அதிகம் அறிந்துகொள்ள முடியவில்லை. மணிமேகலை வாயிலாகப் பௌத்த அறம் வெளிப் படுத்தப்பட்டாலும், பிக்குணிக்குரிய கடமைகள் அனைத்தையும் அவள் கடைப்பிடித்து வாழ்ந்தாள் என்பதற்கான சான்றுகள் தெளிவாகக் கிடைக்கவில்லை. ஒரு வேளை தமிழகத்தில் வாழ்ந்த பெண் துறவிகள் சில பௌத்த விதிமுறைகளைத் தளர்த்திக் கொண்டனரோ என்ற ஐயம்கூட எழுகின்றது. மணிமேகலை முதலில் காதலுக்கும் துறவுக்குமிடையே அல்லற்படும் ஒரு பாத்திரமாகவே காணப்பட்டாலும், நூலின் பிற்பகுதியில் புத்த ஆண் துறவியான அறவண அடிகளிடம் அறம் கேட்டுப் புத்த மதத்தைப் பரப்பினாள் என்ற முறையில், புத்தத் துறவியாக வாழ்வதைக் காணமுடிகிறது.

கவுந்தியடிகள், மணிமேகலை போன்ற பெண் துறவிகள் தவிர, வேறு பெண் துறவிகளின் விரிவான வாழ்க்கை முறைகளைத் தமிழ் நூல்களில், மணிமேகலை நூல் எழுந்த காலம் வரை காண முடியவில்லை. இல்லத்திற்கே உரியவர்கள் என வாழ்ந்த பெண்கள் உலகைத் துறந்து பிறருக்கும் தம் மதக் கோட்பாடுகளை உணர்த்தினர் என்ற தன்மை, இதுவரை அளிக்கப்படாத ஒரு புது நிலையைப் பெண்களுக்கு அளித்தது. அத்துடன் இல்லற வாழ்வில் இடர்ப்பட்ட பெண்களுக்குப் பெண் துறவு ஒரு புது வழியையும் திறந்தது எனலாம்.

முடிவுரை

இந்த முடிவுரை இந்நூலை முடிப்பதற்கு எழுதப்பட்ட முடிவுரையெனினும் இந்நூலில் கூறப்பட்ட எண்ணங்களுடைய வளர்ச்சியின் முடிவுரையாகாது. பெண்கள் குறித்த எண்ணங்களின் வளர்ச்சி மிகப் பெரிய உருவினதாகும். பெண்கள் எதிர்நோக்கும் இடர்ப்பாடுகளும் அவற்றுக்கான தீர்வுகளும் இச்சிறு நூலில் அடங்கக்கூடியவை அல்ல.

பெண்களின் உயர்விற்கு, அதற்கான உந்து சக்திகளின் தோற்றங்களுக்குத் துணை காண எடுத்துக் கொள்ளப்பட்டதே இச்சிறு நூல். நம் நாட்டில் பெண்களுடைய வளர்ச்சியின் இலக்கை எட்டும் பாதையிலுள்ள படிகள் நீண்டு கொண்டே போகின்றன. கல்வி அறிவிலும், பொருளாதார நிலையிலும் அறிவுபூர்வமாகச் சிந்திக்கும் திறனிலும் பெண் இன்று வளர்ந்துகொண்டு போகின்றாள் என்பதில் ஐயமில்லை. எனினும், பெண் என்ற ஒட்டுமொத்த நிலையில் இந்த உயர்ச்சி ஒரு சிறு புள்ளியாகத்தான் துலங்குகின்றது. முழுமையான ஒளியாகப் பெண் உயர்வு ஒளிவிட வேண்டும். பெண்களின் சிந்தனைத் திறன், அதன் வீச்சு, அவற்றின் செயல்பாடுகள், மரபுவழி வந்த பல எண்ண அணைகளால் கட்டுப்படுத்தப்படுகின்றன.

பெண்ணும் ஆணும் தாம் பிறந்த சமுதாயத்தை, தமது நாட்டை உயரத் தூக்கிச் செல்லும் உரமான இரு இறக்கைகள். இதுவரை ஆற்றல் குறைந்த இறக்கையாக நோக்கப்பட்ட பெண், இன்று ஆற்றலுள்ளவனாகக் கருதப்பட்ட ஆணுக்குச் சமமாகத் தன் ஆற்றலையும் திறனையும் வெளிப்படுத்த சமுதாயம் ஓரளவு வாய்ப்பளிக்கின்றது. பெண்ணின் ஆற்றல் பல்வேறு துறைகளிலும்

பரந்து வெளிப்பட்டு நிற்கின்றது. நம் நாடு வீறு பெறவும், எந்நாட்டிற்கும் பின் நாடாக நிற்கும் நிலை மாறவும், பெண் ஆற்றல்கள் ஆண் ஆற்றல்களுடன் ஒருமித்து இயங்க வேண்டும். பெண்ணின் சிந்தனைத் திறனும், செயல்திறனும், தங்கு தடையின்றி வெளிப்படச் சமுதாயம், குறிப்பாக ஆண் சமுதாயம், துணை புரியவேண்டும். அப்போதுதான் வளர்ந்து வரும் அனைத்துலகத் தொழில் நுட்ப வளர்ச்சிக்கும் அதன் வழி பெருகி வரும் பொருளாதார உயர்வுக்கும் ஈடு கொடுத்து நம் நாடு வளம் பெற முடியும். அத்துடன் ஒரு நலமிக்க நாடும் உருவாக முடியும்.

பெண்களைப் பற்றித் தொடக்க காலங்களில் நிலவிய கோட்பாடுகள், எண்ணங்கள் பல இன்னும் மாறாது நிலவி வருகின்றன. இவை காலத்திற்கேற்ப மாற்றமும் வளர்ச்சியும் பெற வேண்டியவை. இவற்றை மக்கள் உய்த்துணர்ந்து, பெண் வளர உதவ வேண்டுமென எண்ணியே இந்நூல் எழுதப்பட்டுள்ளது.

அதாவது பெண்களின் உயர்வு எனும் குறிக்கோளை அடைய நம் முன்னே நீண்டு கிடக்கின்ற எண்ணற்ற படிகளில் ஏறுவதற்குத் துணை செய்யும் நோக்குடனேயே இச்சிறு முயற்சி எடுக்கப் பட்டுள்ளது. ஒட்டுமொத்தமாகப் பெண்கள் இன்னும் கடக்கவேண்டிய எண்ணற்ற படிகளைக் கடப்பதற்கு அறிவு பெற்ற பெண்கள், உலகப் போக்கறியாது வாழும் தம் சகோதரிகளை மேல் நிலைக்குக் கொண்டு வர உதவ வேண்டும் எனக் கோரி இம் முயற்சிக்கு இப்போதைக்கு நிறுத்தக் குறியிட்டு நிறைவு செய்கின்றேன்.

குறிப்புகள்

முன்னுரை

1. *குறுந்தொகை, சென்னை சைவ சித்தாந்தக் கழகம், 1978, பாடல் 45.*
2. பரிபாடல், உ.வே. சாமிநாதையர் பதிப்பு, சென்னை, 1935, 20: 86 - 89.
3. சீத்தலைச் சாத்தனார், மணிமேகலை, ஏழாம் பதிப்பு, சென்னை, டாக்டர் உ.வே. சாமிநாதையர் நூல் நிலையம், 1981, 22:40-48.
4. Therigāthā, VI. I.B. Horner, *Women under Primitive Buddhism,* 3rd Edition, Delhi, Motilal Banarsidas, 1990, p. 189.

1. பெண்ணின் பிறப்பு முதல் திருமணம் வரை

1. Gamble, Eliza Burt *The evolution of woman, An Inquiry into the Dogma of her inferiority to man.* (First Indian Reprint), 1986, p. 139
2. ''........ நன்னன்
கூந்தன் முரற்சியிற் கொடிதே
மறப்பன் மாதோ நின்விறற் றகைமையே.''
நற்றிணை, ஔவை சு. துரைசாமிப் பிள்ளை உரையுடன், சென்னை, 1968, 270: 10-11.
3. புறநானூறு, பதிப்பாசிரியர், டாக்டர் உ.வே. சாமிநாதையர், ஏழாம் பதிப்பு, சென்னை, உ.வே. சாமிநாதையர் நூல் நிலையம், 1971, 9, 1-5.

4. *Manusmrti,* 7th edition, Bombay, 1925, 9:138.

5. பதிற்றுப்பத்து, பதிப்பாசிரியர், உ.வே. சாமிநாதையர், ஐந்தாம் பதிப்பு, சென்னை, 1949, 70:20-22.

6. மேற்படி, 74:21-22.

7. திருவள்ளுவர், திருக்குறள், நான்காம் பதிப்பு, கழக வெளியீடு, சென்னை, 1965, அதிகாரம் 7.

8. *Manusmrti,* XI: 107, 108, 137, 138.

9. மேற்படி XI, 107, 108, 137, 138.

10. புறநானூறு, 312.

11. மேற்படி, 312.

12. அகநானூறு, நான்காம் பதிப்பு, சென்னை, கழகப் பதிப்பு, 1957, 184 : 2-3.

13. கலித்தொகை, நச்சினார்க்கினியர் உரையுடன்,சென்னை, 1925, தமிழ்ப் பல்கலைக்கழக நிழற்படப் பதிப்பு, 81:35.

14. ஐங்குறுநூறு ஆறாம் பதிப்பு, சென்னை, உ.வே. சாமிநாதையர் நூல் நிலையம், 1980, 257:1-3.

15. 1) ந. கதிரைவேற்பிள்ளை, தமிழ் மொழியகராதி, ஆறாவது பதிப்பு, புது டெல்லி, 1981.

    2) பாலகிருட்டிண முதலியார், தமிழ் - ஆங்கில அகராதி, (பதிப்பித்த இடமும் ஆண்டும் இல்லை).

    3) மு. சண்முகம் பிள்ளை, தமிழ் - தமிழ் அகர முதலி, சென்னை, 1985.

16. அகநானூறு 7 : 1-7

17. நற்றிணை, 23.

18. கலித்தொகை, 51.

19. பெருமாள் திருமொழி, குலசேகரப்பெருமாள் 5:2, நாலாயிர திவ்வியப் பிரபந்தம், சென்னை, நந்தினி பதிப்பகம், நீலங்கரை, பகுதி ***1, 2006, 5 : 2***

20. ‘அன்புடைக்கணவ ரழிதகச் செயினும்
பெண்பிறந்தோர்க்குப் பொறையே பெருமை’
கொங்குவேளிர், பெருங்கதை, உ.வே. சாமிநாதையர் பதிப்பு, நான்காம் பதிப்பு, சென்னை, 1963, 1:36:256-58.

21. ‘வளைவாய்க்கோதை வண்டல் தைஇ’

அகநானூறு 370:1
'நேரிறை மகளிர் வார் மணல் இழைத்த வண்டற் பாவை'
நற்றிணை 191:2

22. அகநானூறு 80:4 - 6; நற்றிணை 45:7, 101:1-3.

23. அகநானூறு, 190:1-3.

24. மேற்படி, 118:12-13.

25. ஓங்குமலை நாட ஒழிகநின் வாய்மை
காம்புதலை மணந்த கல்லதர்ச் சிறு நெறி
உறுபகை பேணாது இரவின் வந்திவள்
பொறிகிளர் ஆகம் புல்லத் தோள்சேர்ப்பு
அறுகாற் பறவை அளவில் மொய்த்தலிற்
கண்கோ ளாக நோக்கிப் பண்டும்
இனையை யோவென வினவினள் யாயே
அதனெதிர் சொல்லா ளாகி அல்லாந்து
என்முக நோக்கி யோளே அன்னாய்
யாங்குணர்ந் துய்குவள் கொல்லென மடுத்த
சாந்த ஞெகிழி காட்டி
ஈங்கா யினவால் என்றிசின் யானே.
நற்றிணை. 55

26. இன்பமும் பொருளும் அறனு மென்றாங்
கன்பொடு புணர்ந்த ஐந்திணை மருங்கிற்
காமக் கூட்டங் காணுங் காலை
மறையோர் தேஎத்து மன்றலெட்டனுள்
துறையமை நல்யாழ்த் துணைமையோர் இயல்பே
தொல்காப்பியர், தொல்காப்பியம், பொருளதிகாரம், களவியல், மதுரை, மதுரை காமராசர் பல்கலைக்கழகம், பதிப்பு எண். 68, 1983, நூற்பா 1.

27. மேற்படி, நூற்பா, 8.

28. சங்கப் பாடல்களில், 'பயிர்ப்பு' என்ற சொல் (கலித்தொகை 50-12) பயின்று வந்தாலும் இச்சொல் பிசின் என்ற பொருளிலேயே பயன்படுத்தப்பட்டுள்ளதைக் கவனிக்க வேண்டும்.

29. அகநானூறு 22: 6-11

30. குறுந்தொகை, பதிப்பாசிரியர் மு. சண்முகம் பிள்ளை, தஞ்சாவூர்,

தமிழ்ப் பல்கலைக்கழகம் 1985, 23 : 1-3.

31. நற்றிணை 288 : 5-7.

32. குறிஞ்சிப்பாட்டு, பத்துப் பாட்டு, நாலாம் பதிப்பு, சென்னை, கழகப் பதிப்பு, 1971, *1-4*.

33. அகநானூறு 22 : 6-11.

34. பத்துப்பாட்டு, அதே நூல், மதுரைக் காஞ்சி, 611-616.

35. குறுந்தொகை, 53 : 1-3.

36. நற்றிணை, 348 : 11.

37. நா. வானமாமலை, இந்த வெறியாடலே பிற்காலத்தில் முருக வணக்கத்திற்குத் தோற்றுவாயாக அமைந்தது என்பர். நா. வானமாமலை, தமிழர் பண்பாடும் தத்துவமும், இரண்டாம் பதிப்பு, சென்னை, நியூ செஞ்சுரி புக் ஹவுஸ் பிரைவேட் லிட், 1978, பக். 40.

38. ....
பாவை அன்ன பலராய் மாண்கவின்
பண்டையிற் சிறக்க வென் மகட்கெனப் பரைஇ
.... அகநானூறு, 98:12-13.

39. ஐங்குறுநூறு 245.

40. அகநானூறு, 242 : 10.

41. மேற்படி, 292 : 5.

42. மேற்படி, 98: 8-9.

43. நற்றிணை, 34.

44. அகநானூறு, 98 : 21-25.

45. குறுந்தொகை, 318.

46. மேற்படி, 25.

47. தொல்காப்பியம், பொருளதிகாரம், கற்பியல், நூற்பா. 2.

48. மேற்படி, நூற்பா. 1.

49. குறுந்தொகை, 62.

50. அகநானூறு 36:12, 45:8, 69:20, 70:6, 75:12.
ஐங்குறுநூறு 7:3; 7:2, 77:2; 132:3, 164:4.
கலித்தொகை 14:5; 19:4; 27:13.
குறுந்தொகை 97:4; 98:5; 254:3; 258:2.

51. *மணிமேகலை, 22 : 82 - 100,*

52. நற்றிணை, 149.

53. ஐங்குறுநூறு, 372.

54. நற்றிணை, 149.

55. குறுந்தொகை, 24.

56. நற்றிணை, 10.

57. மேற்படி, 143.

58. மேற்படி, 179.

59. மேற்படி, 184.

60. மேற்படி, 271.

61. மேற்படி, 293.

62. அகநானூறு 369 : 25, 26; 385 : 15-18; 315 : 7-8.
நற்றிணை 279 : 10-11.
ஐங்குறுநூறு 390.

63. குறுந்தொகை, 7 : 1-3.

64. சிலப்பதிகாரம் அடியார்க்கு நல்லார் உரையுடன். டாக்டர். உ.வே. சாமிநாதையர் பதிப்பு, பத்தாம் பதிப்பு, தஞ்சாவூர் தமிழ்ப் பல்கலைக்கழக மறுதோன்றி அச்சகம், 1985, 4 : 47.

2. பெண்ணும் திருமணமும்

1. ஹீபுரு மொழியில் ‘em’ என்ற சொல் தாயைக் குறிப்பதுடன் குடி (stock), இனம் (race), சமூகம் (community) போன்ற பொருள்களையும் குறிக்கின்றது. அரேபிய நாட்டில் உறவு முறைகள் அனைத்தும் பெண் வழிதான் பேசப்பட்டன. இப்பண்பு கிரேக்க நாட்டில் கூடக் காணப்பட்டது. இதற்குக் காரணம் பல நாடுகளில் மிகப் பழங்காலத்தில் பால் உறவுகள் எந்தக் கட்டுப்பாட்டுடனும் கொள்ளப்படவில்லை. இதன் காரணமாகக் குழந்தைகளின் தந்தை யாரெனத் தெரிந்து கொள்ளும் வகையில் பல சிக்கல்கள் ஏற்பட்டன. அத்துடன் தெரிந்த தந்தையரைவிடத் தெரியாத தந்தையினரே சமுதாயத்தில் பெரும்பாலும் இருந்தனர். இதனால்தான் தாய் வழியாக உறவு முறைகள் கண்டுகொள்ளப்பட்டன. இக்கோட்

பாட்டை மறுத்த ஒரு சில அறிவியலாளர்கள் பழைய மானிட உறவில் தாய்க்குள்ள உறவு கருத்திற் கொள்ளப்படவில்லை யெனவும், குழந்தைகள் எந்தக் குழுவில் பிறந்தனவோ அந்தக் குழுவுடன் தொடர்புபடுத்தப்பட்டன எனவும் கூறுவர். Gamble, Eliza Burt *op. cit.* p. 113.

2. *Manusmrti,* 3:21-24.

3. *Ibid,* 3:42.

4. Letourneay, *The evolution of marriage and the family,* p. 27 quoted by Gamble, Eliza Burt op cit, p. 89.

5. J.G. Wood, *Natural History,* p. 262, quoted by Gamble, Eliza Burt *op cit.* p. 89.

6. குறுந்தொகை, 396.

7. ஐங்குறுநூறு, 128:2-3.

8. மேற்படி, 127.

9. குறுந்தொகை, 379.

10. சிலப்பதிகாரம் 1:23-24.

11. மேற்படி, 1:32.

12. *Manusmrti,* 9:88.

13. rājagrhe tu ekā setidhitā solasavassuhesikā abhirupā ahosi dassanāya.

    tasmim ca vaye thitā nāriyo purusajhāsāyā honti purisalolā // Commentary on Dhammapada - p. 102.

    A.S. Altekar, *The Position of women in Hindu Civilization,* 2nd edition, 3rd reprint Delhi, 1978, p. 52.

14. Vātsayana, *Kāmasūtra,* India's most Authentic Treatise on love and sex, New Delhi, R.K. Publishing Home, 967, III:2-4.

15. கொங்கு வேளிர், பெருங்கதை, நான்காம் பதிப்பு, உ.வே. சாமிநாதையர் பதிப்பு, சென்னை, 1968, 17:65-67.

16. திருத்தக்கத் தேவர் சீவகசிந்தாமணி, உ.வே. சாமிநாதையர் பதிப்பு, ஏழாம் பதிப்பு, 1969, 5:1328. சுரமஞ்சரியாரிலம்பகம், 2063ம் பாடலில், 'இன்றமிழியற்கையின்பம் நிலைபெற நெறியிற்றுய்த்தார்' என வருவதும் நோக்க.

17. மகாபாரதத்தில் வரும் பாத்திரமான குணி என்ற முனிவருக்குப் பெண்ணான சுப்ரூ (subbru) என்பவளுக்குத் தந்தை திருமணம்

செய்து வைக்க விரும்பினார். அவளோ துறவை விரும்பி வாழ்நாள் முழுமையும் தவம் செய்வதிலேயே கழித்தாள். ஆனால், அவள் தனது வாழ்நாளின் முடிவில், தான் திருமணம் என்ற புனிதச் சடங்கைச் (sacrament) செய்து கொள்ளாமையால் விண்ணகம் அடையமுடியாது என உணர்ந்தாள். இதனால் துன்புற்ற அவள் சிருங்கவத்து (Sringavat), என்ற முனிவரை அடைந்து அவரை வேண்டித் தன்னை அவர் திருமணம் செய்து கொள்ள வைத்தாள். ஓரிரவு மட்டுமே அவருடன் வாழ்ந்து பின்னர் அவள் விண்ணுலகம் எய்தினாள். *Mahābhārata,* Critically edited by V.S. Surthankar, Poona, Bhandharkar Oriental Research Institute, 1933 ix. 33.

18. apatinam tu nāriṇām adyaprabriti pātakam, *Mahābhārata*, 1:114:36.
19. thaiva kanyām ca mrtām prāpya yauvanam tulyena pumsa praptagrhavattām dahet, *Baudhāyana Srauta Sūtra,* v. 9.
20. சீ. சசிவல்லி, தமிழர் திருமணம், சென்னை, உலகத் தமிழாராய்ச்சி நிறுவனம், 1985, ப. 34.
21. குறுந்தொகை, 36.
22. மேற்படி, 112.
23. மேற்படி, 68:4.
24. மேற்படி, 193:4-6.
25. மேற்படி, 62.
26. அகநானூறு 142:20-26.
27. குறுந்தொகை, 339.
28. குறிஞ்சிப்பாட்டு, 231-32.
29. குறுந்தொகை, 51.
30. மேற்படி, 351: 4-5.
    அகநானூறு 282:10-13.
31. குறுந்தொகை, 229.
32. Gamble, Eliza Burt *op. cit.* pp. 138, 139.
33. புறநானூறு, 340:3-9.
34. மேற்படி, 341.
35. மேற்படி, 342, 343, 345, 346, 347.
36. மேற்படி, 348.

37. மேற்படி, 349.

38. மேற்படி, 343:12.

39. கலித்தொகை, 62:14-15.

40. மேற்படி, 103: 63-73.

41. மேற்படி, 102: 30-37.

42. மேற்படி, 105: 66-69.

43. குறுந்தொகை, 182.

44. கலித்தொகை, 141, 138.

45. மேற்படி 626:5-19.

46. இங்கு அறன் எனக் கூறுவது இராக்கத மணத்தையெனக் கொள்ளலாம். இது குறித்துப் பின்னர் விரிவாக எழுதப்படும்.

47. தொல்காப்பியம் பொருளதிகாரம் களவியல், நூற்பா 1.

48. சிலப்பதிகாரம், அடியார்க்கு நல்லார் உரை, அதே நூல், ப. 41.

49. Vivāhaśabadah yadyapi Kanyāyāh saptrapadātikramaṇe
mukhyas tathāpi rtvakprayuktagrhyādiśāstravihita
bhāryātvasādhake karmasamudāye vartate/sa ca
samudāyah upādhibhedāt brāhmadivyapadeśam labhateyaj.
yaj. Samhita 1.6.1.

50. Brāhmo daivastathaivārsah prājāpatyastathāsurah/
Gāndharvo rākṣasaścaiva paiśacacāṣṭamoadhamah//
Manusmrti, 111:21

51. Heramba Chatterjee Sastri, *Studies in the Social Background of the forms of Marriage in Ancient India,* vol 1, Calcutta, 1972, p. 152.

52. *ibid,* p. 148.

53. A.S. Altekar, *op.cit,* PP. 45-47.

54. *Ibid,* p. 46.

55. ācchādya cārcayitvā ca srutisilavate svayam /
āhuya dānam kanyāyā brahmo dharma prakiritah //
sahomau caratām dharmamiti vācānbhāsya ca /
kanyāpradhānambhyarcya prājāpatyo vidhih smrtah //
Manusmrti III 27:30

56. *Gautama dharmasūtra,* 1.4.5 Commentary of Haradatta. A.S. Altekar,

op. cit. p. 46.

57. நற்றிணை, 10.

58. தொல்காப்பியம், கற்பியல், நூற்பா 3.

59. மேற்படி, கற்பியல், நூற்பா 1.

60. சிலப்பதிகாரம் 1:51-53.

61. A.S. Altekar, *op. cit.* p. 45.

62. தொல்காப்பியம், களவியல், நச்சினார்க்கினியர் உரை, நூற்பா 1.

63. மேற்படி, களவியல், நச்சினார்க்கினியர் உரை, நூற்பா, 1.

64. ekam gomithunam dve vā varadādāya dharmataḥ /
kanyāpradānam vidhivadārṣo dharmah sa ucyate
Manusmrti, III. 29.

65. ārsodhājaḥ sutastrimstrinṣaḍṣaḍ kāyodhajaḥ sutaḥ //
ibid, III. 38.

66. தொல்காப்பியம், களவியல், நச்சினார்க்கினியர் உரை, நூற்பா 1.

67. suptām mattām pramattām vā raho yatropagacchati /
sa pāpiṣto vivāhānām piśācascāaṣṭamoadhamah //*Manusmrti,* III. 34

68. *Kāmasūtra,* Bombay, Nirnayasagara Press, 1891, vv. 229, 230.

69. *Manusmriti,* III:23.

70. A.S. Altekar, *op.cit.* p. 39.

71. Nayadhammakahā, edited by N.V. Vaidhya, Poona, 1940, p. 148.

72. Uttarādhyāyana, Curni, Ed. Jinadasagani, Rutlam, 1933, p. 110.

73. Jñātibhyo draviṇam datvā kanyāyai caiva śaktitah /
Kanyāpradānam svācchandyādāsuro dharma ucyate //
Manusmrti III. 31.

சமண நூலான திரைவர்ணிகாசாரம் (Tiraivarṇikācarā) என்ற நூலிலும் மனுஸ்மிருதி கூறும் மேற்கூறிய சுலோகத்தை ஒத்த ஒரு சுலோகத்தைப் பார்க்க முடிகிறது.

Jnātibhyo draviṇam dattvā kanyāyai cāiva saktitaḥ
Kanyāpradānam yat kriyate cāsuro dharma ucyate //
Trivarṇikācāra, XI, 75.

Panabidhane kanyāpradānād āsuraḥ

Nitivākyāmrta, 31:10.

74. *Therigāthā*, vv. 120, 153.

75. *Rigveda*, Edited by Dutt Manmatha Nath, Text with Sayana's Commentary, Calcutta, Society for the Resuscitation of Indian Literature, 1908, v. 1, 109.2.

76. krayakrīta ca yā kanya patni sā na vidīyate /
tasyāh jātāḥ sutās teṣām pitrpiṇḍam na vidyate //
Heramba Chatterjee Sastri, F.N. 82, p. 275.

77. தொல்காப்பியம், களவியல், நச்சினார்க்கினியர் உரை, நூற்பா 1.

78. hatvā chitivā ca bhittvā ca krośantīm rudatīm grhāt /
prasahya kanyāharaṇam rākṣaso vidhirucyate // *Manusmrti* III. 33

79. மேலே, ப. 66, 67.

80. *Kāmasūtra*, op. cit. II.

மகாபாரதத்தில் ஓரிடத்தில் காந்தருவ மணமுறை ஏற்புடை மணமறைகளில் ஒன்றாகக் கருதப்படுகிறது. XIII 23-25.

Kalidasa, *Abhijñāna Śākuntalam*, edited by C.R. Devadhar and H.G. Suru, New Delhi, Motilal Banarsidas, First Edition, Sixth Reprint, 1981, IV, 94, 60

81. sāsanādvipramukhyasya kṛtakautukamangalaḥ
jagrāha vidhivatpāṇimuvāsa ca tayā saha
Mahābhārata 1 : 94:38.

82. Kalidasa, *Abhijñana Śākuntalam*,

83. சீ. சசிவல்லி, அதே நூல், ப. 34.

84. *Aṅguttara Nikāya* (The Book of the Numerical Sayings on Sutras grouped according to number) Part II, Translated by A.D. Jayasundare, Adayar, The Vasantha Press, 1925, Chapter IV, p. 75.

85. நேரிறை முன்கை பற்றி நுமர்தர
நாடறி நன்மணம் அயர்கம்
குறிஞ்சிப் பாட்டு 231:32.

86. அகநானூறு, 86.

87. மேற்படி, 136.

88. மகளிர்க்கு மங்கலவணி யொழியப் பிறவெல்லாம் நீக்குதற்கும் உரியவாமாதலின், 'ஈகையரிய இழை' என்றார்.

புறநானூறு விளக்கம், ஔவை சு. துரைசாமிப் பிள்ளை, சென்னை, கழக வெளியீடு, 1951, பா. 127:5.

89. மேற்படி, 224: 17-18.

90. மேற்படி, 89:1-2.

91. வை. தட்சிணாமூர்த்தி, தொடி மணவணியா? செந்தமிழ்ச் செல்வி, சிலம்பு 37, பரல் 2, சென்னை, சைவ சித்தாந்தக் கழகம், 1962, 63, ப. 87-92.

92. மேற்படி, ப. 92.

93. சிலப்பதிகாரம், மங்கல வாழ்த்துப் பாடல், வரி 47.

94. மேற்படி, மனையறம் படுத்த காதை, வரிகள் 63-64.

95. சிலப்பதிகாரம், ந.மு. வேங்கடசாமி நாட்டார் உரை, சென்னை, கழக வெளியீடு, 1992, ப. 40.

96. மேற்படி 4:47-54.

97. மேற்படி 1:52-53.

98. மேற்படி, அடியார்க்கு நல்லார் உரை, மங்கல வாழ்த்துப் பாடல் வரிகள், 60-68.

99. குறிஞ்சிப்பாட்டு 231-32.

100. *Āsvalāyana Grhyasūtra, The Sacred Books of the East,* 4th edition Translated by Herman Oldenberg, Delhi, Motilal Banarsidas, 1:7:3.

P. Thomas, *Indian Woman through the Ages,* Bombay, Asia Publishing House, 1964. p. 66.

101. *Āsvalāyana Grhyasūtra* 1:7:6.

102. மேற்படி 1:7:7

103. மேற்படி 1:7:8.

104. மேற்படி 1:7:19.

105. P. Thomas, *op.cit.* p. 67.

106. திருத்தக்கதேவர், சீவக சிந்தாமணி, உ.வே. சாமிநாதையர் பதிப்பு, நிழற்படப் பதிப்பு, தஞ்சாவூர் தமிழ்ப் பல்கலைக் கழகம், 1986, 2463-2468.

107. சிலப்பதிகாரம் 1:63.

108. மேற்படி 1:51.

109. மேற்படி 1:27.

3. இல்லறத்தில் பெண்

1. குறுந்தொகை 135:1.
2. Frue, Chastity and Violence, *Signs,* Vol. 20, Chicago Unviersity Press, pp. 54,55.
3. குறுந்தொகை, 156:5.
4. பதிற்றுப்பத்து, பழைய உரையுடன், உ.வே. சாமிநாதையர் பதிப்பு, ஐந்தாம் பதிப்பு, சென்னை, 1949, 59:8.
5. அகநானூறு 106:7-10.
6. மேற்படி, 396:5.
7. தொல்காப்பியம், கற்பியல் உரை வளம், க. வெள்ளைவாரணன், மதுரை, மதுரைக் காமராசர் பல்கலைக் கழகம், 1983, நூற்பா 1.
8. மேற்படி, ப. 3.
9. Monier Williams, *Sanskrit English Dictironary,* Sixth edition, Oxford, Clarendon Press, 1974, p. 251, column 1.
10. தொல்காப்பியம், கற்பியல் 3,4.
11. அகநானூறு 198:12.
12. ஔவையார், கொன்றை வேந்தன், நீதி நூற்கொத்து, சென்னை, கழக வெளியீடு, 1973, 14.
13. புறநானூறு 163:2.
14. மேற்படி, ஔவை சு. துரைசாமிப்பிள்ளை உரை, 163.
15. அகநானூறு 33:11-12.
16. புறநானூறு 3: 6.
17. திருக்குறள், வாழ்க்கைத் துணை நலம், 6 : 9.
18. அகநானூறு 114:11-15.
19. மேற்படி 6:13-15.
20. புறநானூறு 361:14.
21. மேற்படி 166:13-18.

22. புறநானூறு, பதிப்., உ.வே. சாமிநாதையர், 7ம் பதிப்பு, உ.வே. சாமிநாதையர் நூல் நிலையம், *9:1*
23. திருகாற்றுப்படை, பத்துப் பாட்டு, உ.வே. சாமிநாதையர் பதிப்பு, வரி 33.
24. பதிற்றுப்பத்து, 90:49-50.
25. மேற்படி, 16:10-11.
26. குறுந்தொகை. *338*
27. புறநானூறு 249 : 7-14.
28. கலித்தொகை, 9 : 22.
29. புறநானூறு 196 : 10-15.
30. தொல்காப்பியம், களவியல், நூற்பா 22.
31. ஐயனாரிதனார், புறப் பொருள் வெண்பா மாலை, சாமுண்டி தேவநாயகர் இயற்றிய உரை, உ.வே. சாமிநாதையர் பதிப்பு, 9ம் பதிப்பு, சென்னை தியாகராச விலாச வெளியீடு, 1963, 10, பொதுவியற் படலம், நூற்பா 4.
32. மேற்படி, ப. 127.
33. மேற்படி 10 : 8, ப. 129.
34. அகநானூறு 9 : 24-25.
35. கலித்தொகை 2-13.
36. மேற்படி 2: 13, ப. 22.
37. மேற்படி, பொ.வே. சோமசுந்தரனார் உரை, சென்னை, கழக வெளியீடு, 1970, 2:21-22.
38. அகநானூறு 136 : 18-19.
39. Fr. S.J. J. Puthenkalam, *Marriage and the Family in Kerala with special reference to Matrilineal Cast,* Canada, Journal of Comparative Family Studies, Monograph series, 1977, p. 40.
40. சிறுபாணாற்றுப் படை, பத்துப்பாட்டு, அதே நூல், வரி 30.
41. நற்றிணை 3ம் பதிப்பு, பின்னத்தூர் அ. நாராயணசாமி ஐயர் அவர்கள் எழுதிய உரையும் விளக்கமும், பொ.வே.சோமசுந்தரனார் அவர்கள் எழுதிய இலக்கணக் குறிப்பும் ஆய்வுரையும், சென்னை, கழக வெளியீடு, 1962, பாடல் 142:9-11, ப. 245.
42. அகநானூறு 86 : 13 : 14.

43. புறநானூறு, 383 : 14.

44. சுப்பிரமணிய பாரதியார், பாரதி பாடல்கள், ஆய்வுப் பதிப்பு, தஞ்சாவூர் தமிழ்ப் பல்கலைக் கழகம், ப. 735, 2275.

45. Germain, Greer, *Sex and Destiny, The politics of Human Fertility,* London, Secker and Warburg, 1984, p. 80.

46. Vern L. Bullough Brends Shelton, Sarah Slavin, *The Subordinated Sex. A History of Attitudes towards women,* Revised edition, United States of America, The University of Georgia Press, 1988, p. 198.

47. *Mahābhāarata, Aranyaparva,* Chapter 225, v. 15.

48. *Ibid, Salya Parva,* Chapter 48, vv. 38:54.

49. அருந்ததி, வசிட்டர் குறித்த மேலும் விரிவான செய்திகளைக் கீழ்வரும் நூலில் காணலாம். Vettam Mani, *Puranic Encyclopaedia, A Comprehensive Dictionary with special reference to the Epic and Puranic Literature,* First Edition, 3rd reprint, Delhi, 1989, p. 834 - 837, 56 - 57.

50. அகநானூறு, 184, 1-4.

51. ஐங்குறுநூறு 442:4-5.

52. கலித்தொகை, பாலைக் கலி 1 : 21 அடிக்குறிப்பு.

53. மேற்படி, 1:21.

54. பெரும்பாணாற்றுப்படை 303.

55. திரிகடுகம், பதினெண்கீழ்க்கணக்கு, இரண்டாம் தொகுதி, எஸ். ராஜம் பதிப்பு, சென்னை 1959. 1.

56. திருவள்ளுவர், திருக்குறள், வாழ்க்கைத் துணைநலம் 6:4.

57. குறுந்தொகை, 252.

58. பதிற்றுப்பத்து 65 : 9-10.

59. மேற்படி, 89 : 17-20.

60. உலந்தநா ளவர்க்குத் தோன்றா தொளிக்குமீன் குளிக்குங் கற்பிற்
புலந்தவே னெடுங்கட் செவ்வாய்ப் புதவிநாட் பயந்த நம்பி
சிலம்புநீர்க் கடலந் தானைச் சீதத்தற் கரசு நாட்டிக்
குலந்தரு கொற்ற வேலான் கொடிநகர் காக்க வென்றான்.

திருத்தக்க தேவர், சீவக சிந்தாமணி, உ.வே. சாமிநாதையரவர்கள் எழுதிய பலவகை ஆராய்ச்சிக் குறிப்புகளுடன் கூடியது, ஏழாம் பதிப்பு, 1969, தமிழ்ப் பல்கலைக் கழக வெளியீடு, 58, 1986, பா. 2141.

61. கலித்தொகை, 16 : 5-22.

62. மேற்படி, *3 : 39 : 6*

63. திருக்குறள் 5 : 5.

64. திரிகடுகம், 91, பதினெண் கீழ்க்கணக்கு, இரண்டாம் தொகுதி, எஸ். ராஜம் பதிப்பு, சென்னை, 1959, பாடல் 98.

65. சிலப்பதிகாரம் 15 : 142-144.

66. மணிமேகலை, 15 : 72-80.

67. ....
பார்ப்பனி மருதியைப் பாங்கோ ரின்மையின்
யாப்புறை யென்றே யெண்ணின னாகிக்
காவிரி வாயிலிற் ககந்தன் சிறுவன்
நீவா வென்ன நேரிழை கலங்கி
மண்டிணி ஞாலத்து மழைவளந் தரூஉம்
பெண்டி ராயிற் பிறர்நெஞ்சு புகாஅர்
புக்கேன் பிறனுளம் புரிநூன் மார்பன்
முத்தீப் பேணும் முறையெனக் கில்லென
மாதுய ரெவ்வமொடு மனையகம் புகாஅள்
பூத சதுக்கம் புக்கனண் மயங்கிக்
கொண்டோற் பிழைத்த குற்றந் தானிலேன்
கண்டோ னெஞ்சிற் கரப்பெளி தாயினேன்
வான்றரு கற்பின் மனையறம் பட்டேன்
யான்செய் குற்றம் யானறி கில்லேன்
பொய்யினை கொல்லோ பூத சதுக்கத்துத்
தெய்வ நீயெனச் சேயிழை யரற்றலும்
மாபெரும் பூதந் தோன்றி மடக் கொடி
நீகே ளென்றே நேரிழைக் குரைக்கும்
தெய்வம் தொழாஅள் கொழுநற் றொழுதெழுவாள்
பெய்யெனப் பெய்யும் பெருமழை யென்றவப்
பொய்யில் புலவன் பொருளுரை தேறாய்
பிசியும் நொடியும் பிறர்வாய்க் கேட்டு
விசிபிணி முழவின் விழாக்கோள் விரும்பிக்
கடவுட் பேணல் கடவியை யாகலின்
மடவர லேவ மழையும் பெய்யாது
நிறையுடைப் பெண்டிர் தம்மே போலப்
பிறர்நெஞ்சு சுடூஉம் பெற்றியு மில்லை
ஆங்கவை யொழிகுவை யாயி னாயிழை
ஓங்கிரு வானத்து மழையுநின் மொழியது

....

மணிமேகலை, 22 : 41-69.

68. சிலப்பதிகாரம் 28 : 207-208.

69. மணிமேகலை 22 : 208-209.

70. மேற்படி 3-29-40, 5 : 32-79.

71. மேற்படி, 2 : 42-48.

72. எம்.கே.எம். அப்துல்காதிரு ராவுத்தர், கற்பு, செந்தமிழ், தொகுதி 21, 287-333.

4. பெண்ணும் எரிமூழ்குதலும்

1. தொல்காப்பியம், புறத்திணையியல், உரைவளம், பேராசிரியர். க. வெள்ளைவாரணனார் எழுதிய ஆய்வுரையுடன், மதுரை, மதுரைக் காமராசர் பல்கலைக் கழகம், 1983, நூற்பா, 19.
2. சிலப்பதிகாரம், 20:74-75.
3. மேற்படி, 20 : 80-81.
4. Satidāna, Aravind Sharma with Ajit Ray, Alaka Hejit, Katherine K Young, Sati, *Historical and Phenomenological Essays,* Delhi, Motilal, Banarsidas, 1988, p. iii.
5. சிலப்பதிகாரம், அடியார்க்கு நல்லார் உரை, வழக்குரைகாதை, அடிகள் 20:80.
6. A.S.Altekar, *op. cit,* pp. 115-116.
7. Somadeva, *Kathāsaritsāgara*, Translated by Tawney, Vol. IV, Terminal Essay on Suttee by Penzer, Calcutta, 1890.
8. A.S. Altekar, *op.cit.* pp. 116-117
9. *Rigveda,* X. 18 : 7.
10. A.S. Altekar, *op. cit.* p. 117.
    P.V. Kane, *History of Dharmasāstra:* 2 Volumes, Poona, 1974, Part 1, 625.
11. P.V. Kane, *op.cit.* p. 625.
12. V.N.Datta, Sati, *A Historical, Social and Philosophical Enquiry into the Hindu Rite of Widow Burning,* New Delhi, 1988, Introduction, f. n.3 P. 15. See also H.H. Wilson, *Miscellaneous Essays and Lectures on the Religions of the Hindus,* ed. by Dr. Reinhold Rosi, Vol. II, pp. 293-309.

13. H.H. Wilson, *op.cit.*, V.N. Datta, *op.cit.* p. 2.

14. A.L. Basham, *The wonder that was India,* New York, Grove Press, INC, First Ever green edition, 1959, 20th Printing, p. 187.

15. A.S. Altekar, *op.cit.* p. 118.

16. *Ibid,* pp. 118, 119.

17. tāmutthāpayeddevaraḥ patisthaniyoāntevāsi jaraddāso vā
udirṣva nāri abhi jivalokam iti
Āpastamba grahyasūtra, IV, 2, 18.
Ibid. footnote, 1. p. 119.

18. *Ibid,* p. 119.

19. *Ibid.* p. 119.

20. *Ibid.* p. 120.

21. Ibid. p. 122.

22. bhaktānuraktā ca priyā kāntā,
bhāryavalāgnanugatāgniraśim
Ibid. p. 123.

23. *Ibid.* P. 123.

24. na mriyeta samam bhartā brāhmani brāhmāśanat /
pravrajyāgatimāpnoti maranādtmaghātini //
narottama uvācah sarvāsāmeva jatinām brahmaṇah śāsya ucyate /
punyam ca dvijamukhyena atra kim vā viparyayah//
bhagavān uvācah - brāhmanya sāhasam karma naiva kāryam kadācana /
niśśeṣceasyā vadham krtvā sa naro brahmahā bhavet //
Padma Purāna, Sriṣṭikhāṇḍa 49, 72 - 3, *Ibid,* p. 128.

25. தொல்காப்பியம், புறத்திணையியல், நூற்பா, 19, பப 236 - 257.

26. புறநானூறு 281.

27. கவ்வைநீர் வேலிக் கடிதேகாண் கற்புடைமை
வெவ்வேல்வாய் வீழ்ந்தான் விறல்வெய்யோன் - அவ்வேலே
அம்பிற் பிறழுந் தடங்க ணவன்காதற்
கொம்பிற்கு மாயிற்றே கூற்று.
புறப்பொருள் வெண்பாமாலை, காஞ்சிப் படலம், நூற்பா 23.

புறப்பொருள் வெண்பாமாலை ஆஞ்சிக் காஞ்சியையும்
கணவனொடு எரிமூழ்கும் பெண்களைப் பற்றிக் குறிப்பதாகக்

கொள்கிறது. இதையே தனது எண்பத்திரண்டாவது நூற்பாவில்,

காதற் கணவனொடு கனையெரி மூழ்கும்
மாதர்மெல் லியலின் மலிபுரைத் தன்று

என்றும் கூறுகிறது.

28. ஓருயிராக வுணர்க வுடன்கலந்தார்க்
கீருயி ரென்ப ரிடைதெரியார் - போரில்
விடனேந்தும் வேலோற்கும் வெள்வளையி னாட்கும்
உடனே யுலந்த துயிர்
மேற்படி, பொதுவியற் படலம், 262.

29. அளிய தாமே சிறுவெள் ளாம்பல்
இளைய மாகத் தழையா யினவே இனியே
பெருவளக் கொழுநன் மாய்ந்தெனப் பொழுதுமறுத்
தின்னா வைக லுண்ணும்
அல்லிப் படூஉம் புல்லா யினவே.
புறநானூறு 248.

30. பாலை நிலை பற்றித் தொல்காப்பியர் கூறும் போது,
நல்லோள் கணவனொடு நனியழல் புகீஇச்
சொல்லிடை இட்ட பாலைநிலையும்
எனக் கூறுவர்.
தொல்காப்பியர், புறத் திணையியல் நூற்பா 19.

31. புறநானூறு 246.

32. மேற்படி, பா. 256.

33. மேற்படி, பா. 240 : 3-6.

34. மணிமேகலை 2 : 38 : 45.

35. மேற்படி, 18 : 11-15.

36. மேற்படி, 16 : 22-28.

37. Aravind Sharma, *op.cit.* pp. 31-38.

38. *Ibid*, pp. 31-32.

39. இழையும் ஆரமும் இடையும் மின்னிடக்
குழையும் மாமலர்க் கொம்பு ஆனார்கள் தாம்
தழையில் முண்டகம் தழுவும் கானிடை
நுழையும் மஞ்ஞைபோல் எரியில் மூழ்கினார்

அங்கி நீரினும் குளிர அம்புயத்
திங்கள் வாண்முகம் திருவிளங்குற
சங்கைத்தீர்த்துத்தன் கணவன் பின்செலும்
நுங்கைமார் புகும் உலகம் நண்ணினார்
கம்பர், கம்ப ராமாயணம், அயோத்தியா காண்டம், பாகம் 1
அண்ணாமலைப் பல்கலைக் கழகம், பாடல்கள் 1960, 2325, 2327.

40. R. Nagaswamy, *Art & Culture of Tamil Nadu,* Delhi, Sundeep Prakashan, 1980, pp. 58-59.

41. செ. இராசு, நடுகல்லும் வரலாறும், Seminar on Hero Stones, ed.R.Nagaswamy, Madras, Published by the State Department of Archaeology, Government of Tamil Nadu, 1974, pp. 80-87.

42. R.Nagaswamy, *op.cit.*p. 59.

43. ர. விஜயலட்சுமி, கணவன் இறப்பில் எரிமூழ்கும் பெண்டிர், வெள்ளிக் கிழமைக் கருத்தரங்கு, நாள் 07.08.1992, சென்னை உலகத் தமிழாராய்ச்சி நிறுவனம், பப. 7-12.

44. மணிமேகலை, 6 : 54-59.

5. கைம்மை

1. தொல்காப்பியம், பொருளதிகாரம், புறத்திணையியல், நூற்பா, 19.

2. ஒட்டக்கூத்தர், உத்தர காண்டம், முதற் பகுதி, திக்குவிசயப் படலம், அண்ணாமலைப் பல்கலைக்கழகம், 1977, பா. 466.

3. புறநானூறு 326:10.

4.

சமஸ்கிருதம்	-	Vidhava
லத்தீன்	-	Vidua
இத்தாலிய மொழி	-	Vedova
பிரெஞ்சு மொழி	-	Veuve
உருசிய மொழி	-	Vdova
பழைய ஜெர்மன் மொழி	-	Wituwa
பழைய ஆங்கில மொழி	-	Widewa, Widuwe

5.

பருத்திப் பெண்டிர்	-	புறநானூறு 125:1, 326:5.
உயவற் பெண்டிர்	-	மேற்படி, 246:10.
கழிகலமகடூ	-	மேற்படி 861:12.

கழிகல மகளிர் - மேற்படி, 280:14.

ஆளிற் பெண்டிர் - நற்றிணை, 353:1.

6. புறநானூறு, 25 : 3-14.

7. மேற்படி, 261 : 17-19.

8. மேற்படி, 250 : 1-6.

9. மேற்படி, 280 : 14.

10. மேற்படி, 238 : 6.

11. மேற்படி, 261 : 18.

12. மேற்படி, 248.

13. ....
கூந்தல் கொய்து குறுந்தொடிநீக்கி
அல்லி யுணவின் மனைவியோ டினியே
.................மேற்படி 250:4-5.
....
சிறு வெள்ளாம்ப லல்லி யுண்ணும்
கழிகல மகளிர்போல
....................மேற்படி 280:13-14.
வயன் மலராம்பற் கயிலமை நுடங்கு தழை
- ஐங்குறுநூறு 72:1.
அயவெள் ளாம்ப லம்பகை நெறித்தழை
- குறுந்தொகை, 293:5.
ஆம்ப லணித்தழை யாரற் துயல்வரும்
தீம்புன லூரன் மகள் - திணைமொழியைம்பது. 40

14. புறநானூறு 246 : 4-10.

15. மேற்படி 246-9.

16. மேற்படி, 63 : 10-14.

17. மேற்படி 246 : 10.

18. நற்றிணை 353 : 1.

19. மேற்படி 353 : 1-2.

20. கி. நாச்சிமுத்து பருத்திப் பெண்டிர் - ஒரு பழைய வழக்கமும் இன்றைய அதன் வடிவமும், ஆய்வுத் தொகுதி, கேரளப் பல்கலைக்கழகத் தமிழ்த் துறைப் பழைய மாணவர் மன்ற ஆண்டு வெளியீடு, தொகுதி 2, தொகுப்பாளர் ச.வே. சுப்ரமணியன், பப. 280-291.

21. மேற்படி, ப. 282.

22. *Rig Veda,* X. 40.8.

23. B.S. Upadhyaya, *Women in Rig Veda,* 3rd edition, Delhi, 1974, p. 100.

24. *Ibid,* p. 101.

25. *Rig Veda* X. 85, 44.

26. மேற்படி, 1:124:57.

27. B.S. Upadhyaya, *op. cit.* p. 103.

28. *The Laws of Manu,* ed. F. Max Muller, Sacred Books of the East, 5th edition, Vol XXV. Translated by G. Buhler, Delhi, Motilal Banarsidas, 1975, Introduction, p.c. XIV.

29. *Manusmriti* IX: 3, V: 152.

30. *Ibid,* V: 158.

31. *Ibid,* V: 157,161.

32. *Ibid,* IX: 65.

33. *Ibid,* IX: 69, 71.

34. *Ibid,* IX: 60.

35. bhārayāyai purvamāriṇyai dattvāgninatyakarmanī /
punardārakriyām kuryātpunarādhānameva ca //
Ibid, V. 168.

36. புறநானூறு 249:11-14.

37. M.A. Indira, *The Status of Women in Ancient India,* Lahore, 1940. p. 309.

38. A.S. Altekar, *op. cit.* p. 152.

6. கலைகாப்போரும் பரத்தைமையும்

1. Shri Rama, *Social Structure and Values in Later Smritis, Social Philosophy of Smriti Literature,* Calcutta, Indian Publications, 1972, p. 68.

2. பாடினி, பதிற்றுப்பத்து 14-17, 17-14, 61-16, 87-1. பரிபாடல் 17-17; புறநானூறு 15:24, 242:3, 319 - 14. 364 : 1 பொருநராற்றுப்படை 47,162.

3. விறலி, அகநானூறு, 352:5, நற்றிணை, 328:11, பதிற்றுப்பத்து 40:21, 57:6, 78:3, புறநானூறு 60:5, 89:2, 103:4, 105:1, 133:1, 135:4, 141:2, 152:13, 280:8.

4. கோடியர் - அகநானூறு 111-9; 301-23; 309 : 9, 352-4; 359-8. குறுந்தொகை *78 : 2*, சிறுபாணாற்றுப்படை *125*, நற்றிணை *212:3* பட்டினப்பாலை *253*, பதிற்றுப்பத்து *42: 14,56:2*, புறநானூறு *29-23: 368-16*, பொருநராற்றுப்படை *57*, மதுரைக்காஞ்சி, *523*, மலைபடுகடாம். *143-236*

5. மழையென மருளும் மகிழ்செய் மாடத்
திழையணி வனப்பி னின்னகை மகளிர்
பொருநராற்றுப்படை 84:85.
இன்னகை யாயமோ டிருந்தோற் குறுகி
சிறுபாணாற்றுப்படை, 220.

6. Monier Williams, *Sanskrit - English Dictionary,* p. 615, column 2.

7. *Tamil Lexicon,* Madras Univeristy, 1926, 39, Vol IV, p. 2594.

8. பதிற்றுப்பத்து,14:17, 17:14.

9. பதிற்றுப்பத்து, 14-15, பழைய உரையுடன் உ.வே. சாமிநாதையர் பதிப்பு, 24:11, 38-10, 42:7, 55:1, 61:4, 65:10, 70:16, 88:36, 90:50.

10. புறநானூறு, 11:10-11, 15:23-24.

11. பதிற்றுப்பத்து, *61 : 16 - 17*

12. புறநானூறு 11:11; 319:14.

13. பொருநராற்றுப்படை, நச்சினார்க்கினியருரை, உ.வே. சாமிநாதையர் பதிப்பு, சென்னை, 1974, வரி 47.

14. பொருநராறுப்படை, 25-47.

15. புறநானூறு 242 : 1-6.

16. பரிபாடல், 17:15-17.

17. புறநானூறு, 152:14:17.

18. மலைபடுகடாம் அடி, 531 - 538

19. மேற்படி 358-360.

20. அகநானூறு 301:20-23.

21. Another indication of her chastity is the reference in Patiṟruppattu where the Virali is mentioned as possessing 'maḻaikkaṇ' - rain eyes. This epithet occurs in the texts used for this paper with chaste women who have power over rain. Saskia C Kersenboom, *Nithyasumangali,* Delhi, Motilal Banarsidas, 1987, p. 12.

22. பதிற்றுப்பத்து, 54:4-5.

23. பட்டினப்பாலை, 246-249.

24. மேற்படி, நச்சினார்க்கினியருரை, உ.வே.சாமிநாதையர் பதிப்பு, சென்னை, உ.வே. சாமிநாதையர் நூல் நிலையம், ஏழாம் பதிப்பு, 1974, ப. 557.

25. பொருநராற்றுப்படை, 84-85.

26. சிறுபாணாற்றுப்படை 220.

27. Santhosh Kumar Mukherji, *Prostitution in India,* Inter India Publication, Delhi, 1986, Introduction p. 1.

28. மேற்படி, 11-25.

29. மணிமேகலை, 5:86-88.

30. மேற்படி 18 : 7-9.

31. மேற்படி, 18 : 11-15.

32. மேற்படி, 18 : 14-22.

33. சுடும ணேற்றி யரங்குசூழ் போகி
வடுவொடு வாழு மடந்தையர் தம்மோர்
அனையே னாகி....................
மேற்படி, 18:33-35.

34. மேற்படி, 2:18-31.

35. சிலப்பதிகாரம், 14:148-167.

36. மேற்படி, அடியார்க்கு நல்லார் உரை, அடி 150.

37. மேற்படி, அடியார்க்கு நல்லார் உரை, 14:150.

38. மேற்படி, அடியார்க்கு நல்லார் உரை, 14:152.

39. மேற்படி, 8:64, 22:138.

40. Vātsayana, *Kāmasūtra - India's most Authentic treatise on love and sex,* New Delhi, R.K. Publishing Home, 1967, Chapter III, pp. 11-14.

41. குறுந்தொகை, 93.

42. மேற்படி, 80.

43. ஐங்குறுநூறு 132.

44. ....தாழிருங் கூந்தல்
பிறரும் ஒருத்தியை நம்மனைத் தந்து
வதுவை அயர்ந்தனை யென்ப...
பார்க்க அகநானூறு 46:8-10.

45. கலித்தொகை, 81:16-21.

46. நற்றிணை, 270.

47. நாலடியார், ஆறாம் பதிப்பு, சென்னை, கழக வெளியீடு, 1964, 38:1.

48. மேற்படி, 38:3.

49. திருக்குறள், அதிகாரம் 92.

50. V.T. Manikkam, Harlots in Ancient Tamil Literature, *Proceedings of the First International Conference Seminar of Tamil Studies,* Kualalampur, Malaysia, April 1966, p. 340.

51. தொல்காப்பியம், கற்பியல், உரைவளம், க. வெள்ளைவாரணார், அதே நூல், நூற்பா, 32.

52. அகநானூறு 16, கலித்தொகை, 82, 83, 84.

53. நற்றிணை, 20:5-7.

54. சிலப்பதிகாரம், 14:126-145.

7. பெண் துறவு

1. புறநானூறு 194, 357, 359, 360, 362, 364, 365, 366.

2. மேற்படி, 27.

3. மேற்படி, 236, குறுந்தொகை, 49.

4. புறநானூறு, 251.

5. Haripada Cakravarti, *Asceticsm in Ancient India in Brahmanical, Buddhist, Jaina and Ājīvaka Societies (from the earliest times to the period of Sankarācārya)* Calcutta, 1973, Introduction, p. xxxv.

6. நாலடியார் 1: 6.

7. திருக்குறள், 35.

8. பதினெண் கீழ்க்கணக்கு (இரண்டாம் தொகுதி), ஏலாதி, சென்னை, வெளியிட்டோர், எஸ். ராஜம், 1959, பா. 16.

9. மேற்படி, சிறுபஞ்சமூலம், 22.

10. Haripada Cakravarty, *op. cit.* p. 341.

11. Padmanabh S. Jaini, *Gender & Salvation, Jaina Debates on the Spiritual Liberation of Women,* Delhi, Munshiram Manoharlal, 1991, p. 3.

12. *Ibid,* p. 4.

13. *Ibid,* p. 3.

14. *Ibid,* p. 35

15. சிலப்பதிகாரம் 1, 10 : 98-99.

16. மேற்படி 1 : 10 : 82-85.

17. மேற்படி 1 : 10 : 154-155.

18. மேற்படி 1 : 10 : 229-233; - 243-246.

19. என்னோ டிவர்வினை யுருத்த தோவென
உண்ணா நோன்போடு...............
மேற்படி, 3:27:82-83.

20. *Cullavagga,* Sacred Book of the East, edited by Maxmuller, Vol. xx. Vinaya Texts, Part III, Translated from Pali by T.W. Rhys Davids and Hermann Oldenberg, Delhi, Motilal Banarsidas, reprint 3, 1975, X:1:6.

21. *Psalms of the Early Buddhists 1. Psalms of the Sisters (Therīgāthā),* Translated by Rhys Davids, London, Pali Text Society, 1932, pp. 96-98.

22. மணிமேகலை, 18:122-139.

23. Psalms of the Early Buddhists, *op.cit.* Canto, xiv. I.xxi. vv. 366-399.

24. *Cullavagga.* X. 162.

25. சிலப்பதிகாரம், வரந்தருகாதை, 24-28.

துணைநூற் பட்டியல்

தமிழ்

அகநானூறு, பொ.வே. சோமசுந்தரனார் உரையுடன், சென்னை, கழக வெளியீடு, 1970.

அகநானூறு, முதலாம் பதிப்பு, மூன்றாம் மறுபதிப்பு, ந.மு. வேங்கடசாமி நாட்டார், ரா. வேங்கடாசலம் பிள்ளை உரையுடன், சென்னை, கழக வெளியீடு, 1957.

அன்பழகன் க., தமிழர் திருமணமும் இன மானமும், சென்னை, பூம்புகார் பதிப்பகம், 1993.

ஆசாரக்கோவை, தருமையாதீனம், ஞானசம்பந்தர் பதிப்பகம், 1975.

இலக்கியக் களஞ்சியம், பதினெண் கீழ்க்கணக்கு நூல்கள் தெளிவுரை, இரண்டாம் பாகம், (நாராயண வேலுப்பிள்ளை உரை), சென்னை, கலைஞன் பதிப்பகம், 1985.

இளங்கோவடிகள், சிலப்பதிகாரம், அடியார்க்கு நல்லார் உரையுடன், உ.வே. சாமிநாதையர் பதிப்பு, பத்தாம் பதிப்பு, தஞ்சாவூர், தமிழ்ப் பல்கலைக் கழக மறுதோன்றி அச்சகம், 1984.

இளங்கோவடிகள், சிலப்பதிகாரம், ந.மு. வேங்கடசாமி நாட்டார் உரையுடன், சென்னை, கழக வெளியீடு, 1992.

இறையனார் அகப் பொருள், சி.வை. தாமோதரம் பிள்ளை பதிப்பு, சென்னை, 1944.

ஏலாதி, பதினெண்கீழ்க் கணக்கு, இரண்டாம் தொகுதி, சென்னை, ராஜம் எஸ். வெளியீடு, 1959.

ஐங்குறுநூறு, ஔவை சு. துரைசாமிப்பிள்ளை உரையுடன், அண்ணாமலை நகர், அண்ணாமலைப் பல்கலைக் கழக வெளியீடு, 1978.

ஐங்குறுநூறு, ஆறாம் பதிப்பு, சென்னை, உ.வே. சாமிநாதையர் நூல் நிலையம், 1980.

ஐயா நாயக்கர். வே. இலக்கிய மகளிர், இரண்டாம் பதிப்பு, சென்னை, எஸ். வாசன் கம்பெனி, 1962.

ஐயனாரிதனார், புறப்பொருள் வெண்பாமாலை, சாமுண்டித் தேவநாயகர் இயற்றிய உரை, உ.வே. சாமிநாதையர் உரையுடன், சென்னை, கபீர் அச்சுக் கூடம், 1950.

ஐயனாரிதனார், புறப்பொருள் வெண்பாமாலை, சாமுண்டித் தேவநாயகர் இயற்றிய உரை, உ.வே. சாமிநாதையர் பதிப்பு, ஒன்பதாம் பதிப்பு, சென்னை, தியாகராச வெளியீடு, 1963.

கந்தையா ந.சி., பெண்கள் புரட்சி, சென்னை, 1946.

கணேசலிங்கன், செ., பெண்ணடிமை தீர, சென்னை, குமரன் பதிப்பகம், 1985.

கலித்தொகை, நச்சினார்க்கினியர் உரையுடன், சென்னை, கழக வெளியீடு, 1955.

கலித்தொகை, நச்சினார்க்கினியர் உரையுடனும், அனந்தராமய்யர் ஆராய்ச்சிக் குறிப்புடனும், (சென்னை 1925) தஞ்சாவூர் தமிழ்ப் பல்கலைக் கழக நிழற்படப் பதிப்பு, 1984.

காஞ்சியேலாதி கோவை, சென்னை, கழக வெளியீடு 1968.

குறிஞ்சிப்பாட்டு, பத்துப்பாட்டு, நாலாம் பதிப்பு, சென்னை, கழகப் பதிப்பு, 1971.

குறுந்தொகை, மு. சண்முகம் பிள்ளை பதிப்பு, தஞ்சாவூர், தமிழ்ப் பல்கலைக் கழகம், 1985.

குறுந்தொகை, சோமசுந்தரனார் பொ.வே. உரையுடன், சென்னை கழக வெளியீடு 1972.

சக்திப் பெருமாள், பெண் (புதிய பார்வை), மதுரை, வஞ்சிக்கோ பதிப்பகம், 1993.

சசிவல்லி சீ. தமிழர் திருமணம், சென்னை, உலக தமிழாராய்ச்சி நிறுவனம், 1985.

சாந்தி சச்சிதானந்தம், பெண்களின் சுவடுகளில், சென்னை, 1989.

சிவகாமசுந்தரி சு., தமிழகப் பெண்கள் வாழ்வும் வளர்ச்சியும், இரண்டாம் பதிப்பு, தஞ்சாவூர், 1987.

சிறுபாணாற்றுப்படை, பத்துப்பாட்டு, சென்னை, கழக வெளியீடு, 1962.

சீத்தலைச்சாத்தனார், மணிமேகலை, பொ.வே. சோமசுந்தரனார் உரையுடன், இரண்டாம் பதிப்பு, சென்னை, கழக வெளியீடு 1975.

சீத்தலைச்சாத்தானர், மணிமேகலை, ஏழாம் பதிப்பு, சென்னை, உ.வே. சாமிநாதையர் நூல் நிலையம், 1981.

சுப்பிரமணியம் ந., சங்ககால வாழ்வியல், சென்னை, 1966.

சுப்பிரமணிய பாரதியார் சி., பாரதியார் பாடல்கள், தஞ்சாவூர், தமிழ்ப் பல்கலைக் கழகம், 1987.

சேதுப்பிள்ளை ரா.பி., தமிழ்நாட்டு நவமணிகள், சென்னை, 1926.

தாயம்மாள் அறவாணன், பெண்ணறிவு என்பது... புதுச்சேரி, தமிழ்க் கோட்டம், 1992.

திரிகடுகம், பதினெண் கீழ்க்கணக்கு, இரண்டாம் தொகுதி, ராஜம். எஸ். பதிப்பு, சென்னை, 1959.

திருத்தக்கத்தேவர், சீவகசிந்தாமணி, உ.வே. சாமிநாதையர் பதிப்பு, தஞ்சாவூர், தமிழ்ப் பல்கலைக் கழகம், நிழற்படப் பதிப்பு, 1986.

திருவள்ளுவர், திருக்குறள் பரிமேலழகருரை, பதினாறாம் பதிப்பு, சென்னை, கழக வெளியீடு, 1976.

தொல்காப்பியர், தொல்காப்பியம், புறத்திணையியல், உரைவளம், வெள்ளைவாரணனார். க எழுதிய ஆய்வுரையுடன், மதுரை, மதுரைக் காமராசர் பல்கலைக் கழகம், 1983.

தொல்காப்பியர், தொல்காப்பியம், பொருளதிகாரம், இளம்பூரணம், சென்னை, கழக வெளியீடு, 1956.

தொல்காப்பியர், தொல்காப்பியம், கற்பியல், உரைவளம், க. வெள்ளை வாரணனார் எழுதிய ஆய்வுரையுடன், மதுரை, மதுரைக் காமராசர் பல்கலைக் கழகம், 1983.

தொல்காப்பியர், தொல்காப்பியம், பொருளதிகாரம், களவியல், மதுரை, மதுரைக் காமராசர் பல்கலைக் கழகம், பதிப்பு எண் -68, 1983.

தேவநேயன் ஞா, பழந்தமிழாட்சி, சென்னை, கழக வெளியீடு, 1961.

நற்றிணை, பின்னத்தூர் நாராயணசாமி ஐயர் உரையுடன், சென்னை, கழக வெளியீடு, 1956.

நற்றிணை, ஔவை சு. துரைசாமிப் பிள்ளை உரையுடன், சென்னை, கழக வெளியீடு, 1975.

நன்னூல், நமச்சிவாயர் உரையுடன், சென்னை, கழக வெளியீடு, 1975.

நாலடியார், ஆறாம் பதிப்பு, சென்னை, கழக வெளியீடு, 1964.

நாலைந்திணை, இன்னிலை, கைந்நிலை, சென்னை கழக வெளியீடு, 1935.

நானாற்பது, சென்னை, கழக வெளியீடு, 1956.

பத்துப்பாட்டு, பொ.வே. சோமசுந்தரனார் உரையுடன், சென்னை கழக வெளியீடு, 1962.

பதிற்றுப்பத்து, ஔவை சு.துரைசாமிப்பிள்ளை உரையுடன், சென்னை, கழக வெளியீடு, 1973.

பதிற்றுப்பத்து, உ.வே. சாமிநாதையர் பதிப்பு, ஐந்தாம் பதிப்பு, சென்னை, 1949.

பதினெண் கீழ்க்கணக்கு, எஸ். ராஜம் பதிப்பு, சென்னை, 1959.

பரிபாடல், சென்னை, கழக வெளியீடு, 1969.

பழமொழி நானூறு, சென்னை, கழக வெளியீடு, 1964.

பாலகிருட்டிணன் நா. பொருளதிகார வழி - நற்றிணை, ஓர் ஆய்வு, சென்னை, 1988.

பிரேமா அருணாச்சலம், பத்தினித் தெய்வங்களும் பரத்தையர் வீதிகளும், தொல்காப்பியர் முதல் சித்தர் வரை, சென்னை, சவுத் ஏசியன் புக்ஸ், 1993.

புறநானூறு, ஏழாம் பதிப்பு, சென்னை, உ.வே. சாமிநாதையர் நூல் நிலையம், 1971.

பெண்கள் படைப்பில் பெண்கள், கொடைக்கானல், அன்னை தெரேசா மகளிர் பல்கலைக் கழகம், 1986.

பெண்ணியம் (ஆய்வுக் கட்டுரைகள்), தொகுத்தவர் சு. சண்முக சுந்தரம், பங்களூர், காவ்யா, 1994.

பெண்ணியம் கலை இலக்கியப் பிரதிகளும், தொகுத்தவர் சு. சண்முகசுந்தரம், பங்களூர், காவ்யா, 1994.

பெரும்பாணாற்றுப்படை, பத்துப்பாட்டு, சென்னை, கழக வெளியீடு, 1962.

ராஜம் கிருஷ்ணன், காலம்தோறும் பெண்கள் (சமூகவியல் ஆய்வு), சென்னை, தாகம், 1989.

தமிழ் அகராதி

தமிழ் மொழியகராதி, ந. கதிர்வேற்பிள்ளை, தமிழ் - தமிழ் அகராதி, புது தில்லி, 1981.

தமிழ் - ஆங்கில அகராதி, பாலகிருட்டிண முதலியார் (பதிப்பித்த

இடமும் ஆண்டும் இல்லை).

தமிழ் - தமிழ் அகர முதலி, தமிழ்நாட்டுப் பாடநூல் நிறுவனம், சென்னை, 1985.

தமிழ் ஆய்வுத் தொகுப்புகள், இதழ்கள்

ஆய்வுக் கோவை, இந்தியத் தமிழாசிரியர் சங்கம், அண்ணாமலைநகர், 1985.

செந்தமிழ், மதுரை, செந்தமிழ் பிரசுரம்.

செந்தமிழ்ச் செல்வி, சென்னை, சைவ சித்தாந்தக் கழகம், 1962-63.

சித்தாந்ததீபிகை, தொகுதி 1-14, சென்னை, 1894-1914.

Books in Sanskrit, Pali And Prakrit

Anguttara Nikāya, edited by Morris, Pali Text Society edition, London, 1883-1900.

Anguttara Nikāya (The Book of the Numerical Sayings or Suttās grouped According to Number), Part II, Translated by A.D. Jaya sundere, Adayar, The Vasanta Press, 1925.

Āśvalāyana Gṛhyasūtra, The Sacred Books of the East, Translated by Herman Oldenberg, First edtion. Reprint 3, Delhi, Motilal Banarsidass, 1973.

Cullavagga, The Sacred Books of the East, edited by Max Muller, Vol. xx, Vinaya Texts, Part III, Reprint. 35, Translated from Pali by T.W. Rhys Davids and Hermann Oldenberg, Delhi, Motilal Banarsidass, 1975.

Dhammapada, London, Pali Text Society edition, 1906-15.

Kalidasa, *Abhijñāna Śākuntalam,* edited by C.R. Devadhar and H.G. Suru, First edition, Reprint. 6, New Delhi, Motilal Banarsidass, 1981.

Mahābhārata, Critically edited by Vishnu S. Sukthankar, Poona, Bhandarkar Oriental Research Institute, 1933.

Manusmrti, 7th edition, Bombay, 1923.

Nayadhammakaha, edited by N.N. Vaidya, Poona, 1940.

Psalms of the Early Buddhists No. 1, Psalms of the Sisters (Therigāthā), Translated by Rhys Davids, London, Pali Text Society, 1932.

Rigveda, Dutt Manmatha Nath, Text with Sayana's Commentary, Calcutta, Society for the Resusciation of Indian Literature, 1908 - 1911.

Somadeva, *Kathāsaritsāgara,* Translated by C.H. Tawney, Calcutta, 1890.

The Laws of the Manu, edited by F. Max Muller, Translated by G. Buhler, The Sacred Books of the East, 5th edition, Vol. xxv, Delhi, Motilal Banarsidass, 1975.

Uttarādhyāyana Curni edited by Jinadasagani, Putlam, 1933.

Vātsayana, *Kāmasūtra,* Bombay, Nirnaya Sagara Press, 1891.

Vātsayana, *Kāmasūtra.* India's most Authentic Treatise on love and Sex, New Delhi, R.K. Publishing house, 1967.

Books in English

Abbe. J.A. Dubois, *Hindu manners, Customs and Ceremonies,* Translated from the author's later French Ms.and edited with notes by Henry K. Beauchamp, IIIrd edition. Delhi, Oxford University Press, 1983.

Alice Jardine & Paul Smith. *Men in Feminism,* New York, Methuen, 1987.

Alison Jaggam, *Feminist Politics and Human Nature,* Britain, Row Man and Allenheld Publishers, 1953.

Altekar A S. *The Position of women in Hindu civilization from prehistoric times to the Present day.* 2nd edition, 3rd Print, Delhi, 1978.

Arvind Sharma with Ajith Ray. Alaka Hejib, Katherine. K. Young, Forwarded by Srinivas M.N. *Historical and Phenomenological Essays,* Motilal Banarsidass Publication, Delhi, 1988.

Bader Clarisse, *Women in Ancient India Moral and Literary Studies,* Delhi, Anmol publication (First edition 1867 in French La Femme dans I' Inde Antique) reprinted Delhi, 1988.

Bhargava Deepali, *Manusmrti - A Sociological Analysis,* Jaipur, Rawat Publication, 1989.

Basham. A.L., *The Wonder that was India,* 20th printing. Grove Press, INC., First Ever Green edition, New york, 1959.

Billington, Fraces, Mary, *Women in India,* 2nd edition, Delhi, Sri Satguru Publications, 1987, First edition Published by London, Chapman and Hall, 1895.

Brigite and Peter Bergar, *The War over the Family Capturing the middle ground,* England, Penguin Books, 1983.

Bullough, L. Onem, Brenda Shelton, Saratislavin, *The Subordinated Sex, A History of Attitudes towards Women,* Revised Edition, United States of America, The University of Georgia Press, 1988.

Datta. V.N. *Sati, A Historical, Social and Philosophical Enquiry into the Hindu Rite of Widow Burning,* New Delhi 1988.

Delamont Sara, *The Sociology of women, An Introduction,* London, George Allen and Unwin Publication, 1980.

Devapoopathy, Nadarajah, *Women in Tamil Society (The Classical period)* University of Malaya, Kulalumpur, 1966.

Etlorre F.M., *Lesbians, Women & Society*, Routledge & Kegan Paul, 2nd edition, London, 1982.

Gamble, Burt Eliza *The Evolution of Women, An Enquiry into the dogma of her inferiority to man.* First Indian Reprint, 1986. Reprint, 1986.

Germain Greer, *Sex and Destiny, The Politics of Human Fertility,* London, Seeker and Warburg, 1984.

Gupta. A.R. *Women in Hindu Society,* 2nd edition, New Delhi, 1982.

Cakravarti, Haripada *Asceticism in Ancient India in Brahmanical, Buddhist, Jaina and Ajivika Societies, (From the earliest times to the period of Sankaracaryar),* Calcutta, 1973.

Seminar on, Hero Stones edited by R. Nagaswamy, Published by the State Department of Archeology, Government of Tamil Nadu, 1974.

History of the Nayaks of Madura, (ed.) Krishnaswamy Ayyangar, Madras University Historical series II, Humphry Milford, Oxford University Press, 1924.

Homer I B., *Women in early Buddhist literature,* Ceylon, Buddhist Publication, 1961.

Indira, M.A., *The Status of Women in Ancient India,* Lahore, 1940

Jaini. Padmanabh. S., *Gender and Salvation, Jaina Debates on the Spiritual Liberation of Women,* Delhi, Munshiram Manoharlal, 1991

Jean Louis Flandrin, *Families in former times,Kinship, Household and Sexuality* (French), Translated by Richard Southern, Australia, 1979

Juliet Mitchell and Annonlakley, *What is Feminism*? Britian, Basil Blackwell Ltd., 1986.

Kamla Bhasem, *Some questions on Feminism and its Relevance in South Asia,* New Delhi, 1986.

Kane, P V. *History of Dharmasastra,* II Vols. Poona, 1974.

.... *Hindu Customs and Modern Law,* Bombay, 1950

Kapadia. K.M., *Marriage and Family in India,* 3rd edition, Bombay, Oxford University Press, 1966

Kersenboom. C. Saskia, *Nithya Sumangali,* Delhi, Motilal Banarsidass, 1997.

Krishnaswamy. S., *Glimpses of Women in India,* New Delhi, 1983.

Kulwant Gill, *Hindu Women's Right to Property in India,* New Delhi, Deep & Deep Publications, 1962.

Lakshmi C.S. *Women in Society, The face behind the Mask, Women in Tamil Literature,* Delhi, Vikas Publishing House Pvt. Ltd. 1984.

Lundberg G.A., Schrag, Lorsen C.C., Otto No. *'Sociology',* NewYork, Harper and Brothers, 1958.

Madan. T.N. *Family and Kinship, A Study of the Pandits of Rural Kasmir,* Bombay, Asia Publishing house, 1965.

Maharani of Baroda (The) and S.M. Mitra, *The Position of Women in Indian Life,* 2nd Reprint, Delhi, 1984.

Manickam V.T., *Marutam - An aspect of love in Tamil Literature,* Madras, Macmillan, 1982.

.... *Harlots inAncient Tamil literature.* Conference seminar of Tamil Studies, Kulalumpur, Malaysia 1966.

Menakshi Murugarathnam, *The Status of Women and Children as depicted in-Ancient Tamil Literature,* Proceedings of the Vth International Conference Seminar of Tamil Studies, 1981.

Mukerji Kumar Santosh, *Prostitution in India,* Delhi, Inter India Publication, 1986.

Nagaswami, R, *Art and Culture of Tamilnadu,* Delhi, Sundeep Prakasan, 1980.

Nelson J.H., *The Madura Country, A manual in five parts,* Madras, 1868, (Reprinted by Asia Educational services, Delhi, 1989)

Nilakanta Sastri, *Foreign notices of South India, From Megasthanes to Ma huan,* Madras, Madras University Publication, 1939.

Pant Niranjan, *Status of Girl Child and Women in India,* New Delhi, 1995.

Phadnis Urmila, and Malani Indira, *Women of the World, Illusion and Reality,* Delhi, Vikas Publishing house Pvt., Ltd., 1978.

Puthenkalan, S.J. *Marriage and the family in Kerala with special reference to Matrilineal Castes,* Canada, Journal of Comparative family Studies monograph series, 1977.

Ram Ahuja, *Rights of Women: A Feminist Perspective,* New Delhi, 1992.

Richman, Paula, *Women, Branch stories and Religious Rhetoric in a Tamil Buddhist Text,* Maxwell School of Citizenship and public affairs, Syracuse University, Foreign and Comparative Studies, South Asian Series 12, 1988.

Robert. O. Blood, Jr., *Marriage,* 3rd Printing, New York, The Free Press of Glencoe, 1962.

Sathianathaiyer, *R. Tamilaham in the 17th century.* Sir William Meyer lectures 1954 - 55, Madras, University of Madras, 1956.

Shrirama, *Social Structure and Values in Later Smritis Social Philosophy of Smrti literature,* Calcutta, Indian Publication, 1972

Srinivasa Iyengar P.T., *History of Tamils,* 1929

Subramaniam M., *The Tonsure of Hindu Widows,* Madras 1909.

Susan S. Wadly, *The powers of Tamil women,* Syracuse University, Foreign and Comparative Studies programmes, New York. Syracuse, 1980.

Thayammal B., *The Child in Tamil Poetry, A Study up to I5th century A.D* unpublished thesis of the University of Kerala, 1977.

Thomas P. *Indian Women through the ages, A Historical survey of the position of women and the Institutions of marriage and family in India from remote antiquity to the present day.* Bombay, Asia publishing house, 1964.

Tikoo P.N. *Indian Women,* Delhi, B.R. Publishing Corporation, 1985.

Upadhya B.S. *Women in Rigveda,* 3rd edition, Delhi, 1974.

Vaidhya C.V. *Epic India (or) India as described in the* Mahābhārata *and the Rāmāyaṇa.* Bombay, 1907.

Venkoba Roa S., *Remarriage of Hindu Women on Sastric basis*, Mysore, 1926.

Yan S.N., *India in the Ramayana Age, A study of the Social and Cultural Conditions in Ancient India as Described in Vālmīki's Rāmāyaṇa*, Delhi, 1988.

Weerasuriya G.D., *Women in Ancient India*, Kandy, 1970.

William. J., Fielding *Strange Customs of Courtship and Marriage*, London, The Macmillian Press Ltd., 1980.

Dictionaries

Burrow T., and Emeneau. M B. *Dravidian Etymological Dictionary*, Oxford. 1961.

Cheris Kramarae and Paula A Treichles, *Feminist Dictionary*, London, Pandora Press, 1985.

Encyclopaedia of Religion and Ethics, edited by Hastings. J., Edinburgh, 1914.

Monier Williams, *Sanskrit English Dictionary*, 6th edition, Oxford, Clarendon Press, 1974.

Turner R.L., *A Comparative Dictionary of the Indo Aryan Languages*, Oxford, 1962- 69

Journals - English

Indian Historical Quarterly

Journal of American Oriental Society

Journal of Asiatic Society

Journal of Comparative Family Studies, Monograph Series, 1977.

Journal of the Tamilnadu State Department of Archeology.

Journal of Tamil Studies, International Institute of Tamil Studies, Chennai.

Proceedings of the Vth International Conference Seminar of Tamil Studies.

Proceedings of the 1st International Conference Seminar of Tamil Studies.

Signs, Journal of Women in Culture and Society, The University of Chicago Press.

சொல்லடைவு தமிழ்

அ

ஆ

இ

நா

நி

நீ

நு

நெ

ப

பூ

பெ

பே

பை

பொ

போ

ம

மா

மீ

மு

வீ

வெ

வே

வை

ஜ

ஸ

ஹ

★

www.ingramcontent.com/pod-product-compliance
Ingram Content Group UK Ltd.
Pitfield, Milton Keynes, MK11 3LW, UK
UKHW042134021026
15589UKWH00003B/814